தமிழகத்தில் மண் உருவங்கள்

ப. சண்முகம்
மேனாள் பேராசிரியர்,
பண்டைய வரலாறு, தொல்லியல் துறை,
சென்னைப் பல்கலைக் கழகம், சென்னை.

மலர் புக்ஸ்

மலர் புக்ஸ்

தமிழகத்தில் மண் உருவங்கள் ♦ ப.சண்முகம்©
♦ முதல் பதிப்பு: 2024 ♦ பக்கங்கள்: 238 ♦ வெளியீடு: மலர் புக்ஸ், No. 47, B1 FLAT, முதல் மாடி, தாமோதரன் பிளாட், ஐஸ்வர்யா அபார்ட்மெண்ட், ஓம் பராசக்தி தெரு, வ.உ.சி. நகர், பம்மல், சென்னை – 600 075. பேச: 9382853646, 8825767500 மின்னஞ்சல்: parisalbooks2021@gmail.com ♦ அச்சாக்கம்: தி பிரிண்ட் பார்க், சென்னை – 600 117.

♦ Sales Right : Parisal Putthaganilayam, Chennai - 600 075.

♦ Tamizhagathil Man Uruvangal ♦ P. Shanmugam© ♦ First Edition: 2024 ♦ Pages: 238 ♦ Published by Malar Books, No.47 B1 FLAT, First floor, Dhamodar Flat Aiswarya Apartment, Om Parasakthi St, VOC Nagar Pammal, Chennai 75. Mobile: 93828 53646, 8825767500 Email: parisalbooks2021@gmail.com ♦ Printed at: The print park, Chennai -117.

Rs. 270

ISBN: 978-93-91947-87-3

நூலாசிரியர்

ப. சண்முகம்

சென்னைப் பல்கலைக் கழக, பண்டைய வரலாறு மற்றும் தொல்லியல் துறையில் 30 ஆண்டுகளுக்கு மேலாக பணியாற்றி 2004 இல் ஒய்வு பெற்றார். தொல்பழங்கால வரலாறு, தொல் எழுத்தியல், பழந்தமிழ்க் கல்வெட்டுகள், நாணயவியல் ஆகியவற்றில் ஆய்வுகள் மேற்கொண்டுள்ளார். கொற்கை, உறையூர், காஞ்சிபுரம், அதியமான்கோட்டை, கொடுமணல் போன்ற பழம் ஊர் அகழாய்வுகளில் பங்கேற்றுள்ளார். தென்னிந்தியாவில் சீனப்பீங்கான்கள் கிடைக்குமிடங்களில் களப்பணி ஆற்றியுள்ளார். சோழர் மற்றும் விசய நகர அரசுகளில் வருவாய் முறை, தமிழக துறைமுகங்கள், தமிழகக் காசுகள் போன்ற பொருளியல் ஆய்வுகளை முன்னின்று நடத்தியுள்ளார். விசய நகர ஆட்சிக் காலத்தில் தொழில்கள் மற்றும் பொருளியல் நிலைகள், மற்றும் தமிழ்நாட்டுக் கல்வெட்டுகள் பற்றிய நூல்களையும் தொகுத்துள்ளார்.

உள்ளடக்கம்

முன்னுரை	5
1. மண் உருவக் கலை	7
2. பழம் நாகரிகங்களில் மண் உருவங்கள்	25
3. இந்தியாவில் சுடு மண் உருவங்கள்	43
4. தென்னிந்திய உருவங்கள்	60
5. இலக்கியத்தில் சுடு மண் கலை	79
6. தமிழகத்தில் தொல் உருவங்கள்	88
7. இடைக்கால உருவங்கள்	128
8. பிற்கால உருவங்கள்	151
9. ஆட்டக் காய்கள்	161
10. தொழில்நுட்பம்	174
11. தற்காலத்தில் சுடு மண் கலை	183
சான்று நூல்கள்	190
படங்கள்	196

முன்னுரை

களி மண்ணால் உருவங்களைச் செய்யும் கலை மிகத் தொன்மையானது. புதிய கற்காலம் முதல் தற்காலம் வரை மண்ணால் உருவங்கள் பலவற்றைச் செய்துள்ளனர். ஆரம்பத்தில் பச்சை மண்ணால் உருவங்களைச் செய்து உலர்த்தி பயன்படுத்தினர். காலப்போக்கில் சூளையில் சுட்டுக் கடினமாக்கியுள்ளனர். இக் கலை வளர்ச்சியில் முக்கிய பங்காற்றியவர்கள் பாமர மக்களே என்பதில் எவ்வித ஐயமுமில்லை.

சுடு மண் உருவங்களின் தொன்மையான கலை வரலாறு இந்நூலில் தொகுத்தளிக்கப்பட்டுள்ளது. புதிய கற்காலம் முதல் தற்காலம் வரையிலான கலைப் படைப்புகள் கால முறைப்படி விவரிக்கப்பட்டுள்ளன. இந்தியா மற்றும் தென்னிந்தியாவின் பல பகுதிகளில் நிலவிய இக்கலை வடிவங்களைப் பற்றிய திறனாய்வு இந்நூலில் உள்ளது. உலக அளவில் நிலவிய சுடு மண் கலையின் முக்கிய பரிணாமங்கள் முன்னோட்டமாகத் தரப்பட்டுள்ளன. இதன் மூலம் தமிழ் நாட்டு மண் உருவங்களின் இயல்பு மற்றும் வளர்ச்சி நிலைகளை ஒப்பிட்டு அறியலாம்.

கண்டெடுக்கப்பட்ட சுடு மண் உருவங்களின் தெளிவான புகைப்படங்களை அகழாய்வு நிறுவனங்கள் ஆய்வாளர்களிடையே பகிர்ந்துகொள்வதில் தேவையற்ற கட்டுப்பாட்டையும் சுணக்கத்தையும் காட்டிவருகின்றன.

ப.சண்முகம்

பதிப்பிக்கப்பெற்ற அகழாய்வு அறிக்கைகளில் நல்ல படங்கள் வெளியிடப்படாதது ஒரு பெருங் குறையாகும். இவற்றையெல்லாம் புறந்தள்ளி கிடைத்த படங்கள் ஓரளவு செப்பனிட்டு வரிசைப் படுத்தி, உருமாற்றம் செய்யப்பட்டுள்ளது. இந்நூலில் காணப்படும் படங்கள் யாவும் என்னால் உருமாற்றம் பெற்றவையாகும்.

இந்நூலை வெளிக்கொணர மிகுந்த ஆர்வம் காட்டியும் செம்மையாகப் பதிப்பித்த பரிசல் புத்தக நிலையத்தின் செந்தில்நாதன் அவர்களுக்கு மிகுந்த நன்றிக் கடன் பட்டுள்ளேன்.

ப.சண்முகம்

1. மண் உருவக் கலை

1.1. தோற்றம்

மனித குல நுண் கலை வரலாற்றில் மிகத் தொன்மையான கலை வடிவங்களாக சுடு மண் உருவங்களைக் கருதலாம். பச்சை மண்ணை உருவமாக வனைந்து பின்னர் சூளையில் இட்டுச் சுடப்பட்டு கடினமாக்கப்பட்ட பொருளையே சுடு மண் உருவம் என அழைக்கிறோம். பண்டைய நாகரிக ஊர்களில் அகழாய்வுகள் மூலம் கண்டெடுக்கப்பட்ட சுடுமண் உருவங்கள் தொல் வரலாற்றுச் சான்றுகளாக உள்ளன. உலோகங்கள் கண்டறியப்பட்டு, அவை கருவிகளாக ஆக்கப்பெற்ற பின்னரே உருவம் செதுக்கும் நுண் கலைகள் தோன்றின என்பது வெளிப்படை. மரம், கல், உலோகம், தந்தம், எலும்பு போன்ற பொருள்களில் உருவங்களை ஆக்கும் நுண்கலைகள் தோன்றுவதற்கு முன்னரே மண்ணால் உருவங்களை வனையும் கலை தோன்றியது என்பதற்கான சிறப்பான சான்றுகளாக இவை உள்ளன. எனவே நுண் கலை வரலாற்று வளர்ச்சியில் சுடு மண் கலைப் படைப்புகள் பற்றிய திறனாய்வுக்குச் சிறப்பான ஓரிடமுண்டு.

உலோகக் கருவிகள் அல்லது கடினமான பொருள்களால் ஆக்கப்பட்ட கருவிகளைப் பயன்படுத்தி மண் உருவங்கள் பெரும்பாலும் செய்யப்படுவதில்லை. எனவே இவ்வகைக் கருவிகள் பயன்பாட்டுக்கு வருவதற்கு முன்னரே மண்

உருவங்கள் வனையப்பட்டன என்பது புலப்படும். மேலும், மண் உருவங்களைச் செய்வதற்கு மிக முக்கியப் பொருள்களாகக் களிமண் அல்லது வண்டல் மண், மற்றும் நீர் ஆகியவையே தேவைப்படுகின்றன. சிறந்த தொழில் நுட்பமோ அல்லது கடினமான மற்றும் சிறப்பான கருவிகள் ஏதொன்றும் தேவையில்லை. கை விரல்களையே கருவியாக்கி இவ்வுருவங்கள் வனையப்பட்டுள்ளன.

தொல் மக்கள் பண்பாட்டு வரலாற்றின் தொடக்கமாக கல் கருவிகள் செய்யப்பட்ட காலத்தைக் குறிப்பர். இக்காலகட்டத்தை பழங் கற்காலம் என அழைப்பர். இக்கால மக்கள் சிறந்த பண்பாட்டுக் குறியீடுகளைப் பெற்றிராத நாடோடிகளாக இருந்தனர். இத் தொல் மக்களின் பண்பாட்டுக் கூறுகளில் இவர்களால் உருவாக்கப்பட்டு பயன் படுத்திய கல் கருவிகள் மிகச் சிறந்த கலைப் பொருள்கள் ஆகும். இவர்களால் செய்யப்பட்ட கல் கருவிகள் பலவாறாக இருந்தபோதும் இவையாவும் சிறந்த தொழில் நுணுக்கங்களோடு உருவாக்கப்பட்டுள்ளன. குகை மற்றும் மலைப் பொடவுகளில் வசித்த கால கட்டங்களில் அழகான வண்ண ஓவியங்களைக் குகைச் சுவர்களில் இத் தொல் மக்கள் தீட்டியுள்ளனர். ஆயினும் இக்காலகட்டத்தில் தொல் மாந்தர் பயன் படுத்திய மண் பாண்டங்கள் கிடைக்கவில்லை. எனவே இக்கால கட்டத்தில் மண் பொருள்களைச் செய்ய அவர்கள் அறிந்திருக்கவில்லை என்று தொல்லியல் சான்றுகள் புலப்படுத்துகின்றன.

பண்பாட்டு மாறுதல்கள் காலப்போக்கில் ஏற்பட்டன. இதன் விளைவாகக் கல் கருவிகள் செய்வதில் புதிய நுணுக்கங்களைக் கண்டுபிடித்தனர். புது வாழ்க்கை முறைகளையும் கைக்கொண்டனர். இக்காலகட்டம் பொதுவாக புதிய கற்காலம் என அழைக்கப்படுகிறது. இதுவரை கிடைத்த தொல்லியல் சான்றுகள் மூலம் புதிய கற்காலம், உலக அளவில் சற்றொப்ப கி.மு. 6000 ஆண்டுகளுக்கு முன்னர் தோன்றியதாகக் கருதுவர். இக்காலத்தில் தொல் மாந்தர் வாழ்வியலில் பெரும் புரட்சி ஏற்பட்டதாகக் கருதுகின்றனர். நிலையான குடியிருப்புகளை

ஏற்படுத்திக்கொண்டு காட்டு நிலங்களைப் பயிர்செய்வதற்கு ஏற்ற விளை நிலங்களாகப் பண்படுத்தி வேளாண் பொருள்களை உற்பத்தி செய்யவும், காட்டு விலங்குகளைப் பழக்கித் துணையாக்கிக் கொண்டு புதிய பொருளாதார நிலைகளை உருவாக்கவும் முற்பட்டுள்ளனர்.

இக்காலகட்டத்தின் முக்கிய கண்டுபிடிப்புகளில் ஒன்றாக மண் பொருள்கள் செய்து பயன்படுத்தியதைக் குறிப்பிடலாம். முதலில் பச்சை மண்ணைப் பிசைந்து வீட்டுத் தரையை மெழுக முயன்றுள்ளனர். இவ்வாறு வாழ்விடங்களின் தரையை மண் கொண்டு பூசும் வழக்கம் பழங்கற்காலத்தில் குகைகளை இருப்பிடமாகக் கொண்டபோதே இருந்துள்ளது என ஊகிக்கலாம். குகைத்தளங்களைக் காலப்போக்கில் மண்பூச்சால் கடினமாக்கியுள்ளனர். இவ்வாறு கெட்டிப்படுத்தப்பட்ட தரைகளை புதிய கற்கால மக்கள் வீடுகளில் உருவாக்கிக்கொண்டனர். இவ்வகை வீடுகளில் பச்சை மண்ணாலும் மரத்தடுப்புகள் கொண்டும் மண் சாந்தைப் பூசியும் சுவர்களாக்கியுள்ளனர். பின்னர் வாழ்விடங்களுக்கு அருகில் கிடைக்கும் பச்சை மண்ணை கட்டிகளாக்கி வெயிலில் உலர்த்தியும் அவற்றை அடுக்கி சுவர் எழுப்பியுள்ளனர். புதிய கற்கால வீட்டுச் சுவர்கள் யாவும் இம்மாதிரியான உலர்ந்த மண் கட்டிகளால் ஆனவை. சூரிய வெப்பத்தில் உலர்ந்த பின்னர் அவைகள் திடமாக மாறுவதை முதலில் அறிந்தனர். பிற்காலத்தில் இவற்றை நெருப்பிலிட்டுச் சுட முயன்றனர். இம்முயற்சிகளின் முடிவில் சுட்ட செங்கற்கள் உருவாக்கப்பட்டு வீட்டுச் சுவர்கள் எழுப்புவதற்கு பயன்படுத்தினர்.

இதே காலகட்டத்தில் மற்றுமொரு முக்கிய பொருளை மண்ணிலிருந்து செய்யக் கற்றுக்கொண்டனர். இம்முயற்சியில் ஈடுபட்டவர்களின் முதல் கண்டுபிடிப்பாக, தரமான மண்ணைத் தன் சுற்றுப்புறத்தில் அடையாளம் கண்டதைக் குறிப்பிடலாம். ஆரம்பத்தில் கலன்கள் முழுதும் கையால் வனையப்பட்டு வெயிலில் உலர்த்தப்பட்டன. உலர்ந்த பின்னர் ஓரளவு திடமாக மாறியதை அறிந்தனர். இம் மண் கலயங்களைப் பயன் படுத்தியபோது எளிதில் உடைந்துவிடும்

தன்மை கொண்டவை எனத் தெரிந்து கொண்டனர். உலர்த்திய பின்னர் நெருப்பில் இட்டுச் சுட்டால் மிக உறுதிபெற்றிடும் என காலப்போக்கில் அறிந்தனர். இப்புதிய தொழில் நுட்பத்தை முதலில் எப்பகுதி மக்கள், எவ்வாறு அறிந்தனர் என்றெல்லாம் அறிவது இயலாது. நம்மால் ஊகிக்க மட்டுமே இயலும். புதியதாக அறியப்பட்ட தொழில் நுணுக்கத்தின் திறன் கருதி மண் பொருள்களைச் செய்து நெருப்பில் இட்டுச் சுடும் வழக்கத்தைத் தொடர்ந்து பின்பற்றினர்.

மண் சுவர்கள், மண் கலன்கள் ஆக்கப்பட்ட இதே காலகட்டத்தில் சுடு மண் உருவங்களைத் தொல்மாந்தர் ஆக்க முற்பட்டிருக்க வேண்டும் எனப் பொதுவாக கருதப்படுகிறது. ஆயினும், மண் கலன்கள் செய்வதற்கு பலகாலம் முன்பே சுடு மண் உருவங்களைத் தொல்மாந்தர் ஆக்கியுள்ளனர் என்பதை உறுதிசெய்வதற்கு ஏதுவான முக்கிய தொல்லியல் சான்றுகள் அண்மைக்கால அகழாய்வுகளில் கிட்டியுள்ளன.

1.2. மண் கலை

மண் பொருள்களைச் செய்யும் கலை வடிவம் மிக எளிமையானது. இவற்றை உருவாக்குதற்கு சிறப்பான கற்பனைத் திறன் முக்கிய பண்பாகும். தரமான மண் கொண்டு பொருள்கள், உருவங்கள் ஆகியவற்றை வடிவமைக்க எவ்விதத் திறமையும், தொழில் நுட்பமும் தேவையில்லை. உயர்ந்த தொழில்நுட்பம் வாய்ந்த கருவிகள் அல்லது கடினமான கருவிகள் ஏதும் இக்கலைப் பொருள்களை உருவாக்கிடப் பயன்படுவதில்லை.

இக்கலை, பொதுவாக மற்ற நுண்கலைகளிலிருந்து முற்றிலும் மாறுபட்டது. கல்லில் சிலை செதுக்க முதலில் தேவையற்ற பகுதிகளைக் கொத்தி அகற்றவேண்டும். பின்னர் உருவப் பகுதிகளை உரிய இடங்களில் சரியான பரிமாணங்களில் செதுக்க வேண்டும். உலோக உருவங்களை ஆக்குதற்கு உலோகங்களை உருக்கும் தொழில் நுட்பங்களும் பொருள்களாக மாற்றுவதற்கான முறைகளையும் அறிந்திருக்க வேண்டும். இவ்வகையில் உலோகங்களை உருக்கி வார்ப்பதற்கு

ஏதுவான உருவ அச்சுகள் செய்வதற்கான தொழில் நுட்பத்தையும் சேர்க்கலாம். உலோகப் பொருள்களை மெருகுபடுத்தும் முறைகளால் அழகூட்டவேண்டும். சுதைச் சிற்பங்களைச் செய்ய தண்டங்கள் எனப்படும் உள்கட்டுமானம் தேவை. இக்கட்டுமானத்தை ஒட்டி கல், செங்கல், மண் ஆகியவற்றால் உருவங்களை அமைக்கவேண்டும். பின்னர் உருவத்திற்கு ஏற்றாற் போல் ஏற்கெனவே தயாரிக்கப்பட்ட சுதைக் கலவையைப் பூசி முழுமையான உருவத்தை அமைக்கவேண்டும். இச்சுதைக் கட்டுமானம் உலரவைக்கப்பட்ட பின்னர் வண்ணங்கள் பூசி அலங்கரிக்கப்படும். இச் சுதை உருவங்கள் சூளையில் இட்டுச் சுடப்படுவதில்லை என்பதைச் சிறப்புப் பண்பாகக் கருதவேண்டும்.

மேலே குறிப்பிடப்பட்ட ஏதொரு தொழில் நுட்பமும் சுடு மண் உருவங்களைச் செய்ய பயன் படுவதில்லை. தரமான களி மண்ணைத் தேர்ந்தெடுப்பது மண் கலைஞர்களின் முக்கிய பண்பாகும். இவ்வாறு தேர்ந்தெடுக்கப்பட்ட மண்ணைக் குழைத்து தம் கற்பனைத் திறனுக்கேற்ற உருவமாகச் செய்வதற்கு கைவிரல்களைத் தவிற எவ்விதக் கருவிகளும் பயன்படுத்தப்படுவது இல்லை. உருவமாகச் செய்வதற்கு பிசைந்தோ, உருட்டியோ, அதிகமான மண்ணை வழித்தோ, தேவையான பகுதியில் மண்ணைப் பூசியோ, அல்லது ஏற்கெனவே செய்யப்பட்ட உருவப்பகுதிகளை மற்ற பகுதிகளோடு ஒட்டியோ இவ் உருவங்கள் செய்யப்படுகின்றன. இம்மண் உருவங்கள் சில சமயங்களில் ஒற்றை அல்லது இரட்டை அச்சுகளைக் கொண்டு உருவாக்கப்பட்டுள்ளன. அவ்வகையில் பெரும்பாலும் மண் அச்சுகளையே பயன்படுத்தியுள்ளனர்.

பொதுவாக, சுடு மண் உருவம் வனைதலை ஏழைகளின் கலை எனக் குறிப்பர். ஆயினும் இவ்வாறு குறிப்பிடுதலால் இக்கலையின் முக்கியத்துவம் சிறிதும் குறைவுபடுவதில்லை. சுடு மண் உருவங்களை ஆக்கும் கலைஞர்கள் சமுதாயம், பொருளாதாரம் ஆகியவற்றில் பின்தங்கியவர்களாகக் கருதப்படுவதும் இக் கலை மேல்தட்டு மக்களைச் சார்ந்து

வளரவில்லை போன்ற தவறான கருத்துகளின் பின்னணி யிலேயே இவ்வாறு குறிப்பிடப்படுகிறது. எளிமையான குயவர்களால் இப்பொருள்கள் செய்யப்பட்டிருப்பினும் மிகச் சிறந்த கலைப் படைப்புக்களும் உருவாக்கப்பட்டுள்ளன. பாமர மக்களோடு பொருளாதாரத்தில் சிறந்த உயர்குடி மக்களும் இப்படைப்புகளுக்கு காலந்தோறும் ஆதரவு நல்கியுள்ளனர்.

1.3. வகைகள்

சுடு மண் பொருள்கள் வனையப்பட்ட காலத்தில் மண்பாண்டங்களே பெரும்பாலும் ஆக்கப்பட்டன என்றாலும் உலரவைக்கப்பட்ட களிமண் உருவங்கள் மற்றும் பிற கலைப் பொருள்களை வனையும் திறமையைத் தொல்மாந்தர் வளர்த்துக் கொண்டனர். அகழாய்வுகள் பலவற்றில் மண்ணால் செய்யப்பட்ட கலன்கள், மற்றும் பிற கலைப் பொருள்கள் எடுக்கப்பட்டுள்ளன. இப்பொருள்களைக் கீழ்க்கண்டவாறு எட்டு பிரிவுகளாக வகைப்படுத்தலாம்: 1. மனித உருவங்கள், 2. விலங்கு, பறவை உருவங்கள், 3. மண் கலன்கள், 4. செங்கல் மற்றும் கூரை ஓடுகள், 5. விளையாட்டுப் பொருள்கள், 6. அலங்காரப் பொருள்கள், 7. ஆபரணங்கள், 8. பல்வகைப் பொருள்கள்.

1.3.1. மனித உருவங்கள்

மேலே குறிப்பிடப்பெற்ற வகைப்பாட்டில் முதலாவதாக உள்ள மனித உருவங்கள் மிகத் தொன்மையான கலைப் படைப்புகள் ஆகும். இவை புதிய கற்காலம் முதல் செய்யப்பட்டு வந்துள்ளன. பொதுவாக மனித பொம்மைகள் ஆக்கும் கலையை மிகச் சிறப்பாகக் கருதவேண்டும். இப் பொருள்களை வனைவதற்கு சிறந்த கலை ஆர்வமும் கற்பனைத் திறனும் தேவை. இப்பொருள்கள் பொதுவாக கலை ஆர்வத்தைப் பிரதிபலித்தாலும் அக்காலச் சமூக, மற்றும் பிற வகைப் பழக்க வழக்கங்களையும் காட்டுகின்றன. மிகப் பழங்கால முதல் இக் கலைப் பொருள்கள் உருவாக்கப்பட்டு வந்துள்ளன. எல்லா நாகரிக மக்களும் இக்கலைப் பொருள்களைச் செய்துள்ளனர். ஆண், பெண்

உருவங்கள், பல வடிவுகளில் செய்யப்பட்டுள்ளன. உருவ வழிபாட்டுக்குப் பயன்படும் கடவுள் உருவங்களையும் மனித உருவில் ஆக்கியுள்ளனர். சில நாகரிகங்களில் இப்பொருள்கள் மிகுந்த கற்பனைத் திறனோடும் கலை நயத்தோடும் செய்யப்பட்டுள்ளன. இப்பொம்மைகள் நின்ற, அமர்ந்த, சாய்ந்த என பல வடிவங்களில் உள்ளன. சில பண்பாட்டிடங்களில் மனித உருவங்களில் மண்பாண்டங்களும் செய்யப்பட்டுள்ளன. இப்பொம்மைகளை வடிவமைப்பதிலும், வண்ணம் தீட்டுதலிலும் அவ்வப் பகுதியின் சமூக மற்றும் மரபு சார்ந்த நெறிகளையும் காண இயலும்.

1.3.2.விலங்கு, பறவை உருவங்கள்

மனித உருவங்களை அடுத்து விலங்கு, பறவை உருவங்கள் பலவும் செய்யப்பட்டுள்ளன. இவ்வுருவங்களில் சில குழந்தைகள் விளையாடுவதற்காக செய்யப்பட்டன. சில பண்பாட்டிடங்களில் விலங்கு உருவ மண்பாண்டங்கள் வனையப்பட்டுள்ளன். மண் கலயங்களின் மூடிகளின் மேலுள்ள குடுமிகளையும் பறவை உருவங்களாக வடித்துள்ளனர். சில நாகரிகங்களில் இப்பொருள்கள் மிகுந்த கற்பனைத் திறனோடும் கலை நயத்தோடும் செய்யப்பட்டுள்ளன. இப்பொம்மைகளை வடிவமைப்பதிலும், பயன்படுத்துவதிலும் அவ்வப் பகுதியின் சமூக மற்றும் மரபு சார்ந்த நெறிகளையும் காண இயலும்.

1.3.3.மண் கலன்கள்

தொல் நாகரிகங்கள் எல்லாவற்றிலும் மிக அதிக அளவில் கிடைக்கப் பெறும் தொல்பொருள்கள் மண் கலன்கள் ஆகும். ஆரம்பகால மண் கலன்கள் முழுதும் கையால் வனையப்பட்டன. முதலில் மண் உருண்டைகளைக் கையால் தட்டித்தட்டி கலன்களாகச் செய்தனர். இவ்வகைக் கலன்கள் தடிமனாகவும் ஒழுங்கற்ற வடிவத்தையும் பெற்றிருந்தன. ஆரம்பகாலங்களில் சூளையில் இட்டுச் சுடப்படாமல் சூரிய வெப்பத்தில் இம் மண் கலன்கள் உலர்த்தப்பட்டன. இதனால் இக் கலன்கள் இலகுவாக இருந்ததோடல்லாமல் கடினத்தன்மை அற்றனவாகவும் இருந்தன. எனவே இவற்றை

மிகக் குறுகிய காலத்திற்கே பயன்படுத்த முடிந்தது.

பின்னர், மண் கட்டிகளைத் தட்டி நீண்ட பட்டைகளை உருவாக்கிக் கொண்டனர். இப் பட்டைகளை ஒன்றின் மீது ஒன்றாக உருளை போன்று அடுக்கிச் சுற்றி தேவையான கலன்களாக உருச்செய்தனர். பட்டை சுற்றிய பக்கங்களை மண் சாந்து கொண்டு மெலிதாகப் பூசினர். ஆயினும், இவ்வகைக் கலன்களில் மண் பட்டைகள் சுற்றப்பட்டதற்கான அடையாளம் முழுதும் மறையாமல் பக்கப் பகுதிகளில் தென்படும். மற்றொரு முறையிலும் தொல்மாந்தர் கலன்களைச் செய்தனர். கூடையின் வெளிப் பக்கப்பகுதியில் அல்லது உள்பக்கத்தில் பிசைந்த மண்ணைத் தட்டித்தட்டி கலன்களின் பக்கப்பகுதியை உருவாக்குவர். கூடையோடுள்ள கலன்களைச் சூளையில் இட்டுச் சுடும்போது கூடையின் பகுதிகள் எரிந்துபோய் சுடப்பட்ட மண் கலன் மட்டும் மிஞ்சும். இதனால் இவ்வகைக் கலன்களின் உள் அல்லது வெளிப்பக்கத்தில் கூடையின் பின்னல் அடையாளங்கள் பெரும்பாலும் காணப்படும்.

காலப்போக்கில், மக்கள் அறிவு வளர்ச்சிபெற்ற பின்னர், வட்டச் சக்கரம் தோற்றுவிக்கப்பட்டது. இதன் பின் ஏற்பட்ட வளர்ச்சியால் மண் கலன்கள் சக்கரத்தின் துணையால் வனையப்பட்டன. இத் தொழில் நுணுக்க வளர்ச்சியின் விளைவாக இக்கலையில் பெரும் மாற்றம் ஏற்பட்டு, மிகப் பல வடிவங்களில் மண் கலன்கள் வனையப்பட்டன.

தொன்மையான அனைத்து நாகரிகங்களைச் சார்ந்த மக்கள் பலவகையான மண் கலன்களை உற்பத்தி செய்துள்ளனர். மக்களின் பயன்பாட்டிற்கு ஏற்றாற்போல் சிறிதும் பெரிதுமாகவும், வகைவகையான மண் கலன்கள் வனையப்பட்டுள்ளன. ஒவ்வொரு காலப் பகுதியிலும் செய்யப்பட்ட மண் கலன்கள் பல வகைகளாகச் செய்யப்பட்டுள்ளன. தொன்மையான மண் கலன்கள் பலவற்றின் மீது வண்ணப்பூச்சுகள் பூசப்பட்டன. கிரேக்க, உரோமானிய மண் கலன்களின் மீது அழகான வண்ண ஓவியங்கள் தீட்டப்பட்டுள்ளன.

இந்தியாவில், தொன்மையான நாகரிகம் நிலவிய அரப்பா பண்பாட்டு நிலைகள் பலவற்றில் வகைவகையான மண் கலன்கள் வனையப்பட்டுள்ளன. வட இந்தியாவில் உருவாக்கிய தொன்மையான மண் கலன்களில் செம்பழுப்பு வண்ண மண் கலன்கள் முதன்மையானவை. கங்கைச் சமவெளிப் பகுதிகளில் பலவற்றில் இம்மண் கலன்கள் செய்யப்பட்டுள்ளன. அஸ்திநாபுரம், பாடலிபுத்திரம், அகிச்சத்திரா, போன்ற தொன்மையான ஊர்களில் ஆதிகால மண் அடுக்குகளில் இவை கிடைத்துள்ளன. பின்னர் சாம்பல் வண்ண மண் கலன்கள் செய்யப்பட்டன.

தென் இந்தியாவில் மஹாராஷ்ட்ரம், கேரளம், கருநாடகம், ஆந்திரப்பிரதேசம், தெலிங்கானா மாநிலங்களில் பலவகையான மண் கலன்கள் செய்யப்பட்டுள்ளன. தமிழ்நாட்டில் சிவப்பு நிற மண் கலன்களும், கருப்பு-சிவப்பு வண்ணமுடைய மண் கலன்களும், கருமை வண்ணக் கலன்களும் செய்யப்பட்டு புழக்கத்தில் இருந்துள்ளன. இம் மண் கலன்களில் சட்டிகள், தட்டுகள், குவளைகள், வட்டில்கள், பானைகள், குடங்கள், மூடிகள் போன்ற வீட்டு உபயோகப் பொருள்கள் பல செய்யப்பட்டன. மேலும், இறந்தோரைப் புதைக்கும் பெரிய தாழிகள், தாழிப் பெட்டிகள் போன்ற பெரிய கலன்களும் மண்ணால் செய்யப்பட்டன.

1.3.4. செங்கல் மற்றும் கூரை ஓடுகள்

வீடுகளைக் கட்டி குடியேறிய காலகட்டத்தில் செங்கல் மற்றும் கூரை ஓடுகள் ஆக்கப்பெற்றன. இவைகள் மண்ணால் செய்யப்பெற்றாலும் இவற்றின் தொழில்நுட்பம் மற்றும் பயன்பாடு தனித்தன்மை வாய்ந்தவை. புதிய கற்காலத்தின் மிகத் தொன்மையான பகுதிகளில் மண் சுவர்களைக் கொண்ட வீடுகளைக் கண்டுபிடித்துள்ளனர். இச்சுவர்கள் பிசைந்த மண்ணை அவ்வாறோ, அல்லது கட்டிகளாக்கியோ, ஒன்றன் மீது ஒன்றாக அடுக்கியோ, சுவராக்கினர். பின்னர் கூரை வேய்வதற்கான தட்டு ஓடுகளும், தரைத்தளம் அமைக்க தள ஓடுகளும், சுவர்கள், கூரைகள் ஆகியவற்றை அலங்கரிக்க அலங்கார வட்டுகள் என பலவகையில் செய்யப்பட்டன.

ஒவ்வொரு பகுதியிலும் ஒவ்வொரு காலகட்டத்திலும் அவ்வப் பகுதி மக்களின் விருப்பத்திற்கு ஏற்றாற்போல் இவைகள் செய்யப்பட்டுள்ளன. இதனால் இவற்றை வடிவமைத்தல் மற்றும் சூளையில் அடுக்குதல், சுடுதல் ஆகிய பணிகளுக்குத் தனித்திறமைகள் தேவைப்பட்டன. இம் மண் பொருள்களின் வகைகள், சிறப்பு, தொழில்நுணுக்கம் போன்ற செய்திகளைத் தொல்லியலார் தம் அறிக்கைகள் பலவற்றில் விரிவாக ஆய்ந்துள்ளனர்.

1.3.5.விளையாட்டுப் பொருள்கள்

சிறுவர் சிறுமியர் விளையாடுவதற்கு ஏதுவாக விளையாட்டுப் பொருள்கள் பல மண்ணால் செய்யப்பட்டன. ஒவ்வொரு நாகரிக மக்களின் பயனீட்டு நிலைகளுக்கேற்ப விளையாட்டுக் கருவிகள் மிக கவனத்தோடு ஆக்கப்பட்டுள்ளன. இவைகள் கலை நுணுக்கத்தோடும் மிகுந்த கற்பனை மற்றும் பயனீட்டுத் தொழில் நுணுக்கத்தால் உருவாக்கப்பட்டன. மனித, விலங்கு, பறவை உருவங்கள் பலவற்றை விளையாட்டுப் பொருள்களாகக் கருதலாம். இவை தவிற வண்டி, ஊதல், அசையும் உருவ பொம்மைகள் போன்றவையும் செய்யப்பட்டுள்ளன. தாயக்கட்டைகள், விளையாட்டு வட்டுகள், ஆட்டக் காய்கள், சிறிய செப்புகள், முகமூடிகள் போன்றவையும் செய்யப்பட்டு பயன் படுத்தப்பட்டுள்ளன.

1.3.6.அலங்காரப் பொருள்கள்

பலவிதமான அலங்காரப் பொருள்கள் மண்ணால் செய்யப்பட்டுள்ளன. இவற்றில் முக்கியமாக வீடுகளை அலங்கரிக்கப் பயன்படும் பொருள்களைக் குறிக்கலாம். வீட்டுச் சுவர்களை அலங்கரிக்கும் பழக்கம் மிகத் தொன்மையானது. ஆண் பெண் உருவங்களோடுள்ள சதுர, வட்டத் தட்டுக்களை வீட்டுச் சுவர்கள், கூரை வளைவுகளில் பொருத்தி அழகு படுத்தியுள்ளனர். முக்கியமாக அரச மாளிகைகள், கோவில்கள், பெருஞ் செல்வந்தர் வீடுகள் இவ்வகை மண் தட்டுகள் கொண்டு அலங்கரிக்கப்பட்டன. கோட்டுருவங்கள் கொண்ட வட்டுகளும் பல நாகரிகங்களில் பயன் படுத்தப்பட்டுள்ளன.

1.3.7.ஆபரணங்கள்

தம்மை அழகுபடுத்திக்கொள்ள முதலில் மண் ஆபரணங்களையே தொல்மக்கள் அணிந்திருக்க வேண்டும். இவற்றை பாமர மக்களும் உயர்குடியினரும் ஒருசேர அணிந்தனர் எனக் கருதுவதில் தவறேதுமில்லை. மண்ணால் ஆக்கப்பெற்ற ஆபரணங்களில் மண் பாசிகள் முக்கியமானவையாகும். சிறிய பெரிய அளவுகளில் இப் பாசிகள் செய்யப்பட்டன. இவைகள் பல வடிவில் உள்ளன. கோளம், தட்டை, நீண்ட குழாய், முட்டை வடிவங்களில் இப்பாசிகள் ஆக்கப்பட்டன. இப்பாசிகளில் பெரியனவாக உள்ளவற்றைத் தம் வீட்டு விலங்குகளுக்கும் அணிவித்து அழகுபடுத்தியுள்ளனர். மண்ணால் ஆன காதணிகள் பலவும் செய்யப்பட்டுள்ளன.

1.3.8.பல்வகைப் பொருள்கள்

பலதொழில் செய்வோரின் பயன்பாட்டிற்கென்று பல பொருள்கள் மண்ணால் ஆக்கப் பெற்றுள்ளன. முக்கியமாக நூல் நூற்போர் பயன்படுத்துவதற்காக தக்களியின் அடித்தட்டுகள் செய்யதளிக்கப்பட்டுள்ளன. இவைகள் சில வட்டுகளாகவும் கோள வடிவாகவும் ஆக்கப்பட்டுள்ளன. வணிகர்களின் பயன்பாட்டிற்கென எடைக்கற்கள் மற்றும் குண்டுகளைச் செய்துள்ளனர். மண் அரிப்பைத் தடுக்கும் வகையில் கிணறுகளின் உள்பகுதியில் சுடுமண் உறைகள் அமைக்கப்பட்டன. வீட்டு உபயோகத்திற்கென சுடு மண் அடுப்புகள், சுடு மண் குழாய்கள் உருவாக்கப்பட்டுள்ளன. சுடு மண் குழாய்கள் நிலத்தில் புதைக்கப்பட்டு கழிவு நீரை அகற்றுவதற்குப் பயன்பட்டன. மிக அழகாக, பலஅளவுகளில் புகைப்பான்கள் வடிவமைக்கப்பட்டுள்ளன. மெசபொடேமியா போன்ற தொல் நாகரிகங்களில் அரச ஆவணங்கள், அறிவியல், நாட்டு நடப்பு செய்திகளைப் பதிவு செய்வதற்கு ஏதுவாக மண் தட்டுகளைச் செய்துள்ளனர்.

1.4.1.சமூகப் பயன்பாடு

இவ்வாறு சுடு மண் கலைப் படைப்புகள் பல

நோக்கங்களுக்காக உருவாக்கப்பட்டவையாயினும், அதன் பயனீடு மற்றும் நோக்கங்கள் வரலாற்று முனைப்பில் ஆராயப்படவேண்டுவன. இவற்றின் பயனீடு பற்றி அக்கால இலக்கியங்களில் தெளிவான குறிப்புகள் ஏதும் இல்லை. ஆயினும் கிடைத்த பொருள்களின் உருவ அமைப்பு, மற்றும் அக்கால மக்களின் சமுதாய நிலைகள் ஆகியனவற்றை ஆய்ந்து இவற்றின் பயனீட்டை அறிந்து கொள்ள இயலும். மக்களிடையே நிலவிய சமூக மற்றும் சமுதாய நிலைகளோடு ஒப்பிடுவதன் மூலமும் இவ்வுருவங்கள் ஆக்கப்பட்டதன் காரணத்தையும் பயனையும் அறிய இயலும். இவ்வகை ஆய்வில், கலைப் படைப்புகளை ஆக்கிய சமூகத்தார், விற்பனை செய்த வணிகர்கள் மற்றும் பயனீட்டாளர்கள் ஆகியோரின் ஈடுபாடுகளையும் இணைத்து ஆராயலாம். மேலும் கலைப்பாணியில் ஏற்பட்ட மாற்றங்கள், வளர்ச்சி நிலைகள் ஆகியனவும் இவ்வாய்வில் நோக்குதற்குறியன. பொதுவாக இவ்வகைப் பொருள்களின் தன்மையும் பயனீடும், காலந்தோறும் மாறினாலும் சில பொருள்களின் பயனீட்டுப் பண்புகள் மாறாமல் தொடர்ந்து பின்பற்றப்பட்டுள்ளன. இவ்வகை ஆய்வினால் அக்காலச் சமூகத்தின் நோக்கங்கள், சமூக நம்பிக்கைகள், சமய, வழிபாட்டு நிலைகளோடு அக்கால உற்பத்தி மற்றும் தொழில் சமூகங்களின் பொருளியல் தன்மைகளும் தெளிவு பெறும்.

சுடு மண் பொருள்கள் பலவகையாக செய்யப்பட்ட போதும் வீடுகளில் பயன்படுத்தப்படும் புழங்கு பொருள்களே பெரும்பாலானவை. மண் சட்டிகள், சிறிய கலயங்கள், குப்பிகள், தட்டுகள், பெரிய பானைகள் போன்ற பொருள்கள் யாவும் வீடுகளில் பயன்படுத்துவதற்கு செய்யப்பட்டன. இருப்பினும் சில வகைப் பாண்டங்களும் புழங்கு பொருள்களும் ஈமச் சடங்குகளைச் செய்வதற்கும் ஈமத்தாழிகளில் இடுவதற்கும் செய்யப்பட்டுள்ளன. சில வகைப் பொருள்கள் சிறப்பு நோக்கங்களுக்காகவும் செய்யப்பட்டுள்ளன. வீடுகள் கட்டுவதற்கும், வீட்டுச் சுவர்களை அழகுபடுத்தவும் சுடு மண் ஓடுகள், செங்கற்கள், அலங்கார வட்டுகள் செய்யப்பட்டுள்ளன. மேலும் சுடுமண் குழாய்கள், சுடுமண் உறைகள் போன்றவை மற்ற

பயன்களுக்காக செய்யப்பட்டுள்ளன.

1.4.2. கலைப் படைப்புகள்

சுடுமண் பொருள்களில் சில வடிவங்களை கலைப் படைப்புகளாக அடையாளம் காணலாம். இக்கலைப்படைப்புகள் மிகுந்த கலை உணர்வோடு வடிக்கப்பட்டவை. இக் கலைப்படைப்புகள் வீடுகளையும், பிற உயர் குடிகள் மாளிகைகளையும் அலங்கரித்திருக்கலம். பழங்காலத் தமிழகத்தில் இவ்வகை உருவங்கள் அதிக அளவில் செய்யப்படவில்லை என்பதால் இவ்வகைக் கலைப்படைப்புகள் தமிழ்நாட்டு அகழாய்வுகளில் பெரிதும் கிடைக்கப்பெறவில்லை. இருப்பினும் சுடு மண் சிற்பங்கள் உள்ள வட்டு ஒன்று சாளுவன்குப்பத்தில் கண்டெடுக்கப்பட்டதைச் சிறப்பாகக் கருதவேண்டும். மற்ற இடங்களில் கோவில் சுவர்களை அலங்கரிக்கும் உருவங்கள் சிலவும் கிடைத்துள்ளன. வட இந்தியாவில் குப்தர் காலத்திலும் பிற்காலங்களிலும் எழுத்துப் பொறித்த சுடு மண் வட்டுக்கள் கிடைத்துள்ளன. சிற்பத்தட்டுகளும் இக்காலகட்டத்தில் அதிக அளவில் உருவாக்கப்பட்டுள்ளன.

1.4.3. சமய நோக்கு

பிற்காலத்தில் சமய நோக்கங்கள் மேலோங்கிய காலகட்டங்களில் சுடு மண் படிமங்கள் ஆக்கப்பட்டு வீடுகளிலும், பிற வழிபாட்டிடங்களிலும் நிலைநிறுத்தப்பட்டு வழிபடப்பட்டுள்ளன. சுடு மண் கடவுள் படிமங்களை கோவிலில் வைத்தும் வழிபட்டுள்ளனர். இவ்வழக்கம் பற்றிய சரியான செய்திகள் நமக்குக் கிடைத்தில. வீடுகளில் சுடு மண் கடவுள் படிமங்களை வைத்து வழிபடுதல் மிகப் பழங்கால வழக்கமாகக் கருதலாம். வட இந்தியாவில் வழிபாட்டு உருவங்கள் சுடு மண்ணால் செய்யப்பட்டு வழிபடப்பட்டுள்ளன. புத்தர் படிமங்களும் செய்யப்பட்டு வழிபடப்பட்டன. சுடு மண்ணால் ஆன புத்தர் படிமங்களின் சிதைவுகள் சிலவிடத்தில் காணப்பட்டுள்ளன. இதனால் புத்த சமயத்தார் சுடு மண் படிமங்களை வணங்கும் வழக்கத்தைக் கைக்கொண்டிருந்தனர் எனக் கருதலாம். தமிழகத்தில்

ஆகமச் சார்பில்லாத ஊர்க்கோவில்களில் இவ்வழக்கம் இன்றும் பின்பற்றப்படுவதைக் காணலாம். மதுரை வீரன், ஐயனார், கன்னிமார், துர்கை போன்ற கிராமக் கோவில்களில் சுடு மண் படிமங்களை வழிபடும் வழக்கம் தற்காலம் வரை நிலவியுள்ளது. இவற்றில் பிள்ளையார், சிவன், போன்ற உருவங்கள் தனியார் வீடுகளில் வைத்து வழிபடுவதற்காகச் செய்யப்பட்டன. இன்றும் விநாயகர் சதுர்த்தி விழாக்காலங்களில் விநாயகர் மண் உருவங்களை வீட்டில் வைத்து வழிபடுதல் வழக்கமாக உள்ளதைக் குறிப்பிடலாம். மேலும், நவராத்திரி கொண்டாட்டங்களின் ஒரு பகுதியாக வீடுகளில் பொம்மைக் கொலு அமைக்கும் வழக்கம் பல குடும்பங்களில் இன்றும் நிலவுகிறது. இக்கொலுவின் முக்கிய தன்மையாக கடவுள் உருவங்களை வழிபடுதலைக் குறிக்கலாம். தம் திறமைக்கு ஏற்றாற்போல் ஆடல், பாடல்கள் மூலம் வழிபாடு நடத்துகின்றனர்.

1.4.4. வளமைச் சடங்கு

இச் சுடு மண் உருவங்கள் மற்றொரு வகையான வழிபாட்டையும் புலப்படுத்துகின்றன. தமிழ்நாட்டில் கிடைத்த சில பெண் உருவங்கள் இடுப்பில் குழந்தையை ஏந்தியவாறு உள்ளன. பெரும்பாலான ஆய்வாளர்கள், இவை யாவற்றையும் பெண்தெய்வம் என்றே குறிப்பிடுகின்றனர். இப் பெண் உருவங்கள் தாய்த் தெய்வ வழிபாட்டோடு வளமைச் சடங்கை நினைவூட்டுகின்றன என்றும் கருதுகின்றனர். இப்பெண் உருவ பொம்மைகளைத் தாய்த் தெய்வங்களாகக் கருதவேண்டியது இல்லை. இவ்வுருவங்கள் யாவும் கோவிலுக்கு அளிக்கப்பட்ட நேர்த்திக்கடன் பொம்மைகள் என்று கருதலாம். இப்பொம்மைகளை சில சூழல்களில் தாய்மார்கள் கோவிலுக்கு அளிக்கின்றனர். குழந்தைப்பேறு வேண்டிய பெண்கள் குழந்தை பெற்றெடுத்த பின்னர், இவ்வகைப் பொம்மைகள் அளித்தல் ஒரு வகை. தவழும் நிலையில் உள்ள குழந்தையோடுள்ள தொட்டில் பொம்மை ஒன்றைக் கோவிலில் விட்டுச் செல்வர். இவ்வழக்கம் இன்றும் பல கோவில்களில் நடைமுறையில் உள்ளது. குழந்தை பெறுங்காலத்தில் தாயும் சேயும் நலமாக இருக்கவேண்டியும்

இப்பொம்மைகளை அளித்தல் மற்றொரு வகை.

மற்றொரு வகைச் சுடு மண் பொம்மைகள் குழந்தை உருவங்கள். இவை பொதுவாக இரண்டு கால்களை அகட்டிவைத்தும், கைகளை முன்பக்கம் நீட்டியவாறு, அமர்ந்த நிலையில் வடிவமைக்கப்பட்டிருக்கும். இது ஆடையின்றி இருந்தாலும் அணிகலன்களோடு வடிவமைக்கப்பட்டிருக்கும். குழந்தையின் தலை அணி மிகச் சிறப்பான அலங்காரத்தோடு வடிவமைக்கப்பட்டிருக்கும். இவ்வாறுள்ள பொம்மைகளைச் சில ஆய்வாளர்கள், குதிரைமீது சவாரி செய்வது போலுள்ளது என்றும் குறிப்பர். ஆயினும் இப்பொம்மைகளை இவ்வாறு அடையாளம் காணவேண்டியது இல்லை. குழந்தை அமர்ந்த நிலையில் கைகளை முன்புறம் வீசியவாறு காணப்படுதல் இயற்கை. இவ் இயற்கை வடிவிலேயே குழந்தை உருவங்கள் வடிவமைக்கப்பட்டுள்ளன.

குழந்தை உருவத்தின் மற்றொரு வடிவத்தையும் சுடு மண்ணால் செய்துள்ளனர். இரு கைகளையும் கால்களையும் தரையில் ஊன்றித் தவழ்ந்த நிலையில், முகத்தை உயர்த்தியவாறு குழந்தை உருவங்கள் வடிவமைக்கப்பட்டிருக்கும். இப்பொம்மையும் ஆடையின்றியே காணப்படும். ஆயினும் அணிகலன்கள் பூட்டப்பட்டிருக்கும். இக்குழந்தையின் வடிவம் முழுவதுமாகக் கிடைக்காத போது, கூனன், அல்லது குதிரைச் சாரதி என்று கருதுவர். மேலும், தவழும் குழந்தை பொம்மைகளை குழந்தைக் கண்ணன் அல்லது பாலகிருட்டிணர் என்று கடவுள் உருவத்தோடு இணைத்துச் சொல்வர். இவ்விரண்டு வகை குழந்தை உருவங்களும் கோவிலுக்கு நேர்த்திக் கடனுக்காக அளிக்கப்படுவை. அமர்ந்த அல்லது தவழும் நிலையில் உள்ள பொம்மைகள் பெரும்பாலும் தொட்டில் ஒன்றில் வைத்து கோவிலில் கட்டப்படும். குழந்தைப்பேறு அடைந்த தாய்மார்கள் கோவிலில் பொம்மையை அளித்து அல்லது குறிப்பிட்ட இடத்தில் கட்டி தம் வேண்டுதலை நிறைவு செய்வர். ஆயினும் சில சமயம் குழந்தையின் நல்வாழ்வுக்கும் இவ்வாறு குழந்தை பொம்மையை அளித்து வேண்டுதல் விடுப்பர்.

1.4.5. விளையாட்டு

விளையாட்டுப் பயன் கருதி செய்யப்படும் பொருள்கள் சிறுவர் சிறுமியர் ஆடுவதற்கும், அவர்களை மகிழ்விப்பதற்கும் ஆக்கப்படுவன. இவற்றில் முக்கியமாக சுடு மண் விலங்கு உருவங்கள் சிறுவர் சிறுமியர்களை மகிழ்விப்பதற்கென்றே செய்யப்பட்டவை. சிறுவர்கள் விளையாடுவதற்காகச் செய்து தரப்பட்ட பொம்மைகள் பலவாகும். காளை, குதிரை போன்ற விலங்கு உருவங்கள் சிறுவர் விளையாட்டுக்கென்றே செய்யப்பட்டன. தமிழ்நாட்டு அகழாய்வுகளில் இவ்விலங்கினங்கள் அதிகம் கிடைக்கவில்லை. அக்கால மக்களின் பொழுதுபோக்கு பண்பாட்டை இவை பெரிதும் விளக்குவன. இவற்றை வைத்து பாமர மக்கள் மட்டுமே விளையாடியதாகக் கருதமுடியாது. உயர்வகுப்பார், செல்வந்தர்கள் ஆகியோரின் பிள்ளைகளும் இவற்றையே வைத்து விளையாடியிருக்கலாம். பெரியவர்கள் விளையாடுவதற்கான ஆட்டக்காய்களும் அக்கால மக்களின் பண்புகளைப் புலப்படுத்துவனவாக அமைந்துள்ளன.

1.4.6. அணிகலன்

சுடு மண் பாசிகள் மற்றும் இதுபோன்ற பொருள்கள் அலங்கரிக்கப் பயன்படுபவை. சுடு மண் அணிகலன்கள் செய்யப்பட்டு அணிந்துள்ளதை மற்றுமொரு பரிமாணமாகக் கருதவேண்டும். மண் பாசிகளைக் கோர்த்து மாலையாக அணிந்துள்ளனர். மண் வட்டுக்களைக் காதில் அணிந்துள்ளனர். இவற்றில் பல வடிவங்கள் வரையப்பட்டு அழகுபடுத்தப்பட்டுள்ளன. பாமர மக்களோடு செல்வந்தர்களும் இப்பொருள்களால் தம்மை அழகுபடுத்திக் கொண்டனர்.

இம் மண்பொருள்கள் பெரும்பாலும் உள்ளூர் மக்களின் பயனீட்டைக் கருதியே செய்யப்பட்டது. ஆயினும் சிலபொருள்கள் தொலைதூரப் பயனாளிகளையும் சென்றடைந்தது. சில ஊர்களில் வணிக நோக்கில் மண் உருவங்கள் செய்யப்பட்டன. இவ்வாறு செய்யப்பட்டு விற்பனை செய்யப்பட்ட கலைப் படைப்புகள் மிக அரிதாகவே

உள்ளன. போதுமான அளவு இவ் விவரங்கள் நமக்குக் கிடைக்கவில்லை. மண் உருவங்களை ஆக்கிய பண்டைக்கால ஊர்கள், இத்தொழிலில் ஈடுபட்ட கலைஞர்கள், அவர்கள் பொருளாதார சமூக நிலை ஆகியன பற்றி நம்மால் அறிந்துகொள்ள இயலவில்லை.

1.5.ஆய்வு நிலை

சுடு மண் படைப்புகள் பற்றிய ஆய்வுகள் மற்ற கலை ஆய்வுகளை விட பின்தங்கியுள்ளது. கற்சிலைகள், உலோகச் சிலைகள் ஆகியவற்றின் ஆய்வும், ஆய்வாளர்களிடையே ஏற்படுத்திய தாக்கத்தைச் சுடு மண் கலைப் பொருள்கள் ஏற்படுத்திடவில்லை. இந்நிலைக்கு பல காரணங்கள் உள்ளன. முதலில் சுடு மண் கலைப் பொருள்கள் சிறு வடிவங்களாக உள்ளதால் இவற்றை மிகக் கவனமாகக் கையாளுவது முக்கியம். இப்பொருள்கள் எளிதில் மறைந்துவிடவும், அழியவும் வாய்ப்புகள் உள்ளன. இதனால் நமக்குக் கிடைத்த சுடு மண் கலைப் பொருள்களில் பல பின்னமாயுள்ளன. இப்பொருள்களை அடையாளம் காண்பதிலும் அவை உருவாக்கப்பட்ட காலம் மற்றும் அவைகளின் பயன்பாட்டை அறிவதிலும் மிகுந்த சிரமமுண்டு.

பண்டைக் காலங்களில் சுடு மண் கலைப் பொருள்களில் ஒருபகுதி ஈமத்தாழிகளில் இடுவதற்காக செய்யப்பட்டது. சிறுவர்கள் விளையாடுவதற்கான விளையாட்டுப் பெருள்களாகவும் மண் உருவங்கள் செய்யப்பட்டுள்ளன. பிற்காலத்தில் இவ் உருவங்களில் பலவும் காணிக்கைப் பொருள்களாக பக்தர்களால் கோவிலுக்கு அளிக்கப்பட்டன. பொதுவாக இவ்வகைப்பட்ட சுடு மண் உருவங்களில் கலைச் சிறப்பும் அழகுணர்ச்சியையும் காண இயலாது என்பதும் கருதப்படவேண்டியது. சில சமயம் சுடு மண் கலைப் பொருள்கள் தேவையான போது செய்யப்பட்டு, பயன்படுத்திய பின்னர் அழிக்கப்பட்டுள்ளன. இவ்வகையில் முழுமையான கலைப்பொருள்கள் ஆய்வாளர்களுக்குக் கிட்டுவதில்லை. பல சமயங்களில் சுடுமண் பொம்மைகள் உடைபட்ட நிலையில் கிடைக்கின்றன. இவற்றை அடையாளம்

காண்பதிலும் சிக்கல்கள் உள்ளன.

1.6. வாழும் கலை

சுடு மண் பொருள்களைச் செய்யும் கலை மிகத் தொன்மையானது என்றாலும் இது அழிவற்ற கலையாகத் திகழ்கிறது. தற்காலத்திலும் மண் பொம்மைகள் செய்யும் கலை நன்கு நிலை நிறுத்தப்பட்டுள்ளது. குயவர்கள் வழக்கமாகச் செய்யும் கலைப் பொருள்களோடு கற்பனை, கலையம்சம் மிக்க சுடு மண் பொம்மைகளையும் இக்காலகட்டத்தில் செய்கின்றனர். நுண்கலைக் கல்வியில் சுடு மண்கலை வடிவங்கள் பற்றிய கல்விக்கு சிறப்பிடம் அளிக்கப்பட்டுள்ளது. தற்காலத்திய அறிவியல் கண்டுபிடிப்புகளின் தாக்கம் சுடு மண் கலைபொருள்களின் தயாரிப்புகளில் பெரிதும் உள்ளது. சுடு மண் கலைப்பொருள்கள் பலவும் வியாபார நோக்கில் உருவாக்கப்பட்டு சந்தைப் படுத்தப்பட்டுள்ளன. வடிவங்கள் மாறினாலும் பலவிதமாக உள்ள இப்பொருள்களை எல்லா மக்களும் வாங்கி பயன் பெறுகின்றனர். எனவே இக்கலை யினை வாழும் கலையாகக் கருதலாம்.

2. பழம் நாகரிகங்களில் மண் உருவங்கள்

2.1. முன்னோட்டம்

மண் பொருள்களைச் செய்யும் வழக்கம் உலகின் மிகத் தொன்மையான நாகரிக மக்களிடையே இருந்துள்ளது. இந்தியத் துணைக்கண்டத்தின் தொன்மையான நாகரிகமான அரப்பா நாகரிக மக்கள் பலவிதமான மண்பொருள்களையும் சுடுமண் உருவங்களையும் செய்து பயன்படுத்தியுள்ளனர். மொசபடேமியா மற்றும் சீன போன்ற தொன்மையான நாகரிக மக்களும் பல வகையிலான சுடு மண் உருவங்களை வனைந்துள்ளனர். ஆயினும் இந்நாகரிகங்கள் தோன்றுவதற்கு பன்னெடுங்காலத்திற்கு முன்பு நிலவிய புதுக்கற்காலத்திலேயே சுடுமண் உருவங்களைச் செய்யும் வழக்கம் இருந்துள்ளது. இம்மக்கள் இன்றைக்கு 10,000 ஆண்டுகளுக்கு முன்னரே பலவகையான மண்பொருள்களைச் செய்து பயன்படுத்தியுள்ளனர். பழம் கற்காலப் பண்பாட்டு நிலை யிலிருந்து முற்றிலும் மாறுபட்ட பண்பாட்டுக் கூறுகளை புதிய கற்கால மக்கள் பெற்றிருந்தனர். உலர்ந்த செங்கற்களால் வீடுகளைக் கட்டியும் நிரந்தரக் குடியிருப்புகளை ஏற்படுத்திக் கொண்டு வாழ்ந்த இவர்கள் வீட்டுப் பயன்பாட்டுக்கான மண் கலன்களையும் வனைந்துள்ளனர். இம் மண்கலங்களின் மீது உருவங்களை வரைந்து வண்ணங்களாலும்

அலங்கரித்துள்ளனர். இக் காலகட்டத்தின் மற்றுமொரு முக்கிய தன்மையாக சுடு மண் உருவங்கள் வடிவமைத்தலைக் குறிப்பிடலாம். இம் உருவங்கள் ஆரம்பத்தில் மண்ணால் செய்யப்பட்டு வெயிலில் உலர்த்தப்பட்டன என்றாலும் காலப்போக்கில் சூளையில் இட்டுச் சுட்டுக் கடினமாக்கும் தொழில் நுட்பத்தை அறிந்தனர்.

மிகத் தொன்மையான சுடுமண் உருவங்கள் வடமேற்கு இந்தியப் பகுதிகளில் காணப்பட்டுள்ளன. மத்திய தரைக்கடல் பகுதிகளிலும் சீனாவிலும் தொன்மையான சுடுமண் உருவங்கள் காணப்பட்டுள்ளன. இங்கெல்லாம் கிடைத்த உருவங்களின் கலைப்பாணி வட மேற்கு இந்தியப் பகுதியின் சுடுமண் கலைப் பாணிக்கு முற்றிலும் மாறுபட்டது. வெவ்வேறு பாணிகளில் உருவாக்கப்பட்ட கலைப் படைப்புகளை ஒருங்கு சேர்த்து ஆராய்வது இந்தியச் சுடுமண்களைப் பண்புகளை அறிவதற்குத் துணையாக இருக்கும். இக்காரணத்தால் தொன்மையான சுடுமண் உருவங்களைப் பற்றிய செய்திகள் இவ்வியலில் சொல்லப்பட்டுள்ளன. இவ்விவரங்கள் ஒப்பாய்வுக்கு மிகுந்த பலனளிக்கும். இங்கே துருக்கி, மெசபொடேமியா, பாபிலோனிய, எகிப்து, கிரேக்கம், உரோம், சீனா ஆகிய பகுதிகளின் தொன்மையான சுடுமண் உருவங்களைப் பற்றிய விவரங்கள் தொகுத்தளிக்கப்பட்டுள்ளன.

2.2. துருக்கி (அநடோலியா)

இன்றைய துருக்கியின் (Turkey) தென்பகுதியில் உள்ள அநடோலியாவில் (Anatolia) புதிய கற்காலப் பண்பாட்டு இடங்கள் பல கண்டுபிடிக்கப்பட்டுள்ளன. சதல்கொயுக் (Catalhouk) என்ற இடத்தில் மேற்கொண்ட அகழாய்வுகளால் கி.மு. 6400 ஆண்டளவில் நிலவிய புதியகற்காலப் பண்பாட்டு நிலை சார்ந்த குடியிருப்புகள் காணப்பட்டன. இங்கு வாழ்ந்த மக்கள் விவசாயத்தில் ஈடுபட்டிருந்தபோதும் கல்கருவிகள், பாசி மணிகள், துணி ஆகியவற்றை உற்பத்தி செய்யும் தொழில் நுணுக்கங்களை அறிந்திருந்தனர்.

இவர்கள் மண் கலன்களோடு உலர்ந்த மண்

உருவங்களையும் செய்தனர். இங்கே நூற்றுக்கணக்கான மண் உருவங்கள் கண்டெடுக்கப்பட்டன. இவ் உருவங்கள் மிகத் தொன்மையானவை என்றும், சுமார் கி.மு. *6400* ஆண்டு வாக்கில் செய்யப்பட்டன எனக் கருதப்படுகிறது. ஆண், பெண் உருவங்களை வடிவமைத்த போதும் இவற்றில் பெண் உருவங்களே அதிகமுள்ளன. இருபக்கமும் சிங்க பொம்மைகள் உள்ள இருக்கையில், அமர்ந்த நிலையில் உள்ளவாறு பெண் உருவங்கள் ஆக்கப்பட்டுள்ளன (படம் *1*). இரு கைகளை மார்பில் வைத்தவாறும், ஒருக்களித்துப் படுத்தபடியும், குழந்தைக்கு பாலூட்டியவாறுள்ள கோலங்களில் பெண் உருவங்கள் வடிவமைக்கப்பட்டுள்ளன. இப்பெண் உருவங்களைத் தாய்த் தெய்வமாகக் கருதி வணங்கினர். சயோனு (Soyonne), அசிலார் (Asilar) ஆகிய இடங்களிலும் தொன்மையான மண் உருவங்கள் கண்டெடுக்கப்பட்டுள்ளன. அசிலார் என்ற இடத்தில் ஒவ்வொரு வீட்டிலும் பெண் உருவங்களைக் கண்டெடுத்துள்ளனர்.

சிரியாவில் (Syria) சுமார் கி.மு. *7000* ஆண்டுவாக்கில் விலங்கு உருவங்களைப் போல மண் கலன்கள் செய்துள்ளனர். மனித, பறவை உருவங்களிலும் மண் கலன்கள் செய்யப்பட்டன. கி.மு. *6000–5000* ஆம் ஆண்டளவில் நிலவிய அலாப் (Halaf) பண்பாட்டுக் காலத்தைச் சார்ந்த யாருன் தெபே (Yarun Tepe), ஜபல் அருத் (Jabel Arud) (படம் *2*) ஆகிய தொன்மையான இடங்களில் இம்மாதிரியான மண் கலன்களைக் கண்டெடுத்துள்ளனர். இவை ஈமச் சடங்கிற்கென்றே செய்யப்பட்டன. இறந்தோரைப் புதைக்கும் சடங்குகளின் போது இம் மண் கலன்களை உடைத்துப் புதைகுழியில் இட்டனர். இக் கலன்களின் ஒருபகுதி சக்கரத்தினாலும் பிற பகுதிகள் கையாலும் வனையப்பட்டன.

2.3.மெசபொடேமியா

மெசபொடேமியா (Mesapotamia) என்றழைக்கப்படும் பகுதியில் சுமேரிய (Sumeria) நாகரிகம், சுமார் கி.மு. *4000* ஆண்டளவில் நிலவியது. இந் நாகரிகம் தோன்றுவதற்கு முன்பாக, சற்றேரக்குறைய கி.மு. *5000* ஆண்டு வாக்கில் புதிய

கற்காலப் பண்பாடு நிலவியது. இப் பண்பாட்டுக் காலத்தில் சுடு மண் உருவங்கள் நிறைய செய்யப்பட்டன. இவற்றில் பெண் உருவங்கள், பொம்மைத் தட்டுகள், போன்றவை அடங்கும்.

இங்கு தாய்த் தெய்வப் பெண் உருவங்கள் புதியகற்கால முதல் நிறைய எண்ணிக்கையில் செய்யப்பட்டன. பிற்காலங்களிலும் இவ்வகைத் தாய்த் தெய்வங்கள் ஆக்கப்பட்டன. டெல் சொங்கோர் (Tell Sengor) அகழாய்வில் சமரா (Samara) காலகட்டத்தைச் (கி.மு.5100 – 4900) சார்ந்த பெண் உருவங்கள் பல எடுக்கப்பட்டுள்ளன. இவ் உருவங்கள் சுமார் 10.2 செ.மீ. உயரம் உள்ளவையாக, அமர்ந்த நிலையில் மார்பகங்களைக் கைகளால் தாங்கிப் பிடித்தவாறு உள்ளன (படம் 3). புள்ளிகள் குத்தப்பட்டு உடல் அலங்கரிக்கப்பட்டுள்ளது. இவைகள் மக்கள்பேற்று வளமைச் சடங்கிற்காக செய்யப்பட்ட தாய்த் தெய்வங்களாக மதிக்கப்பட்டுள்ளன.

மண் தட்டுக்களில் ஆவணங்களை எழுதும் முறை சுமார் கி. மு. 4000 ஆண்டு வாக்கில் மெசபொடேமியாவில் தோன்றியது. இத்தட்டுகள் சுமேரிய ஆட்சிக்கால முதல் பாரசீகப் பேரரசுக் காலம் வரை ஆயிரக்கணக்கில் செய்யப்பட்டுள்ளன. இங்கு கிடைக்கும் மிக நல்ல வண்டல் மண், பாதுகாக்கப்படுவதற்கான தக்க இயல்பான பருவ நிலை ஆகியன மண் தட்டுகளைச் செய்யவும் பாதுகாக்கவும் மிகவும் துணைபுரிந்தன. வண்டல் மண்ணால் தட்டுக்களைச் செய்த பின்னர், செய்திகள் பட்டையான எழுத்தாணியால் குத்தி எழுதப்பட்டுள்ளன. இம்மண் தட்டுக்கள் பெரும்பாலும் சூளையில் இட்டு சுடப்பட்டன. ஆயினும் சுடப்படாமல் வெயிலில் உலர்த்தப்பட்ட மண் தட்டுகளும் நிறைய உண்டு. இவற்றில் அரச ஆவணங்கள், நிருவாக ஆணைகள், ஒப்பந்தங்கள், பொருளியல், இலக்கியம் போன்ற பல செய்திகள் அக்கால எழுத்து முறையான குத்தெழுத்து (Cuneform) முறையில் எழுதப்பட்டன. இவ்வகையான மண்தட்டுகள் பல ஆயிரம் மெசபொடேமியா நாகரிக நகரங்களில் அகழ்ந்தெடுக்கப்பட்டுள்ளன. இவற்றில் ஒருவகைத்

தட்டுக்களில் புடைப்புச் சிற்பங்களை வடிவமைத்துள்ளனர். இவ்வகைப் பொம்மைத் தட்டுக்கள் கி.மு. 2000 ஆண்டு வாக்கில் அதிக அளவில் செய்யப்பட்டன. பாபிலோனியர் காலத்திலும் தனியார் வாழ்வைப் பிரதிபலிக்கும் சுடு மண் படைப்புகள் ஆக்கப்பட்டுள்ளன. உர் (Ur) என்ற இடத்தில் கண்டெடுக்கப்பட்ட உருவங்களுள்ள தட்டுக்களில் ஒன்றில், குழந்தையைச் சுமந்து நிற்கும் தாய் ஒருத்தி தன் கணவனோடு நின்றுள்ள புடைப்புச் சிற்பம் உள்ளது (படம் 4).

பாபிலோனிய (Babylonia) நாகரிகம் நிலவிய காலகட்டத்தில் (1792 – 1500) மண் தட்டுக்கள், கடவுள் படிமங்கள், சுடு மண் விலங்குகள் போன்றவைகள் செய்யப்பட்டன. களிமண் தட்டுக்களில் கணக்கு விவரங்கள் எழுதப்பட்டுள்ளன (படம் 5). இவற்றில் பல டெல் ஹார்மல் (Tell Harmal) என்ற இடத்தில் கண்டெடுக்கப்பட்டுள்ளன. என்கிடு (Enkidu) எனப்பட்ட கடவுள் படிமம் ஒன்று உசியே (Usiyeh) என்ற இடத்தில் கண்டெடுக்கப்பட்டது (படம் 6). இதன் உயரம் 6.5 செ.மீ. இங்கு நிலவிய கில்கமிஷ் (Gilgamesh) என்ற பெருங்கதையில் இக்கடவுளின் தோற்றம் பற்றிய செய்திகள் உள்ளன. இவன், அருரு (Aruru) என்ற பெண் கடவுளால் மண்ணால் ஆக்கப்பட்டான். இவ்வகைச் சுடு மண் படிமங்களில் சில அச்சுகளிலிருந்து செய்யப்பட்டன.

பின்னங்கால்களில் அமர்ந்து, திறந்த வாயுடன் உள்ள சுடு மண் சிங்கங்கள் பல இக்காலத்தில் செய்யப்பட்டன (படம் 7). இவைகளில் சில 120 செ.மீ உயரம் உடையன. இவை கோவில், மாளிகை, நகரம் ஆகியவற்றின் முன் வாயில்களின் இருபுறமும் வைக்கப்படுவதற்கு ஆக்கப்பட்டன. இவற்றைக் காவல் தெய்வங்களாகக் கருதுவர். நம் நாட்டில் கோவில்களில் வாயிலில் அமைக்கப்பட்டிருக்கும் துவாரபாலகர்களோடு இவற்றை ஒப்பிடலாம். இம்மாதிரியான சிங்க உருவங்கள் மெசபொடேமியாவின் டெல் ஹார்மல் (Tell Harmal), உசியே (Usiyeh) போன்ற பகுதிகளில் கண்டெடுக்கப்பட்டுள்ளன. இவற்றின் உடல் பகுதி கருப்பு நிறத்திலும் முகப்பகுதி செந்நிறத்திலும் வண்ணம் தீட்டப்பட்டுள்ளன. காளை வடிவ மண்பாண்டங்கள் உகரித் (Ugarit) என்ற இடத்தில்

கண்டெடுக்கப்பட்டுள்ளன. இவற்றின் மீது வண்ணம் தீட்டப்பட்டுள்ளது.

பாபிலோனியர் நாகரிகத்தின் பின் வந்த அசிரியர் (Assyria) காலத்திலும் சுடு மண் பொம்மைகள் செய்யும் வழக்கம் தொடர்ந்துள்ளது. ரைடன் (rhyton) எனப்படும் குடிப்பதற்கான குவளைகள் பல, விலங்கு உருவத்துடன் செய்யப்பட்டன. ஆட்டுத்தலை வடிவத்தில் செய்யப்பட்ட மண் குவளைகள் நிமுராத் (Nimurad) என்ற இடத்தில் கண்டெடுக்கப்பட்டுள்ளன (படம் 8). மெசபொடேமியாவிலும் ஈரானிலும் அக்கிமினியர் (Achaemenid) முதல் பார்த்தியர் (Parthia) காலம் வரையிலும் திருவிழாக்கள், சடங்குகள் போது இக்குவளைகளில் மது அருந்துவதை வழக்கமாகக் கொண்டுள்ளனர். இப்பழக்கம் சசானியர் காலத்திலும் தொடர்ந்துள்ளது. இக்குவளைகள் களிமண்ணால் மட்டுமல்லாது பொன், வெள்ளி உலோகங்களிலும் செய்துள்ளனர்.

இன்றைய ஈரான் நாட்டுப் பகுதியில் இதே காலகட்டத்தில் தாய்த் தெய்வப் பெண் உருவத்தோடுள்ள பாத்திரங்கள் பல செய்யப்பட்டுள்ளன (படம் 9). கிலான் (Gilan) என்ற இடத்திலிருந்து எடுக்கப்பட்ட நின்றவாறுள்ள பெண் உருவக் குவளை ஒன்று 41.6 செ.மீ உயரமுடையது (படம் 10). இப்பெண் உருவம் இரு கைகளாலும் தன் முலைகளைத் தாங்கியவாறுள்ளது. வட்ட வடிவமாக முகத்தின் தலைப்பகுதியில் மகுடம் அணிந்தது போல் உள்ளது. இப்பாத்திரத்தின் வாய்ப் பகுதி, தலைப்பகுதியில் அமைக்கப்பட்டுள்ளது.

2.4. எகிப்து

பழங்கால எகிப்தில் (Egypt) தொன்மையான நாகரிகம் கி.மு. 4000 ஆண்டுவாக்கில் தோன்றியது. இப்பண்பாடு தோன்றுவதற்கு பல காலம் முன்பே சுமார் கி.மு. 5000 ஆண்டளவில் நிலவிய புதிய கற்காலப் பண்பாட்டுப் பகுதிகளில் கரடுமுரடாகச் செய்யப்பட்ட ஆரம்பகால மண் உருவங்கள் கிடைத்துள்ளன. அங்கு நிலவிய பதாரியன் (Badarian) (படம் 11), நாகாதா (Nagada) (படம்

12) பண்பாடுகளிலும் மண் உருவங்கள் செய்யப்பட்டன. இவற்றைச் செய்வதற்கு நைல் நதியின் வண்டல் மண் பயன்படுத்தப்பட்டது. ஆரம்பகால உருவங்கள் சூளையில் இட்டுச் சுடப்படாமல் சூரிய வெப்பத்திலேயே உலர்த்தப்பட்டன. சூளையில் இட்டுச் சுடும் வழக்கத்தைப் பின்னாளில் அறிந்தனர். ஆண், பெண் உருவங்களோடு விலங்கு பறவை பொம்மைகளும் இக்காலகட்டத்தில் செய்யப்பட்டன. பெண் உருவங்கள் நின்றவாறும், கால்களை நீட்டி அமர்ந்த நிலையிலும் உள்ளன. மிகைப்படுத்தப்பட்ட மார்புகள், பின் பகுதிகளோடு, ஆடையற்ற நிலையில் இவ் உருவங்கள், கையால் வனையப்பட்டன. இறந்தோரை அடக்கம் செய்த புதைகுழிகளில் இவ்வுருவங்களையும் இட்டுப் புதைத்துள்ளனர். இப் பெண் உருவங்கள் யாவும் மக்கள் பேற்று வளமைச் சடங்கின் அடையாளமாகக் கருதப்படுகிறது.

எகிப்திய நாகரிக வரலாற்றில் அரசுகள் தோற்றமெடுத்த ஆரம்ப காலங்களில் சுடு மண் உருவங்கள் செய்யும் கலையில் அதிக மாறுதல்கள் ஏற்படவில்லை. இக்காலத்தில் கல், உலோகம், போன்றவற்றில் பொருள்களைச் செய்வதில் அதிக ஆர்வம் காட்டினர். இதனால் சுடு மண் படைப்புகளின் உற்பத்தியில் சுணக்க நிலை ஏற்பட்டது. இவற்றின் தரம் மற்றும் அழகுணர்ச்சியில் மிகவும் தொய்வு ஏற்பட்டுள்ளது. இக்காலத்தில் செய்யப்பட்ட பெண் உருவங்களின் கால்கள், கைகள் வழுவழுப்பாகவும் நீண்ட குச்சிகளைப் போலவும் உள்ளன. முக்கோண வடிவத் தலையும், உணர்ச்சிகளைக் காட்டாத முகபாவம் உள்ளவாறும் இவ்வுருவங்கள் வடிவமைக்கப்பட்டுள்ளன. இவற்றின் மார்பகங்கள், கழுத்தணி, காதணிகள் தனியே செய்யப்பட்டு உடலோடு ஒட்டப்பட்டுள்ளன. இவை பெரும்பாலும் புதைகுழிகளில் இடப்பட்டிருந்தன. இறந்தவருக்கு, அடுத்த பிறவியிலும் குழந்தைப்பேறு தட்டாமல் கிடைக்கச் செய்வதற்கான வேண்டுதலே, புதை குழிகளில் இவற்றைப் இடுவதன் நோக்கமாகக் கருதப்படுகிறது.

இப்பகுதியில் அச்சுகளில் செய்யப்பட்ட கடவுள்

உருவங்கள் பல கண்டெடுக்கப்பட்டுள்ளன. சுமார் கி.மு. 2700 ஆம் ஆண்டுவாக்கிலேயே இவ்வகைப் பொம்மைகள் அங்கு செய்யப்பட்டன. இப்பொம்மைகள் கோவிலுக்கு பக்தர்களால் அளிக்கப்பட்டவை. ஒரு பெண் உருவம் அமர்ந்த நிலையில் வடிவமைக்கப்பட்டுள்ளது. இவ் உருவம், ஒரு கையில் சிறிய செங்கோல், மறு கையில் மலர் ஒன்றையும் ஏந்திக்கொண்டு, தலையில் மகுடம் சூட்டியுள்ளது. தட்டை வடிவிலான பெண் பொம்மைகள் கி.மு. 18–15 ஆம் நூற்றாண்டுகளில் செய்யப்பட்டுள்ளன (படம் 13). கைக்சாஸ் (Haiksos) அரசு காலத்தில் சிறிய மார்பகங்களோடும், கீற்றாக தீட்டப்பட்ட கண்களோடும், குட்டைத்தலையோடும் உள்ள தட்டையான உருவங்கள் செய்யப்பட்டுள்ளன. இவற்றில் பண்டைய எகிப்தின் கலைப்பாணியை முழுமையாகக் காண இயலாது. இவை பாமர மக்களுக்காகச் செய்யப்பட்டன எனக் கருதுகின்றனர். எனவே இக் கலைப் படைப்புகளில் சிறந்த கலை நுணுக்கங்கள் குறிப்பிடத்தக்கவாறு இல்லை எனவும் கருதுவர்.

எகிப்தியக் கலை வரலாற்றில், கி.மு. ஆறாம் நூற்றாண்டளவில் மாறுதல்கள் ஏற்பட்டன. கி.மு. 525 இல் அகிமிநியர் என்ற பாரசீகப் பேரரசு எகிப்தினை வென்று கி.மு.332 வரை தன் ஆதிக்கத்தில் வைத்திருந்தது. இதன் விளைவாக எகிப்தியர் பண்பாட்டில் பாரசீகப் பண்பாட்டின் தாக்கம் உணரப்பட்டது. பாரசீகக் குதிரை வீரர் பொம்மைகள் இக்காலத்தில் பிரபலமாயின. குதிரைமீது அமர்ந்துள்ள வீரர்கள், குதிரைகள் ஆகியன கரடு முரடாக செய்யப்பட்டன (படம் 14). இவற்றில் எவ்வித அழகுணர்ச்சியும் காட்டப்படவில்லை. சில ஆண் உருவங்கள் மீசை, தாடியுடன் வடிவமைக்கப்பட்டுள்ளன.

மாசிடோனியப் (Macedonia) பேரரசன் அலெக்சாந்தர் கி.மு. 332 இல் பாரசீகப் பேரரசிடமிருந்து எகிப்தைக் கைப்பற்றினான். இவ் வெற்றியைத் தொடர்ந்து எல்லனிசம் (Hellenism) எனப்பட்ட கிரேக்கக் கலைகளின் தாக்கம் மிக அதிகமாக உணரப்பட்டது. கிரேக்கக் கலைஞர்கள் பலர் எகிப்தில் குடியமர்த்தப்பட்டு கலைகளைப்

பேண ஆரம்பித்தனர். இதன் விளைவாக எகிப்தின் தனிக் கலைப்பாணியுடன் கிரேக்க கலைப் பாணியும் கலந்தது. எனவே இக்காலத்தில் செய்யப்பட்ட சுடு மண் பொம்மைகளிலும் இக் கலப்புக்கலையின் பிரதிபலிப்பைக் காணலாம். இக்காலக் கலைப் படைப்புகளை தாலமியின் (Ptolomy) கலைப்பாணி என்றழைக்கின்றனர்.

இக்காலகட்டத்தில் ஆக்கப்பட்ட பலவகையான சுடு மண் உருவங்களில் கடவுள் உருவங்கள், அரசன் அரசி உருவங்கள், வாத்தியக்காரர், குழந்தை உருவங்கள் ஆகியனவற்றைக் குறிப்பிடலாம். விலங்கு உருவங்களில் நாய், ஒட்டகம் ஆகியவை செய்யப்பட்டன. இவை தவிற பலவித முகமூடிகள், இருக்கைகள், மற்றும் வீடுகள் போன்ற பொருள்களையும் சுடு மண் கலைஞர்கள் செய்தனர். சில ஆண் உருவங்கள் போர்வையைப் போர்த்தியவாறுள்ளன. முத்திரையுடன் உள்ள தலைப் பட்டையை அணிந்தும், மலர் வட்டத்தைக் கையில் ஏந்தியுள்ள பெண் உருவத்தைத் தாலமி அரசியின் உருவமாகக் கருதுகின்றனர் (படம் 15). மற்றொரு ஆண் உருவம் இருக்கையில் அமர்ந்தவாறுள்ளது. அலங்கரிக்கப்பட்ட முடியைத் தலையில் சூடியுள்ள இவ் உருவத்தைத் தாலமி அரசனின் உருவம் எனக் கருதுகின்றனர் (படம் 16). இவ்வுருவங்கள் அரசின் சமயச் சடங்குகளில் பயன் படுத்தப்பட்டன.

இக்காலப் படைப்புகளில் குழந்தை உருவங்கள் ஒரு தலையாயின. இவ்வகையேயான குழந்தை உருவங்கள் நிறைய செய்யப்பட்டன. இவை, பொதுவாக ஓரஸ் (Horus) எனப்பட்ட எகிப்திய குழந்தைக் கடவுளாகக் குறிப்பிடுவர். இக் குழந்தை உருவங்கள் ஆடையற்ற நிலையில், தன் கைவிரலை வாயில் வைத்துள்ளவாறு செய்யப்பட்டுள்ளன (படம் 17). எகிப்தின் நகரக் கோவில்களில் முக்கிய முதல் கடவுளுக்கு அருகே இக்குழந்தைக் கடவுள் படிமத்தை வைத்து வணங்குவது மிகத் தொன்மையான வழக்கமாக இருந்துள்ளது. இவ்வகைக் குழந்தைக் கடவுள் படிமங்கள் செய்வது உரோமானிய ஆட்சிக்காலத்தில் எகிப்திலும் பின்பற்றப்பட்டது. டயனோசியஸ் (Dyonosys) என்ற மற்றொரு

கடவுளும் இவ்வாறே குழந்தை உருவில் படிமமாகச் செய்யப்பட்டுள்ளார்.

உரோம நாட்டின் பேரரசனான சீசர், எகிப்தை வெற்றிகொண்டதன் பின் உரோமானியக் கலையின் தாக்கத்தை எகிப்து பெற்றது. ஆண், பெண் உருவங்கள் பல செய்யப்பட்டன. இவற்றில் நாடகக் கலைஞர்கள் பொம்மைகள் ஒருவகையாவன (படம் 18). குழந்தைக் கடவுள் படிமங்களும் இக்காலத்தில் செய்யப்பட்டன. இவ்வகை உருவங்கள் மெம்பிஸ் (Memphis) என்ற இடத்தில் நிறைய கண்டெடுக்கப்பட்டுள்ளன. தனிக் குழந்தையாகவும், குதிரை மீதமர்ந்த குழந்தை வடிவிலும், மற்றொரு குழந்தையை ஏந்தியுள்ளவாறுமான பல வடிவங்களில் இவை ஆக்கப்பட்டுள்ளன. பன்றியின் மீது அமர்ந்த ஒரு பெண் உருவத்தை (படம் 19) இக்காலத்தின் சிறந்த கலைப் படைப்பாகக் கருதுகின்றனர். பின்னர் உரோமப் பேரரசு, பைசாந்தியப் (Byzantine) பேரராசாக உருமாற்றம் பெற்றவுடன் கலைப் பொருள்களை ஆக்குவதில் சிறிது சுணக்கம் ஏற்பட்டு கலைப் பொருள்கள் ஆக்குவதில் தடையேற்பட்டது. இதன் தாக்கம் சுடு மண் கலையிலும் உணரப்பட்டது.

2.5.கிரேக்கம்

பண்டைய கிரேக்கத்தில் (Greece) சுமார் கி.மு. 6000 ஆண்டளவில் நிலவிய புதிய கற்காலத்தில் மண் உருவங்கள் செய்யும் வழக்கம் இருந்துள்ளது. இக்கால உருவங்கள், நின்ற மற்றும் அமர்ந்த கோலத்தில், ஆடையின்றி செய்யப்பட்டுள்ளன (படம் 20). சில உருவங்கள் ஒரு காலை மடக்கி அமர்ந்த கோலத்தில் உள்ளன. மார்பகங்கள், பின்பகுதி, தொடைகள் ஆகியன மிகையாகக் காட்டப்பட்டுள்ளன. முக்கோண வடிவத்தலை, கூரிய மூக்கு, குறுகிய கைகளை வயிற்றோடு ஒட்டிவைத்துள்ளவாறு இவை வடிவமைக்கப்பட்டுள்ளன. இவற்றின் வடிவமைப்பை நோக்கி காதல் தேவதை "வீனஸ்" (Venus) படிமம் என்று அழைப்பர். பின்னர் தோன்றிய ஏஜியன் பண்பாட்டிலும் மண் உருவங்கள் செய்யும் வழக்கமிருந்துள்ளது. சுமார் கி.மு. 3200 – 2000

ஆண்டுகளில் நிலவிய சைகிளாடிய (Cyclode) பண்பாட்டுக் காலத்தில் சுடு மண் படைப்புகள் பல ஆக்கப்பட்டன. மிநோயன் (Minoyan) காலப் பண்பாட்டு ஊரிருக்கைகளில் சுடு மண் உருவங்கள் கண்டெடுக்கப்பட்டுள்ளன. கிரீட் (Crete) தீவிலும் இப்பண்பாடு நிலவியது. அங்கே நாசஸ் (Knossos) மாளிகை அகழாய்வுகளில் பல சுடு மண் உருவங்கள் கிட்டியுள்ளன. சுடு மண்ணாலான காளை வடிவிலான குவளைகள் கண்டெடுக்கப்பட்டுள்ளன. கிரீட் தீவிலும் இக்காலகட்டத்தில் சுடு மண் உருவங்கள் செய்யும் கலை வளர்ச்சியுற்றிருந்தது. குறுவாளை இடையில் பூட்டி நின்றவாறுள்ள உருவங்கள் (படம் 21) அக்காலச் சுடு மண் கலையின் தன்மையை உணர்த்தவல்லன. இவை, கோவில்களில் பக்தர்கள் விட்டுச்சென்ற காணிக்கப் பொருள்களாவன.

கிரேக்கத்தில், மைசீனியர்கள் (Myceane) பண்பாட்டுக் காலத்தில் (கி.மு. 1600-1200) சுடு மண் கலை நன்கு வளர்ச்சியுற்றிருந்தது. இக்காலப் புதைகுழிகளில் சுடு மண் உருவங்கள் நிறைய கண்டெடுக்கப்பட்டுள்ளன. பெண் உருவங்களும், கடவுள் படிமங்களும் இக்காலக் கலைப் படைப்புகளைப் பிரதிபலிக்கின்றன. பெண் உருவங்கள் பெரும்பாலும் நின்ற கோலத்தில், கைகளை உயர்த்தியவாறு ஆக்கப்பட்டுள்ளன (படம் 22). இடுப்பில் கைகளை ஊன்றியவாறு சிலவும், கைகளை மார்பின் குறுக்கே வைத்துள்ளவாறு பிறவும் உள்ளன. இவைகளில் சில தலையணியோடும், நீண்ட அங்கிகளை போர்த்திய வண்ணம் வடிவமைக்கப்படுள்ளன (படம் 23). இவற்றின் மீது வண்ணம் தீட்டி அலங்கரித்துள்ளனர். கிரேக்கத்தில், சைப்பிரஸ் பகுதியில் கி.மு. 800-500 ஆண்டளவில் சுடு மண் கலை சிறப்பிடம் எய்தியது. இங்கே சுடு மண் பொம்மைகள் செய்வதற்கான வண்டல் மண் படிவுகள் ஏராளமாக உள்ளதால் நிறைய பொம்மைகள் செய்யப்பட்டன.

இக் காலகட்டத்தில் தங்களுக்கென்று தனி கலைப் பாணியை இவர்கள் உருவாக்கிக்கொண்டனர். இக்கால உருவங்களில் இயற்கைத்தன்மை மிக்குள்ளதாகக்

கருதுகின்றனர். கோவில்கள், மாளிகைகள் மற்றும் பொதுக் கட்டிடங்களில் பலவிடத்திலும் சுடு மண் சிற்பங்களை அமைத்து அழகுபடுத்தியுள்ளனர். இவற்றோடு சுவர் ஓவியம், கற் சிற்பங்கள் ஆகியவற்றையும் பயன் படுத்தி அழகாக்கினர்.

இறந்தோரை அடக்கம் செய்த புதைகுழிகளில் இருந்து இவ்வுருவங்கள் பெரும்பாலும் எடுக்கப்பட்டன என்பதால் சமயச் சடங்குகளில் இவை பயன்படுத்தப்பட்டன எனக் கருதுகின்றனர். இறந்தோரை அடக்கம் செய்யும் போது இச் சுடு மண் உருவங்களை உடைத்துப் புதைகுழியில் இட்டனர். பெண் உருவங்கள் பெரும்பாலும் குழந்தைப் பேறுக்காக இடப்பட்டன. குழந்தை, குழந்தையை ஏந்திய நிலையில் நின்றவாறுள்ள தாய், ஆகிய வடிவங்களில் இப்படைப்புகள் உள்ளன. இவை அதிக அலங்காரமின்றி பலவாறும் செய்யப்பட்டுள்ளன. இவைகளில் நின்றவாறுள்ள உருவங்கள் பலவாகும். நின்ற கோலத்தில் ஆண் உருவங்கள், கேடயம் ஏந்திய வீரர், வாத்தியம் இசைக்கும் வாத்தியக்காரர் போன்ற பொம்மைகளும் கிடைத்துள்ளன. இப்பொம்மைகளின் (படம் 24) உடல் பகுதி வெற்றிடமாகவும், மேல் பகுதி சிறுத்தும், கீழ்ப்பகுதி அகலமாகவும் மணி போல இருப்பதால் இவற்றை "மணி பொம்மை" என்று அழைக்கின்றனர். இவற்றின் உடல் பகுதி அசைவதற்கு ஏற்றாற்போல் அமைக்கப்பட்டுள்ளது. இவற்றின் உடல் பகுதிகள் சக்கரத்தினாலும், முகம், கை, கால்கள் போன்ற உறுப்புகள் கையாலும் வனையப்பட்டவை.

சுமார் கி.மு. 500 – 200 ஆண்டளவில் செய்யப்பட்ட சில உருவங்களின் தலை, கைகள், கால்கள் ஆடும் வண்ணம் செய்யப்பட்டுள்ளன. இவற்றின் உறுப்புகள் உடலோடு முழுதும் ஒட்டப்படாமல் வைக்கப்பட்டுள்ளன. இவ்வகை உருவங்கள் கிரேக்கத்தில் சுமார் 10 ஆம் நூற்றாண்டளவிலும், சைப்பிரசில் 8 முதல் 10 ஆம் நூற்றாண்டு வரையும் செய்யப்பட்டன. பின்னர் உரோமானியர்களும் இவற்றைச் செய்ய ஆரம்பித்தனர். பொதுவாக இவ்வுருவங்கள் விளையாட்டுப் பொம்மைகள் என்றாலும் அவ்வாறு கருதத் தேவையில்லை என்பாரும் உண்டு. இறந்தோரைப் புதைத்த புதைகுழிகளில் இவை கண்டெடுக்கப்பட்டுள்ளன.

கிரேக்க நாட்டில் சுமார் கி.மு. 4 ஆம் நூற்றாண்டின் பின் பாதியில் சுடு மண் படைப்புக் கலையில் சில மாறுதல்கள் ஏற்பட்டன. இக்காலப் படைப்புகளை தனகரா (Tanagara) பொம்மைகள் என்று அழைக்கின்றனர். இவை இரண்டு அச்சுகளில் செய்யப்பட்டு, சுடப்பட்ட பின்னர் அதன் மேனியில் பலவண்ணங்கள் பூசப்பட்டன. இவை இயற்கையாகவும், மிகுந்த அழகோடும், பலவடிவங்களில் செய்யப்பட்டன. நின்ற, அமர்ந்த, விளையாடும் கோலங்களில் இவை உள்ளன. நவநாகரிகத் தோற்றமுடைய நங்கையர்கள், மெலிதான நீண்ட மேலாடையை போர்த்தியவாறுள்ள படைப்புகளையும் இக்காலத்தில் உருவாக்கினர். அகலமான தொப்பிகளை அணிந்துள்ளவாறு சில பொம்மைகள் செய்யப்பட்டன. இன்னும் சில பூச்சரம் அல்லது விசிறியைக் கையில் பிடித்த நிலையில் உள்ளன. நகர வாழ்க்கையப் பிரதிபலிப்பதாக உள்ள ஆண் உருவங்கள் சிலவும் இக்காலகட்டத்தில் செய்யப்பட்டன. நாடக மாந்தர்கள், விசித்திர பாவனைகளோடுள்ள முகங்கள், கொழுத்த உடலுடைய பெண் உருவங்கள் (படம் 25), செவிலியர், கூத்தாடிகள் என பலவகைப்பட்ட பொம்மைகள் செய்யப்பட்டன. சிறு பிள்ளைகள் விளையாடி மகிழத்தக்க பொம்மைகளும், முகமூடிகளும் (படம் 26) இக்காலகட்டத்தில் செய்யப்பட்டன. இவை தவிற கடவுள் படிமங்களும் (படம் 27) வனையப்பட்டன. இவற்றில் சில சமய வழிபாட்டிற்கும் பயன்படுத்தப்பட்டன.

கிரேக்கம், கி.மு. 323 இல் அலெக்சாந்தரால் கைப்பற்றப்பட்டது. இதன் விளைவாக கிரேக்கக் கலையில் மாறுதல்கள் ஏற்பட்டன. இறந்தோரை அடக்கம் செய்யும் போது, புதைகுழிகளில் இடப்படுவதற்காக இவ்வுருவங்கள் செய்யப்பட்டன. கட்டிடங்களை அழகு படுத்தவும் இப்பொம்மைகள் பயன்படுத்தப்பட்டன. பழங்கால கிரேக்க சிற்பங்களைச் சுடு மண் பிரதிகளாக மாற்றுவதற்கு முயற்சி மேற்கொண்டனர். இம்மண் உருவங்களில் சிலவற்றில் தங்க முலாம் பூசி அழகுபடுத்தினர். விசித்திர முகபாவனைகள், உடலமைப்புகளோடும் சில பொம்மைகள் செய்யப்பட்டன. இவற்றில் கூனர்கள், உடல் பருத்த பெண்கள், உடல்

குறைபாடுள்ள உருவங்கள் ஆகியவற்றையும் காணலாம்.

2.6. உரோம் (Rome)

வடக்கு இத்தாலியில் கி.மு. 1000 ஆண்டு வாக்கில் வில்லநோவா (Villanova) என்று அழைக்கப்படும் இரும்பு காலப் பண்பாடு தோன்றியது. இப்பண்பாட்டைச் சார்ந்த மக்கள் மண்பாண்டங்களைச் சுடு மண் பொம்மைகள் போன்று வனைந்துள்ளனர். இவை வாத்து, குதிரை போன்ற உருவங்களில் உள்ளன. அம்மக்களின் புதைகுழிகளில் இருந்து இவ் வடிவங்கள் கண்டெடுக்கப்பட்டுள்ளன. தொடர்ந்து நிலவிய எட்ரஸ்கன் (Etruscan) பண்பாட்டுக் காலத்திலும் (கி.மு. 700) ஈம மண்பாண்டங்களை மனித, விலங்கு வடிவங்களில் செய்துள்ளனர் (படம் 28). இறந்தோரை அடக்கம் செய்யும் மண் தாழிகளின் மேல் மூடிகள் மனிதத் தலை உருவங்களாக ஆக்கப்பட்டன. கணவன் தன் மனைவியை அணைத்தவாறுள்ள உருவங்கள் சிலவற்றையும் தாழி மூடிகளில் செய்துள்ளனர். இவ் உருவங்கள் அமர்ந்துள்ளவாறும், ஓய்வாகச் சாய்ந்து கொண்டிருப்பது போலவும், மிக இயல்பான வடிவத்தில், முப்பரிமாணத் தோற்றத்தில் செய்யப்பட்டுள்ளன. இக்காலத்தில் கோவில் கூரைகளில் வைக்கப்படுவதற்கான அலங்கார பொம்மைகளும் பலவகைகளில் செய்யப்பட்டன. நின்றவாறுள்ள கடவுள் உருவங்கள் பலவும் செய்யப்பட்டன (படம் 29). இவைகளோடு சிறகுள்ள விலங்குகள், கடவுள் உருவங்கள் ஆகியவற்றையும் சுடு மண்ணால் செய்தனர் (படம் 30). இவை யாவும் கோவில் கூரையின் முன் பக்கத்தில் வைப்பதற்காக செய்யப்பட்டன. இப்பொம்மைகள் இரண்டு அல்லது மூன்று அச்சுகளில் செய்யப்பட்டன. கிரேக்கக் கலையின் தாக்கத்தை இங்கு காண்கிறோம்.

கி.மு. 509 ஆம் ஆண்டில் இத்தாலியில் உரோமானிய மன்னராட்சி துவங்கியது. பின்னர் உரோமானியக் குடியரசு ஆட்சி ஏற்படுத்தப்பட்டது. உரோமானியப் பேரரசு கி.மு. 27 இல் தோற்றமெடுத்து பல நாடுகளை வென்று ஆண்டது. இந்த நீண்ட கால உரோமானிய வரலாற்றில்

சுடு மண் படைப்புக் கலையில் பல மாற்றங்களும், ஏற்ற இறக்கங்களும் உருவாயின. இக்காலச் சுடு மண் கலைஞர்கள் முந்தைய எட்ருஸ்கன் பாணியைப் பின்பற்றி யிருந்தாலும் கிரேக்க பாணியின் தன்மைகளோடு தம் கலைப்படைப்புகளை உருவாக்கியுள்ளனர். இக்காலத்தில் உலோகச் சிற்பங்களின் மாதிரிகளை சுடு மண் புடைப்புச் சிற்பங்களாக ஆக்கினர். சிறியதும் பெரியதுமான சுடு மண் பொம்மைகள் செய்யப்பட்டன. முழு ஆள் உயரமுள்ள உருவங்களும் செய்யப்பட்டன. சிறிய உருவங்களை அச்சுகளில் வடிவமைத்தனர்.

ஆள் உருவங்கள், விளையாட்டு வீரர்கள், அடிமைகள், போர் வீரர்கள் போன்றோரின் உருவங்களும், விசித்திர பாவனைகளோடுடைய முகங்களும் செய்யப்பட்டன. வீடுகளை அலங்கரிக்கவும், தோட்டங்களை அழகு படுத்தவும் சிறப்பான பொம்மைகள் செய்யப்பட்டன. வீடுகள், கோவில்கள் போன்றவற்றின் மாதிரிகளும் சுடு மண் பொம்மைகளாகச் செய்யப்பட்டன (படம் 31). கோவில் பகுதிகளை அலங்கரிக்கவும் சுடு மண் பொம்மைகளைப் பயன் படுத்தினர். சுடு மண் கடவுள் படிமங்களை வீடுகளில் வைத்து வழிபட்டனர். சுடு மண் பொம்மைகள் கோவில்களுக்கு தானமாகவும் அளிக்கப்பட்டன. சிறகுள்ள விலங்கு பொம்மைகளும் இக்காலத்தில் செய்யப்பட்டன (படம் 32).

இறந்தோரைப் அடக்கம் செய்த புதைகுழிகளில் சுடு மண் பொம்மைகள் பலவற்றைக் கண்டெடுத்துள்ளனர். புதை குழிகளில் இடப்பட்ட மண் பெட்டிகளின் மூடிகளில் ஆண் பெண் உருவங்களை முப்பரிமாணத்தில் செய்துள்ளனர் (படம் 33). இறந்தோரைப் புதைப்பதற்கு முன் முகத்தை மூடுவதற்காகன முகமூடிகளும் செய்யப்பட்டன (படம் 34–35).

உரோமப் பேரரசின் ஆதிக்கம் பரவிய ஐரோப்பா, ஆசிய நாடுகளிலும் உரோமானிய பாணி சுடு மண் பொருள்கள், பொம்மைகள் செய்யும் கலை விருத்தியடைந்தது. இக்கலையின் தாக்கத்தால் செய்யப்பட்ட சுடு மண் உருவங்கள் கிரேக்கம்,

எகிப்து, பிரான்சு, செருமனி போன்ற நாடுகளிலும் காண்கிறாம். ஆயினும் இச் சிறப்பான கலைப் பாணி உரோமப் பேரரசின் வீழ்ச்சிக்குப் பின்னர் தளர்ச்சி கண்டது. இதற்குப் பல காலம் முன்னரே சலவைக்கல் சிற்பங்களைச் செய்வதில் உரோமானியர்களுக்கு பேரார்வம் ஏற்பட்டிருந்தது. இதன் காரணமாக சுடு மண் படைப்புக்களை ஆக்குவதில் ஆர்வம் குறைந்தது. இந்நிலை குடியரசுக் காலத்தின் இறுதிக் கட்டத்தில் ஏற்பட்டது. எனவே இக்காலகட்டத்தைச் சார்ந்த சுடு மண் பொம்மைகளின் படைப்புகளில் குறிப்பிடத்தக்க வீழ்ச்சியைக் காணலாம்.

2.7.சீனா

யுவான் சி (Huang–he), மற்றும் யாங்சி (Yang-tze) ஆற்றுப்பள்ளத்தாக்கில், தொன்மையான சீனா நாகரிகம் தோன்றியது. இப்பண்பாட்டைச் சார்ந்த மக்கள் விவசாயத்தைத் தொழிலாகக் கொண்டிருந்தனர். இவர்கள் சற்றேறக்குறைய கி.மு. 5000 ஆம் ஆண்டு வாக்கில் மண்பாண்டங்களைச் செய்ய ஆரம்பித்தனர். களிமண்ணாலான நீண்ட பட்டைகளைச் சுற்றி, அடுக்கி மண் பாத்திரங்களைச் செய்தனர். சுமார் கி.மு. 2000 ஆண்டுவாக்கில், பன்றி போன்ற விலங்குகள் வடிவத்தில் மண் பானைகளைச் செய்தனர் (படம் 36). இவை நான்கு கால்களில் நின்றவாறுள்ள தோற்றத்தில் தலை, வால் மற்றும் கைப்பிடியுடன் உள்ளன. கி.மு. 5–4 ஆம் நூற்றாண்டுகளில் மண் அச்சுகள் உருவாக்கப்பட்டன (படம் 37). இவற்றைக் கொண்டு செம்பு கலை உருவங்களை ஆக்கினர். மண் அச்சுகளைக் கொண்டு கூரை ஓடுகள், கூரையின் முன்பகுதி அலங்கார ஓடுகள் செய்யப்பட்டன.

சுமார் கி.மு. 210 ஆண்டளவில் செய்ததாகக் கருதப்படும் ஆயிரக்கணக்கான சுடு மண் வீரர் பொம்மைகள் போல் உலகின் எப்பகுதியிலும் இதுவரை உருவாக்கப்படவில்லை. உள்ளூர் விவசாயிகளால் 1974 ஆம் ஆண்டளவில் சியான் (Xian) (சாந்சி (Shansi) மாகாணம்) என்ற இடத்தில் இப்பொம்மைகள் எதேச்சையாக கண்டுபிடிக்கப்பட்டன.

தொடர்ந்து நடைபெற்ற அகழாய்வுகளினால் ஆயிரக்கணக்கான பொம்மை வீரர்கள் (படம் 38–40) நன்கு அமைக்கப்பட்ட குழிகளில் நிறுத்திவைக்கப்பட்டுள்ளது தெரியவந்தது. இக்குழிகளில் நிறுத்தப்பட்டுள்ளோரில் பொம்மை வீரர்களைத் தவிற தேர்கள், குதிரைகள், அலுவலர்கள், விளையாட்டு வீரர்கள், மல்லர்கள், மற்றும் இசைவாணர்கள் ஆகியோர் அடங்குவர். இதுவரை அகழாய்வு செய்யப்பட்ட சிறு பகுதியில் 8000 வீரர்கள், 130 தேர்கள், 520 குதிரைகள், 150 போர்க் குதிரைகள் உள்ளன எனக் கணித்துள்ளனர். அகழாய்வு செய்யப்படாத பெரும் பகுதியில் இன்னும் பல ஆயிரம் பொம்மைகள் இருக்கலாம் எனக் கருதுகின்றனர். இன் சி யுவான் (Qin Shi Huang) (கி.மு. 274– 210) என்ற சீனப் பேரரசன் இறந்த பின்னர் அவனுடன் சேர்த்துப் புதைக்கப்பட்டவர்கள் இப் பொம்மை வீரர்கள். சீனாவில் நிலவும் சில செவிவழிச் செய்திகள், இவ்வீரர்கள் உயிருடன் புதைக்கப்பட்டனர் எனக் கூறுகின்றன. இவ்வீரர்கள் சீனப்பேரரரசனின் தெய்வலோகப் பேரரசில் பணி செய்வதற்காக அமர்த்தப்பட்டனர் எனக் கருதுகின்றனர்.

இப்பொம்மைகள் செய்வதற்கு பல தொழிற்கூடங்கள் அருகே அமைக்கப்பட்டிருந்தன. இவற்றைச் சுமார் 700,000 தொழிலாளர்களும் கலைஞர்களும் செய்ததாக சிமா இயன் என்ற அக்கால சீனா வரலாற்று ஆசிரியர் குறிப்பிடுகிறார். பொம்மைகளில் சில பாகங்கள் தனித்தனியே செய்யப்பட்டு உடலுடன் பொருத்தப்பட்டுள்ளன. சில பகுதிகளைக் கையாலும் சிலவற்றை அச்சிலும் செய்துள்ளனர். முக்கியமாக தலைப்பகுதியைச் செய்வதற்கு எட்டு வித அச்சுகள் பயன்படுத்தப்பட்டன. அச்சிலிருந்து பிரித்தெடுத்த பின்னர் அவரவர் முகபாவனைக்கு ஏற்ப முகத்தில் சிறு சிறு மாற்றங்கள் செய்யப்பட்டன. ஒவ்வொருவரின் பணிநிலைக்கேற்ப கை, கால் மற்றும் உடல் பாகங்கள் தனித்தனியே செய்யப்பட்டு உடலுடன் சேர்க்கப்பட்டுள்ளன. இத்துடன் ஆயுதங்கள், கருவிகள் ஆகியன உண்மையில் உள்ளவாறே செய்யப்பட்டு அவ்வீரர்களின் மீது பொருத்தப்பட்டன. இவ்வாறு முழுமை பெற்ற உருவங்களைக் கொண்டு சென்று

தக்க இடத்தில் நிறுத்தியுள்ளனர். இப் பொம்மைகள் பெரும்பாலும் உயிருள்ள ஆட்களைப்போல உயரம், அகலம், கனத்தில் செய்யப்பட்டுள்ளன. முகம், உடல் அமைப்புகள் சீராகவும், அழகாகவும், அக்கால வீரர்களின் தன்மையைப் பிரதிபலிக்குமாறு இயல்பாக வடிவமைத்துள்ளனர். இவ்வீரர்கள் 183-195 செ. மீ. உயரம் உள்ளவர்களாக செய்யப்பட்டுள்ளனர். இவர்களில் மிக உயரமாக உள்ளவர்கள் படைத்தலைவர்கள்.

ஹன் (Han) ஆட்சிக் காலத்தில் (கி.மு. 206-கி.பி. 9) குதிரை பொம்மைகள் நிறைய செய்யப்பட்டன (படம் 41). இவைகள் மீது விதவிதமாக வண்ணம் தீட்டப்பட்டன. குதிரைகள் தனித்தும், அவற்றின் மீது வீரர்கள் அமர்ந்தவாறும் இப் பொம்மைகள் செய்யப்பட்டன. கால்நடை வீரர்களும் சுடு மண் பொம்மைகளாக வடிவமைக்கப்பட்டனர். கி.பி. 2 ஆம் நூற்றாண்டளவில் மண்கலயங்களின் மூடிகளில் அழகான உருவங்களைப் பதித்தனர். இவ் உருவங்கள் பல அடுக்குகளாக அமைக்கப்பட்டன. வீடுகளை அலங்கரிக்க உருவங்கள் பதித்த தட்டுகளும் இக்காலகட்டத்தில் ஆக்கப்பட்டன.

3. இந்தியாவில் சுடு மண் உருவங்கள்

3.1. அறிமுகம்

இந்தியத் துணைக்கண்ட வரலாற்றில் அரப்பா (சிந்துச் சமவெளி) நாகரிகம் சிறப்பான இடத்தைப் பெற்றுள்ளது. சிந்து ஆற்றின் கரைகளை ஒட்டியே இந் நாகரிகம் பரவியதென்று முதலில் கருதப்பட்டாலும், இவ் ஆற்றின் மேற்குப் பகுதிகளில், இன்றைய பாகிஸ்தானத்தின் பெரும்பாலான பகுதிகளை உள்ளடக்கியும், வடக்கே ஆப்கானிஸ்தானம் வரையும் பரவி யிருந்ததற்கான சான்றுகள் பெருமளவில் கிட்டியுள்ளன. மேலும் வடமேற்கு இந்தியா மற்றும் கிழக்கே கங்கைச் சமவெளி வரையிலும் அரப்பா நாகரிகத்தின் தடயங்கள் உள்ளன. இந்தியத் துணைக்கண்டத்தின் தொன்மையான நாகரிகக் கூறுகளான மண் கலன் வனைதல், பெரும் கட்டுமானங்கள், கடல் கடந்து தொலைதூர வாணிகம், நகரமயமாக்கல், போன்ற பன்முகப் பண்பாட்டு நிலைகள் வெளிப்பட்டுள்ளன. இப்பண்புகளோடு அவர்களால் தோற்றுவிக்கப்பட்ட எழுத்து முறை, மற்றும் கலைப் பொருள்கள் ஆகியனவற்றையும் சிறப்புப் பண்புகளாகக் குறிப்பிடலாம். கல், செம்பு உலோகக் கலைப் பொருள்களோடு சுடு மண் கலைப் படைப்புகளும் முக்கிய இடத்தை வகிக்கின்றன.

நன்கு வளர்ச்சியுற்ற சிறந்த பண்பாட்டுக் கூறுகளை

அரப்பா நாகரிகம் பெறுவதற்கு முக்கிய காரணமாகக் கருதப்படுவது, இதற்கு முன் நிலவிய முன்னோடி நாகரிகப் பண்புகளின் தாக்கம் ஆகும். இம் முன்னோடி நாகரிகக் கூறுகள் பற்றி முழுமையாக அறிய இயலாவிடினும் இதன் பண்புகள் இன்றைய ஆப்கானிஸ்தானம், பலுசிஸ்தானம், பாகிஸ்தானம், மற்றும் இந்தியாவில் குஜராத் மற்றும் கங்கைச் சமவெளிப் பகுதிகளில் காணப்படுவதாக தொல்லியல் ஆய்வாளர்கள் கருதுகின்றனர். இம் முன்னோடி நாகரிகத்தை முந்து அரப்பா நாகரிகம் என்று அழைப்பர். அரப்பா நாகரிகப் பண்புகள் முழுமையாக வளர்சியுறாமல் தொடக்க நிலை யிலேயே காணப்படுவதால் இவ்வாறு அழைக்கப்படுகிறது. இக்கால நாகரிகம் நிலவிய பகுதியில் வாழ்ந்த மக்கள், சுடு மண் படைப்புக் கலையை நன்கு அறிந்திருந்தனர். தொல்லியல் அகழாய்வுகள் நடத்தப்பெற்ற பல இடங்களில் அக்காலச் சுடு மண் உருவங்கள் கிடைத்துள்ளன.

3.2.புதிய கற்கால உருவங்கள்

முந்து அரப்பா பண்பாடு நிலைபெறுவதற்கும் முன்பாக புதிய கற்காலப் பண்பாடு நிலவியது. இதன் முக்கிய தன்மையாக தீட்டப்பட்ட கோடரிகள் பயன்படுத்தப்பட்டதைக் குறிக்கலாம். விவசாயம் செய்வதற்கான அடிப்படைத் தன்மைகளான நிலத்தைப் பண்படுத்துதல், உழுதல் போன்ற தொழில் நுணுக்கங்களை அறிந்திருந்தனர். இதனால், வேளாண் புரட்சிக் காலம் என்று இக்காலம் அழைக்கப்படுகிறது. இப் பண்பாட்டின் ஆரம்ப காலங்களில் மண் கலன்கள் செய்யப்படவில்லை; ஆயினும் இக்கலையைக் காலப்போக்கில் அறிந்தனர்.

ஆரம்பகால மண் கலன்கள் பெரும்பாலும் கையால் வனையப்பட்டன. இதனால் இவற்றின் பக்கப் பகுதிகள் தடிமனாக காணப்படும். இந்தியத் துணைக் கண்டத்தின் வடமேற்கு இந்தியப் பகுதிகள் சிலவற்றில் களிமண்ணால் செய்யப்பட்டு வெயிலில் உலர்த்தப்பட்ட உருவங்கள் கண்டெடுக்கப்பட்டுள்ளன. இதனால் மண் உருவங்கள் செய்யும் கலை, மண் கலன்கள் செய்வதற்கு முன்னரே

அறியப்பட்டது என்று பெரும்பாலான ஆய்வாளர்கள் கருதுகின்றனர்.

இந்தக் கருத்தோட்டத்தை ஒட்டி, சுடு மண் படைப்புகளை ஆக்கும் கலை ஏறக்குறைய 8000 ஆண்டுகளுக்கு முன்பு, புதிய கற்காலத்திலேயே, இந்தியத் துணைக் கண்டத்தில் தோன்றியது எனத் தொல்லியல் கலை வல்லுனர்கள் குறிப்பிடுகின்றனர். இன்றைய பாகிஸ்தானத்தைச் சார்ந்த மெகர்கர் (Mehrgarh) என்ற இடத்தில் முந்து அரப்பா நாகரிகத்திற்கு முன்பு நிலவிய புதிய கற்காலப் பண்பாட்டு நிலைகள் கண்டறியப்பட்டுள்ளன.

பிரெஞ்சு தொல்லியலார் இப்பகுதியை அகழாய்வு செய்தனர். முதல் மூன்று கால பண்பாட்டு நிலைகள் புதிய கற்காலத்தைச் சார்ந்தன என்றும் அவற்றின் காலம் சற்றேறக்குறைய கி.மு. 6–5 ஆயிரம் ஆண்டுகள் எனக் கணக்கிட்டுள்ளனர். இக்காலப் பண்பாட்டைச் சார்ந்தவர்களாகக் கருதப்படும் கால்நடைகளை மேய்க்கும் நாடோடிக் கூட்டத்தார் மண் சுவர்களாலான வீடுகளில் வசித்தனர் எனவும் தெரியவந்துள்ளது. இவர்களால் செய்யப்பட்டதாகக் கருதப்படும் பெண் உருவங்களும் விலங்கின பொம்மைகளும் கண்டெடுக்கப்பட்டுள்ளன. இங்கே கிடைத்த பெண் உருவங்கள் இரு கால்களை நீட்டி அமர்ந்துள்ளவாறு செய்யப்பட்டுள்ளன (படம் 42). சில பெண் உருவங்கள் குழந்தையை ஏந்தியுள்ளன (படம் 43). காளை, பறவை உருவங்களும் வனையப்பட்டுள்ளன. இவ் உருவங்கள் செய்வதில் இக்காலக் கலைஞர்கள் உள்ளூர்க் கலைப் பாணியையும், தொழில் நுணுக்கங்களையும் பின்பற்றியுள்ளனர்.

இவை யாவும் முப்பரிமாணங்களில், கையால் வனையப்பட்டவை. மண் உருவங்களைச் செய்வதில் சில மாற்றங்கள் ஏற்பட்டன. ஒட்டு முறையைப் (applique method) பின்பற்றி முகம் மற்றும் உடல் பகுதிகளைச் செய்துள்ளனர். உடல் பகுதிகள் சரியான அளவுகளில் செய்யப்படாததால் உருவ அமைப்புகள் மாறுபட்டு உள்ளன. தொடக்க காலத்தில் செய்யப்பட்ட பொம்மைகள் சுடப்படாமல் வெயிலில்

உலர்த்தப்பட்ட நிலையில் உள்ளன. தொழில் நுணுக்கங்களில் தேர்ச்சி பெற்ற பின்னர் சூளையில் சுடப்பட்ட உருவங்கள் ஆக்கப்பட்டன. இத்தொழில் நுணுக்கங்கள் அக்கால சமுதாய பொருளாதார முன்னேற்றங்களை ஒட்டி ஏற்பட்டுள்ளது என்பர்.

3.3. முந்து அரப்பா பண்பாட்டு உருவங்கள்

புதிய கற்காலத்தின் இறுதியில் செம்பு உலோகப் பயன்பாடு அறியப்பட்டது. இப்பண்பாட்டின் முக்கிய தன்மையாக, பழம் கல்கருவிகளோடு செம்பு கருவிகள், மற்றும் பிற பொருள்களை உற்பத்தி செய்து பயன்படுத்தினர். இதனால், செம்பு-கற்கால நாகரிகம் என இப் பண்பாடு அழைக்கப்படுகிறது. இந்தியத் துணைக்கண்டத்தில் இன்றைய பாகிஸ்தானம், வடமேற்கு இந்தியப் பகுதிகளில் இப்பண்பாட்டின் சிறப்பியல்புகளைக் காணலாம்.

இப்பண்பாட்டு நிலைகள் அரப்பாவில் முதல் முதலாகக் காணப்பட்டதால் அரப்பா நாகரிகம் என்று அழைத்தனர். இந் நாகரிகம் முதிர்ச்சியடைவதற்கு முன்னர் பலகாலம் நிலவிய பண்பாட்டை முந்து அரப்பா நாகரிகம் என அழைத்தனர். முந்து அரப்பா நாகரிகத்தைச் சார்ந்ததாகக் கருதப்படும் தொன்மையான பண்பாட்டிடங்கள் இந்தியாவின் வடமேற்குப் பகுதிகளில் காணப்பட்டுள்ளன. சில இடங்களில், இப்பண்பாட்டுப் பகுதிகள் அரப்பா பண்பாட்டிடங்களின் அடிமட்டப் பகுதிகளில் உள்ளன என்பதால், சற்றேரக்குறைய கி.மு. 3000 ஆண்டுகளுக்கு முன் முந்து அரப்பா பண்பாடு நிலவியதாகத் தொல்லியல் ஆய்வாளர்கள் கருதுகின்றனர்.

முந்து அரப்பா நாகரிகத்தைச் சார்ந்த பல இடங்களில் சுடு மண் பொம்மைகள் கிட்டியுள்ளன. முண்டிகாக்கில் (Mundigag) காணப்பட்ட சுடு மண் பொம்மைகளில் பெண் உருவங்களும் திமில் கொண்ட காளைகளும் அடங்கும். இப்பொம்மைகள் கரடுமுரடாக ஒழுங்கற்ற முறையில் செய்யப்பட்டுள்ளன. தம் சதாத்தில் (Dam Sadaat) ஆண் பெண் உருவங்களோடு விலங்கினங்களையும் செய்துள்ளனர். விலங்கினங்களில் காளைகள் சிலவற்றில் வண்ணம்

தீட்டியுள்ளனர்.

இதே காலகட்டத்தைச் சார்ந்த ஜாப்பில் (Zhob) அழகான பெண் உருவங்கள் செய்யப்பட்டுள்ளன. இப்பெண் உருவங்களை "ஜாப் தாய்த் தெய்வங்கள்" என்று அழைக்கின்றனர். இவை மிக இலகுவாகக் கையால் வனையப்பட்டுள்ளன. மிக நேர்த்தியாகவும், அழகாகவும், பலவிதமான தலையலங்காரங்களோடும் அணிமணிகளுடனும் இவை செய்யப்பட்டுள்ளன. திரட்சியான உடலமைப்புள்ள உருவங்களில் அணிகலன்கள், உடல் உறுப்புகள், கூந்தல் அலங்காரங்கள் தனியே செய்யப்பட்டு உடலோடு ஒட்டப்பட்டுள்ளன.

பெரியானா குண்டையில் (Periyana Gundai) மிகப்பருத்த திமில் கொண்ட காளை உருவங்கள் செய்யப்பட்டுள்ளன. மெகர்கரிலும் இக்காலத்தைச் சார்ந்த சுடு மண் பொம்மைகள் மிக அதிக எண்ணிக்கையில் கண்டெடுக்கப்பட்டுள்ளன. நின்றவாறுள்ள பெண் உருவங்கள், குழந்தையைச் சுமந்தவாறுள்ள தாய் உருவங்கள் இக்காலகட்டத்தில் செய்யப்பட்டுள்ளன. பெண் உருவங்கள் மிகையான தலை அலங்காரத்தோடு உள்ளன. சுடு மண்ணால் செய்யப்பட்ட முத்திரைகளும் இங்கு கிடைத்துள்ளன. இவை, நிந்தோவரி (Nindowari) மற்றும் குலி (Kuli) ஆகிய இடங்களில் கிடைத்த மண் உருவங்களை ஒத்துள்ளன. குலி, சாகி தும் (Shahi Tump), மெகி (Mehi), ஆகிய இடங்களிலும் இக்காலகட்டத்தைச் சார்ந்த காளை உருவங்கள் கையால் வனையப்பட்டு சூளையில் இட்டுச் சுடப்பட்டுள்ளன. சிலவற்றின் மீது வண்ணங்கள் தீட்டப்பட்டுள்ளன.

விலங்கினங்கள், முக்கியமாக காளை உருவங்கள் இக்காலகட்டத்தில் அதிக அளவில் செய்யப்பட்டுள்ளன. கோட் டிஜி (Kot Digi), ரெஹ்மான் தெரி (Rehman Dheri), லூவாந் (Lewan), சாரை கொலா (Sarai Khola) ஆகிய இடங்களிலும் சுடு மண் பொம்மைகள் கண்டெடுக்கப்பட்டுள்ளன.

3.4. அரப்பா பண்பாட்டு உருவங்கள்

ஏறக்குறைய கி.மு. 3000 ஆண்டு வாக்கில் அரப்பா

நாகரிகம் சிந்து கங்கைச் சமவெளியில் நன்கு வளர்ச்சியுற்றது. இன்றைய பாகிஸ்தானம், மற்றும் இந்தியாவின் வடமேற்குப் பகுதிகளிலும், குஜராத், மஹாராஷ்டிரம் ஆகிய மாநிலங்களில் மிகப் பரந்த அளவில் இப்பண்பாடு நிலவியது. வளர்ச்சியுற்ற அரப்பா நாகரிகம் நிலவிய பகுதிகளில் அரப்பா (Harappa), மொஹஞ்சதாரோ (Mohenjadaro) ஆகிய இரண்டு ஊர்கள் மிக முக்கியம் வாய்ந்தனவாகக் கருதப்படுகின்றன. இவ்விரண்டு ஊர்களும் இன்றைய பாகிஸ்தானத்தில் உள்ளன.

ராவி ஆற்றின் இடது கரையில் அரப்பாவும், சிந்து ஆற்றின் வலது கரையில் மொஹஞ்சதாரோவும் அமைந்துள்ளன. இவ்விரண்டு முக்கிய நகரங்களைத் தவிற அல்லாடிநோ, ஆம்ரி, சானுதாரோ, கோட் டிஜி, சுத்கஜெண்டார் என பல ஊர்களிலும் இக்காலத்தைச் சார்ந்த தொல்லியல் தடயங்கள் கிடைத்துள்ளன. இந்தியாவில், திசால்பூர், லோதல், ரங்பூர் (குஜராத்), காலிபங்கன், பனாவலி, ராக்கிகடி, ரூபர் (அரியாணா), அலம்கீர்பூர் (உத்திரப்பிரதேசம்) ஆகிய ஊர்களில் இக்காலப் பண்பாட்டு நிலைகளை அறிவதற்கீடான தொல்லியல் பொருள்கள் கிடைத்துள்ளன.

இதுவரை கிடைத்த தொல்லியல் சான்றுகளை ஆய்ந்ததன் பயனாக அரப்பா நாகரிகத்தின் பண்பாட்டுக் கூறுகளின் பன்முகத்தன்மையை அறிகிறோம். இம்மக்களில் சிலர் மதில் சுவரால் சூழப்பட்ட கோட்டைகளில் வாழ்ந்தனர்; சாதாரணப் பொதுமக்கள் கோட்டைகளுக்கு அருகில் உள்ள பாதுகாப்பான பகுதிகளில் வசித்தனர். வீடுகள், பொதுக் கட்டிடங்கள், மற்றும் மதில்களைக் கட்டுவதிலும் நகரமைப்பு பணிகளிலும் தனித்திறமை பெற்றிருந்தனர். முக்கிய தொழிலாக வேளாண்மையை பேணிய போதும் வணிகப் பொருள்களை உற்பத்தி செய்வதில் ஒரு சாரார் ஈடுபட்டிருந்தனர். இம்மக்கள் தொலைதூர வாணிகத்திலும், கடல் வாணிகத்திலும் ஈடுபட்டிருந்தனர். கல் சிற்பங்களைச் செதுக்குவதிலும், செப்புப் பொருள்களை வார்ப்பதிலும், கலைப்பொருள்களை ஆக்குவதிலும் தனித்திறமை பெற்றிருந்தனர். மிகச் சிறந்த சுடு மண் பொம்மைகளை இவர்கள் வடிவமைத்துள்ளனர்.

இக்காலகட்டத்தில் ஏற்பட்ட முன்னேறிய பொருளியல் நடவடிக்கைகளால் "நகராக்கம்" என்னும் கருத்து முதன் முதலாகத் தோற்றமெடுத்ததாகக் கருதுவர்.

அரப்பா நாகரிகத்தைச் சார்ந்த பல இடங்களில் சுடு மண் பொம்மைகள் அதிக எண்ணிக்கையில் கண்டெடுக்கப்பட்டுள்ளன. இவை, மொஹஞ்சதாரோ, சானுதாரோ, லோதல், ராக்கிகடி, தொளவீரா, பானாவலி ஆகிய பல இடங்களில் சிறப்பாக செய்யப்பட்டுள்ளன. ஆண், பெண் உருவங்களோடு விலங்கினங்கள் பலவற்றையும் செய்துள்ளனர். இக்காலத்தில் குழந்தைகள் விளையாடி மகிழ்வதற்கான விளையாட்டுப் பொருள்கள் பலவும் சுடு மண்ணால் ஆக்கப்பட்டுள்ளதை மிகச் சிறப்பாகக் கருதவேண்டும். இவை கையால் வனையப்பட்டன. முக மற்றும் உடல் பகுதிகள், தலையணிகள், ஆபரணங்கள் போன்றவை தனியே செய்யபட்டு உடல் பகுதிகளோடு ஒட்டப்பட்டுள்ளன.

சில பொம்மைகள் பொம்மை அச்சுகளால் செய்யப்பட்டன. பொம்மையின் உடல் பகுதிகள் யாவும் தேய்த்து மெருகூட்டப்பட்டுள்ளன. பெரும்பாலான சுடு மண் பொம்மைகள் கனமாகச் செய்யப்பட்டன. அதாவது இப்பொம்மைகளின் உட்புறம் வெற்றிடமாக இல்லாமல், முழுவதும் மண்ணால் ஆக்கப்பட்டுள்ளது. ஆயினும் சிலவற்றின் உள்பகுதிகள் வெற்றிடமாக உள்ளன. இவை பொம்மை அச்சுகளைக் கொண்டு செய்யப்பட்டிருக்கலாம் எனக் கருதுகின்றனர்.

மனித உருவ பொம்மைகள் குறைந்த அளவிலேயே கிடைக்கின்றன. ஆண் உருவங்களில் பல நின்ற, அமர்ந்த (படம் 44), மற்றும் இரு கைகளைக் கூப்பியவாறும் (படம் 45) வடிவமைக்கப்பட்டுள்ளன. ஆண் உருவங்கள் ஆடை யின்றியும், குறுந்தாடிகளோடும் உள்ளன. ஆண் உருவங்களை விட பெண் உருவங்கள் அதிக அளவில் கிடைத்துள்ளன. மிகைப்படுத்தப்பட்ட மார்பகங்களோடும், திரட்சியான பின்பகுதிகளோடும் இவை காட்சியளிக்கின்றன (படம் 46–48). தலையணி, கழுத்தணிகளோடு இப் பொம்மைகள்

மிக அலங்காரமாக வடிவமைக்கப்பட்டுள்ளன. இப்பெண் உருவங்களைத் தாய்த் தெய்வமாகக் கருதுகின்றனர். சில பெண் உருவங்கள் அமர்ந்த நிலையிலும், சில குழந்தையை ஏந்திய வண்ணமும் வடிவமைக்கப்பட்டுள்ளன. சில மனித பொம்மைகள் இரண்டு கொம்புகளோடு செய்யப்பட்டுள்ளன. பெண் உருவங்களும், கொம்புகளோடுமுள்ள உருவங்கள் தெய்வவழிபாட்டிற்காக செய்யப்பட்டிருக்கலாம். விலங்கினங்களை ஆக்கும் சிறந்த திறமையோடு மனித உருவங்கள் இக்காலத்தில் செய்யப்படவில்லை.

இக்காலச் சுடு மண் கலைஞர்கள் விலங்கினங்களுக்கு முக்கியத்துவம் அளித்து மிக நேர்த்தியாகவும், அதிக எண்ணிக்கையிலும் விலங்கு உருவங்களைச் செய்துள்ளனர். சிங்கம் (படம் 49), காளை, குதிரை (?) (படம் 50), எருது, குரங்கு, நாய், ஆடு, முயல், பன்றி, மான், யானை, ஆமை, உருவங்களோடு ஒரு கொம்புள்ள விலங்குகளையும் (படம் 51) செய்துள்ளனர். காளை உருவங்கள் அதிக அளவில் காணப்படுகின்றன. பொதுவாக இவ்வுருவங்கள் இயல்பான உடலமைப்போடும் முப்பரிமாணங்களில் செய்யப்பட்டுள்ளன. காளைகளில் சிலவற்றைத் திமிலோடும் மற்றவற்றைத் திமிலற்றும் வடிவமைத்துள்ளனர். மொஹஞ் சதாரோவில் கண்டெடுக்கப்பட்ட திமிலற்ற காளை மிக அழகாக வடிவமைக்கப்பட்டுள்ளது (படம் 52). அதன் கால் பகுதிகள் உடைபட்டிருந்தபோதும், உடல் கழுத்துப் பகுதிகள் திரட்சியாகவும், நேர்த்தியாகவும் செய்யப்பட்டுள்ளன.

பறவை இனங்களில் குருவி (படம் 53), மயில், கோழி (படம் 54), கிளி, வாத்து போன்றவற்றைச் செய்துள்ளனர். சில பறவைகள் தம் சிறகினை விரித்துப் பறக்கின்ற இயல்பான நிலையில் செய்யப்பட்டுள்ளது அக்காலக் கலைஞர்களின் கற்பனைத் திறனை வெளிக்காட்டுவதாக உள்ளது. இக்காலச் சுடு மண் கலைஞர்கள் விலங்கினங்களை இயல்பாக வடிவமைப்பதில் சிறந்த தேர்ச்சி பெற்றிருந்தனர் என ஆல்ச்சின் என்ற தொல்லியல் அறிஞர் கருதுவர். இப்பொம்மைகள் சமயச் சார்புடையன எனக் கருதுவதற்கு உரிய சான்றுகள் இல்லையென்பதால், இவைகளை

விளையாட்டுப் பொம்மைகள் எனக் கருதலாம்.

விளையாட்டுப் பொருள்கள் பலவும் இக்காலகட்டத்தில் செய்யப்பட்டுள்ளன. ஊதல், தலையாட்டும் பொம்மைகள் (படம் 55), சக்கரங்கள் பூட்டிய விலங்குகள் (படம் 56), மேலும் கீழுமாக ஏறி இறங்கும் குரங்கு (படம் 57), ஆகியவற்றைக் குறிக்கலாம். விளையாட்டுப் பொருள்களாக இவர்கள் வடிவமைத்த சுடு மண் வண்டிகள் பலவிதமாக உள்ளன. இவ்வண்டியின் அடிச் சட்டங்கள், சக்கரங்கள் ஆகியன மிக நேர்த்தியாகச் செய்யப்பட்டுள்ளன. அன்றைய வண்டிகள் எவ்வாறிருந்தன என இவற்றின் மூலம் நன்கு அறியலாம். மேலும் சிறு முத்திரைகள், வட்டுகளில் புடைப்பு உருவங்கள் ஆகியவற்றையும் செய்துள்ளனர். பறவைகள் ஏற்றப்பட்டு, துடுப்புகள், மாலுமி அறையோடுள்ள படகினை, வட்டில் ஒன்றில் புடைப்பு உருவமாக வனைந்துள்ளனர் (படம் 58).

3.5. அரப்பா பண்பாட்டுப் பிந்தைய உருவங்கள்

சிந்துவெளி நாகரிகத்தை அடுத்து சிந்து–கங்கைச் சமவெளியில் தோன்றிய செப்புப் புதையல் பண்பாட்டிலும் சுடு மண் பொம்மைகள் வனையும் கலை சிறப்புற்றிருந்தது. அதிக அளவில் மண்பொம்மைகள் செய்யப்பட்டன. சிந்து–கங்கைச் சமவெளியில் கிடைக்கும் வண்டல் மண் படிவுகள் மண் உருவங்கள் செய்வதற்கு ஏற்றனவாக உள்ளதை ஒரு முக்கிய காரணமாகக் கருதுவர். சுடு மண்கலையில் ஏற்பட்ட பெரும் வளர்ச்சிக்கு ஒரு முக்கிய காரணமாக இக்காலகட்டத்தில் நிலவிய வணிக வளர்ச்சியினைக் கருதுவர். ஆயினும் இக்காலச் சுடு மண் கலைப்பாணி அரப்பா நாகரிகம் முடிவுக்கு வந்த காலகட்டத்தில் மறைந்தழிந்தது எனக் கருதுகின்றனர்.

அரப்பா நாகரிகத்தின் இறுதியில் இந்திய அரசியல் போக்கில் சில முக்கிய மாறுதல்களால் ஏற்பட்டன. வட இந்தியாவில் சிந்து–கங்கைச் சமவெளியில் ஆரியர் தம் பண்பாட்டை நிறுவினர். பல அரசுகள் தோற்றமெடுத்தன; தொன்மையான மக்கள் கூட்டங்களும் அரசுகளை ஏற்படுத்திக்கொண்டு பல பகுதிகளை ஆண்டன. இவ்

அரசுகள் ஏறக்குறைய கி.மு. 300 ஆண்டுகள் வரை செல்வாக்கோடு நிலவின. பழம் இந்திய சமயத்திற்கு எதிராக புத்தம், சமணம் ஆகிய மதங்கள் தோற்றுவிக்கப்பட்டன. இந்த காலகட்டத்தைச் சார்ந்த பல இடங்கள் அகழாய்வு செய்யப்பட்டிருந்த போதும் சுடு மண் பொம்மைகள் செய்யும் கலை பற்றி அதிகமாக அறிந்துகொள்ளத்தக்க சான்றுகள் மிகக் குறைந்த அளவே கிடைத்துள்ளன.

சுமார் கி.மு. 600க்கு முன்பாகச் செய்யப்பட்டதாகக் கருதப்படும் சில பொம்மைகள் அஸ்திநாபுரம், ராஜ்காட் அகழாய்வுகளில் கண்டெடுக்கப்பட்டுள்ளன. அஸ்தினாபுரத்தில் கிடைத்த காளை பொம்மைகள் மூன்றும் முழுதும் கையால் செய்யப்பட்டு சூளையில் இட்டுச் சுடப்படாமல் உள்ளன. இதனால் இப்பொம்மைகள் கரடாகவும் கலையம்சம் ஏதுமற்று உள்ளன. ராஜ்காட் அகழாய்வில் கிடைத்த தொன்மையான பெண் உருவங்களைத் தாய்த் தெய்வங்களாகக் கருதுகின்றனர். இங்கே காளை, யானை போன்ற விலங்கு உருவங்களும் கிடைத்துள்ளன. இவற்றில் சிலவற்றின் மீது செம்மண் பூச்சு இடப்படுள்ளது. மங்கிய சிவந்த நிறமோடு சில உருவங்கள் காணப்படுகின்றன. சில பொம்மைகளின் மீது கருப்பு வண்ணப் பூசப்பட்டுள்ளது.

3.6.மௌரியர் கால உருவங்கள்

இந்திய வரலாற்றில் ஏற்பட்ட அரசியல் மாறுதல்களால் கி.மு. நான்காம் நூற்றாண்டளவில் (கி.மு.321) மௌரியப் பேரரசு ஏற்படுத்தப்பட்டது. சந்திரகுப்தன், பிந்துசாரர் ஆகியவர்களுக்குப் பின்னர் அசோகர் அரியணை ஏறினார். இம்மூன்று மன்னர்கள் காலத்தில் பரந்த பேரரசாகப் பொலிவுடன் திகழ்ந்த இவ்வரசு, இரண்டாம் நூற்றாண்டளவில் சீர்குலைந்து மறைந்தது.

கி.மு. 185 இல் தோற்றுவிக்கப்பட்ட சுங்கர் அரசு சிறிது காலம் ஆண்ட பின்னர், கண்வர்கள், இந்தோ கிரேக்கர்கள், குசாணர் ஆகிய அரசுகள் வட இந்தியப் பகுதிகளை ஆண்டன. இவ் அரசுகள் கி.பி. 321 ஆம் ஆண்டு வரை, அதாவது குப்தர் பேரரசு ஏற்படுத்தப்படும் வரை நிலவின.

இக்காலகட்டத்தைச் சார்ந்த சுடு மண் பொம்மைகள், அஸ்திநாபுரம், அகிசத்ரா, சிராவஸ்தி, ராஜகட் (வாரணாசி) அகழாய்வுகளில் கண்டெடுக்கப்பட்டுள்ளன. பாடலிபுத்திரம், மாளவம், கோசாம்பி ஆகிய இடங்களில் மாளிகைப் பகுதி அகழாய்வுகளில் நேர்த்தியான சுடு மண் உருவங்கள் கிடைத்துள்ளன.

மௌரியர் காலப் பொம்மைகள் பெரும்பாலும் கையால் வடிவமைக்கப்பட்டன. மண் அச்சுகளைக் கொண்டு சுடு மண் உருவங்களைச் செய்யும் தொழில் நுட்பம் இக்காலகட்டத்தில் வளர்ச்சியுற்றது. இவற்றில் சில செம்மண் பூச்சுடன் உள்ளன. கலையம்சமில்லாத கரடாக உள்ள பொம்மைகளைச் சமய வழிபாட்டோடு தொடர்புபடுத்துவர். சில பொம்மைகள் சிறுவர் விளையாடுவதற்காகச் செய்யப்பட்டன.

மௌரியர் காலச் சுடு மண் பொம்மைகள் பல அகிச்சத்திராவில் கிடைத்துள்ளன. அவற்றுள் சிலவற்றை தாய்த் தெய்வமாகக் கருதுகின்றனர் (படம் 59, 60). உடலில் புள்ளிகளைக் குத்தியும், நீண்ட கோடுகளைக் கீரியும் அலங்காரம் செய்துள்ளனர். இவைகள் மிகத் தொன்மையான கலைப்பாணியைப் பின்பற்றி கைகளால் வனையப்பட்டுள்ளது நோக்கத்தக்கது. அஸ்திநாபுரம் அகழாய்வுகளில் கண்டெடுக்கப்பட்ட ஆண் பெண் உருவங்கள் பல நிலைகளில் நேர்த்தியாக செய்யப்பட்டுள்ளன. இவை பலவித தலையலங்காரங்களுடனும், அதிக அளவு ஆபரணங்களோடும் உள்ளன (படம் 61–63). ஒட்டுப்பாணி முறையைப் பின் பற்றி உடல் பகுதிகள், தலையலங்காரம், ஆபரணங்கள் ஆகியவற்றைச் செய்துள்ளனர்.

சிராவஸ்தியில் மிகக் குறைந்த எண்ணிக்கையில் மௌரியர் காலப் பொம்மைகள் கிடைத்துள்ளன. இங்கு கிடைத்த மனித, விலங்கு பொம்மைகள் யாவும் கையால் வனையப்பட்டு, குத்துப் புள்ளிகளால் அலங்கரித்துள்ளனர். இக்காலப் பொம்மைகளில் பல, மண் அச்சுகளைக் கொண்டு செய்யப்பட்டுள்ளன.

மனித உருவங்களைத் தவிர யானை, காளை,

குதிரை உருவங்களைச் செய்துள்ளனர். இவை சாம்பல், கருப்பு நிறங்களில் உள்ளன. இவற்றில் சுவஸ்திக குறிகள் இட்டு அலங்கரித்துள்ளனர். இங்கு கண்டெடுக்கப்பட்ட பொம்மைகளில் சாம்பல் நிறமுடைய மண் தட்டு வடிவங்களைச் சிறப்பாகக் குறிப்பிட வேண்டும். இத்தட்டுக்களில் ஆண் பெண் உருவங்கள் புடைப்புச் சிற்பமாக, இருபரிமாணங்களில் செய்துள்ளனர். இவற்றில் சிலவற்றை ஆண் பெண் இணைச் (மிதுன) சிற்பங்கள், தம்பதி பொம்மைகள், கடவுள் வடிவங்கள் என்றும் அடையாளப்படுத்துவர். இத்தட்டுகள் யாவும் அச்சினைக் கொண்டு செய்யப்பட்டவை.

ராஜ்காட்டில் மண்பொம்மை செய்யும் கலை நன்கு வளர்ச்சியுற்றிருந்தது. இங்கும், கையாலும், மண் அச்சுகளைக் கொண்டும் பொம்மைகள் செய்யப்பட்டன. இங்கு அதிக அளவில் மனித உருவங்கள் செய்யப்பட்டன. மற்ற இடங்களில் பொதுவாகக் காணப்படும் காளை உருவங்கள் இவ்விடத்ததில் கிடைக்கவில்லை. இங்கே கிடைத்தவற்றுள் அச்சில் வனையப்பட்ட உருவங்களே அதிகமானவை.

3.7.சுங்கர், பிற்கால உருவங்கள்

சுங்கர், கண்வர், குசாணர் காலப் பொம்மைகள் பல கங்கைச் சமவெளி ஊர்களில் கண்டெடுக்கப்பட்டுள்ளன. சுங்கர் கலைப்பாணியில் ஆன சுடு மண் பெண் உருவங்கள் பலவித ஆபரணங்கள் அணிந்துள்ளாவாறு அழகாக வனையப்பட்டுள்ளன (படம் 64). அஸ்திநாபுரத்தில் கண்டெடுக்கப்பட்ட பல உருவங்கள் கையால், கனமாகச் செய்யப்பட்டுள்ளன. சில பெண் உருவங்கள் கையில் கிளியோடு காணப்படுகின்றன. யானைகளின் உடல் பகுதிகள் மீது சிறு வட்டங்களை அழுத்தி அலங்கரித்துள்ளனர். சில யானைகளின் அடியில் சக்கரங்கள் பூட்டப்பட்டுள்ளன. இவை சிறுவர் விளையாடுவதற்காகச் செய்யப்பட்ட பொம்மைகளாகலாம்.

மனிதத் தலையும் விலங்கு உடலும் கொண்ட கலப்பினப் பொம்மைகளும் இக்காலகட்டத்தில் வனையப்பட்டன.

முக்கியமான கலைப்படைப்பாக புடைப்புச் சிற்பங்களைப் போல் இருபரிமாணங்களில் வடிவமைக்கப்பட்ட தட்டு பொம்மைகளைக் குறிக்கலாம். மௌரியர் காலத்தைவிட மிக நேர்த்தியாக இத் தட்டுகள் செய்யப்பட்டுள்ளன. இவற்றில் ஆண் பெண் இணையாக நிற்கும் உருவங்கள் (படம் 65, 66), புராணக் கதை நிகழ்வுகள் என பலவிதமான புடைப்பு உருவங்கள் உள்ளன. கோசாம்பியில் காணப்பட்ட தட்டு ஒன்றில் உதயணன் கதை நிகழ்வுகள் புடைப்பு உருவங்களாக வனையப்பட்டுள்ளன (படம் 67). இத்தட்டுக்கள் சில சிராவஸ்தியிலும் கண்டெடுக்கப்பட்டுள்ளன. சுங்கர் கலைப்பாணி பொம்மைகள் ராஜ்காட்டிலும் கிடைத்துள்ளன.

சுங்கர் கலைப்பணிச் சுடு மண் பொம்மைகளில் சிலவற்றில் அக்கால பிராமி எழுத்து வடிவங்கள் வனையப்பட்டுள்ளன. சுக என்ற இடத்தில் கிடைத்த 15 சுடு மண் பொம்மைகளிலும், எழுத்துப் பலகையில் எழுத்துருக்களை எழுதிப் பழகும் சிறுவன் உருவம் உள்ளது (படம் 68). இவ்வகை அரிய பொம்மைகள் இவ்விடத்தில் தான் முதல்முதலாகக் கிடைத்துள்ளன. இரண்டாயிரம் ஆண்டுகளுக்கு முன்பாக இருந்த எழுத்துப்பலகை, எழுத்தாணி, எழுதும் முறை ஆகியனவற்றை இப்பொம்மைகளைக் கொண்டு எளிதில் அறியலாம். சில பொம்மைகளில் உயிர் எழுத்துக்களையும், மற்றவற்றில் மெய்யெழுத்துக்களையும் எழுதிய நிலையில் சிறுவன் உருவம் உள்ளது. இப்பலகைத் தட்டுகள் மிக நேர்த்தியாகச் செய்யப்பட்டுள்ளன. இப்பொம்மைகள் சுமார் 6-8 செ.மீ நீளமும் 4-6 செ.மீ அகலமும் உடையனவாகச் செய்யப்பட்டுள்ளன.

குசாணர் கலைப்பாணியைச் சார்ந்த ஆண், பெண் பொம்மைகள் அழகுற வனையப்பட்டுள்ளன (படம் 69). இவற்றில் பல, மண் அச்சுகளில் செய்யப்பட்டவை. ராஜ்காட்டில் இக்காலக் கலைப்பாணியைச் சார்ந்த மண் பொம்மைகள், பொம்மைத் தட்டுகள் பல கிடைத்துள்ளன. இவை இருபரிமாணப் புடைப்புச் சிற்பங்களாக வடிவமைக்கப்பட்டுள்ளன. முற்காலங்களைப் போல் சிறந்த கலைநுட்பத்துடன் இத் தட்டுகள் ஆக்கப்படவில்லை. புத்த

சமயம் சார்ந்த போதிசத்துவர் (மைத்ரேயர்) உருவங்கள் பல செய்யப்பட்டுள்ளன.

இக்காலத்தில் சிங்கம் (படம் 70), யானை, குதிரை ஆகிய விலங்கின பொம்மைகள் செய்யப்படுள்ளன. அவற்றில் யானைகளே அதிக அளவில் உள்ளன. குதிரை, யானைகளின் மீது அவற்றை இயக்கும் சாரதிகளோடும் வடிவமைத்துள்ளனர். இவற்றில் விலங்குகளை கையாலும், மனித உருவங்களை அச்சைக் கொண்டும் செய்துள்ளனர். இயக்கர் பொம்மைகளும் இக்காலகட்டத்தில் செய்யப்பட்டுள்ளன. கரடாக, கலைநேர்த்தியற்ற சுடு மண் பொம்மைகளும் உள்ளன. இப்பொம்மைகள் சமயம் சார்ந்த பொம்மைகளாகக் கருதுவர்.

3.8. குப்தர் கால உருவங்கள்

கி.பி. 3 ஆம் நூற்றாண்டளவில் நிறுவப்பட்ட குப்தர் பேரரசு அரசியல், கலை, இலக்கியத் துறைகளில் சிறந்த படைப்புகளை அளித்துள்ளது. இக்காலச் சுடு மண் உருவங்களில் சிறந்த படைப்புகள் பெரும்பாலும் கங்கை-யமுனைச் சமவெளியில் ஆக்கப்பட்டன. மற்ற காலங்களைப் போன்றே மனித, விலங்கு உருவ பொம்மைகள் இக்காலத்திலும் செய்யப்பட்டன.

சதுர, வட்டத் தட்டுக்களில் சுடு மண் உருவங்கள் செய்யப்பட்டன. இவை கோவில், அரண்மனை, மற்றும் பெரிய வீடுகள் ஆகியவற்றின் சுவர்களை (படம் 71, 72) அலங்கரிக்கப் பயன்பட்டன. இவற்றில் புராண, புத்த, சமணக் கதை நிகழ்வுகள் சித்தரிக்கப்பட்டுள்ளன. இத் தட்டுக்களில் சிலவற்றில் தம்பதியர், குடும்ப உறுப்பினர்கள் போன்று வாழ்க்கை நிகழ்வுகளும் வனையப்பட்டுள்ளன. சில உருவங்களுக்கு வண்ணம் தீட்டியுள்ளனர். மாடங்களின் உட்புறத்தில் வைப்பதற்கு ஏற்ற அழகான பொம்மைகளும் (படம் 73) செய்யப்பட்டன. சாலபஞ்சிக எனப்படும் கொடியைத் தாங்கிப்பிடித்தவாறுள்ள பெண் பொம்மைகளும் மிக அழகாக வடிவமைக்கப்பட்டுள்ளன (படம் 74). இக்காலகட்டத்தில் பொம்மைகள் செய்ய அச்சுகளும் பயன்

படுத்தப்பட்டுள்ளன.

அஸ்திநாபுரத்தில் கண்டெடுக்கப்பட்டுள்ள மனித மற்றும் விலங்கின பொம்மைகள் சிலவற்றின் மீது செம்மண் பூச்சு காணப்படுகிறது. சிறிய காளை பொம்மைகள் பல கிடைத்துள்ளன. இவற்றைச் சமய வழிபாட்டோடு தொடர்பு படுத்துவர். அகிச்சத்திராவில் கிடைத்த பெண் உருவத் தலைகள் சில அழகான பெரிய கொண்டையோடும் காட்சியளிக்கின்றன (படம் 75). இன்னும் சில பெண் உருவங்கள் குழந்தையை ஏந்திய வண்ணம் உள்ளன (படம் 76). பெண் உருவங்களில் சிலவற்றைத் தாய்த் தெய்வம் எனக் கருதுகின்றனர். இவ்வுருவங்கள் பொதுவாகக் கையால் வனையப்பட்டன. கரடு முரடாகவும், கலை நுணுக்கமோடும் பொம்மைகள் செய்யப்பட்டுள்ளன.

இங்கே கண்டெடுக்கப்பட்ட பல உருவங்களில் திருமால், பிள்ளையார், மகிசாசுரமர்தினி (துர்கை) போன்ற தெய்வ உருவங்கள் கையால் செய்யப்பட்டவை. அச்சில் செய்யப்பட்ட தெய்வ உருவங்களில் உமையோடுள்ள சிவன், தட்சிணாமூர்த்தி (படம் 77) உருவங்களைக் குறிக்கலாம். குதிரை, யானைகள் அவற்றைச் செலுத்துவோருடன் செய்யப்பட்டுள்ளனர். முற்காலத்தைப் போன்று, இக்காலத்திலும் தட்டுகளில் புடைப்புச் சிற்பங்களைச் செய்துள்ளனர். சிராவஸ்தியில் அழகான மனித பொம்மைகள் செய்யப்பட்டுள்ளன. இங்கு செய்யப்பட்ட விலங்கு உருவங்கள் கரடாக உள்ளன. இக்காலகட்டத்தில் செய்யப்பட்ட உருவங்களில் நன்கு சுடப்படாத காளை வடிவங்கள் சிலவும் அடங்கும். ராஜ்காட்டில் சடைமுடியோடுள்ள சிவன் உருவம் கண்டெடுக்கப்பட்டுள்ளது (படம் 78). இங்கு இரட்டை அச்சுகளைப் பயன்படுத்தி குதிரை வீரர் பொம்மைகளைச் செய்துள்ளனர். கையால் வனையப்பட்ட விலங்கு பொம்மைகளும் உண்டு.

கல்வெட்டு வாசகங்கள் உள்ள குப்தர் காலச் சுடு மண் பொம்மைத் தட்டுகள் பல கிடைத்துள்ளன. இவைகள் நாசர் கேரா, ஜிந்த், சந்தாயா ஆகிய ஊர்களில் கண்டெடுக்கப்பட்டுள்ளன. இவற்றில் உள்ள எழுத்துக்களைக்

கொண்டு இவை குப்தர் காலத்தைச் சார்ந்தன என ஐயமின்றி உரைக்கலாம். இவை ஒவ்வொன்றும் 43 x 43 செ. மீ அளவில் உள்ளன. இவற்றில் சில பின்னமடைந்துள்ளன. இத்தட்டுகளில் இராமாயண காட்சிகளை புடைப்புச் சிற்பங்களாக்கியுள்ளனர். நாசர் கேராவில் கிடைத்த ஒரு தட்டில் இராமர், சீதை, லட்சுமணர் உருவங்கள் மிக அழகாக வடிவமைக்கப்பட்டுள்ளன. அக்கால பிராமி எழுத்தில் பொறிக்கப்பட்டுள்ள வாசகத்தில் இவர்கள் பஞ்சவடிக்கு செல்வதாக உள்ளது. இங்கு கிடைத்த மற்றொரு தட்டில் திரிசடையின் உருவம் உள்ளது. அதில் பொறிக்கப்பட்ட வாசகத்தில் இராமர் பதிநான்கு இராக்கதர்களை வெற்றி கொண்டது குறிப்பிடப்பட்டுள்ளது.

ஜிந்தில் கிடைத்த தட்டுகளில் ஒன்றில் அநுமன் அசோகவனத்தை அழிக்கும் காட்சியும், மற்றொன்றில் வாலியும் சுக்ரீவனும் போரிடும் காட்சி புனையப்பட்டுள்ளது. சந்தாயாவில் கிடைத்த தட்டு ஒன்றில், சூர்ப்பனகையின் மானபங்கக் காட்சி வனையப்பட்டுள்ளது. இராமாயணக் காட்சிகள் புனையப்பட்டிருப்பதால், இத்தட்டுகள் யாவும் இராமர் கோவிலின் சுவர்ப் பகுதிகளை அலங்கரித்தவையாக இருத்தல் கூடும்.

3.9.இடைக்கால உருவங்கள்

குப்தர் பேரரசு வீழ்ச்சியுற்ற பின்னர் இடைக்கால அரசுகள் பல வட இந்தியாவில் தோற்றமெடுத்தன. ஹர்சர் போன்ற சில திறமையான அரசர்கள் சில காலம் செல்வாக்குடன் வட இந்தியப் பகுதிகளை ஆண்டனர். இக்காலத்தில் சிறப்புற்று விளங்கிய நகரப்பகுதிகளில் நடைபெற்ற அகழாய்வுகள் மிகச் சிலவே. எனவே இக்காலகட்டத்தைச் சார்ந்த சுடு மண் படைப்புகள் மிகச் சிலவே கிடைத்துள்ளன. இச் சான்றுகளின் அடிப்படையில் இவ்விடைக் காலத்தில் சுடு மண் பொம்மை செய்யும் கலை நன்கு வளர்ச்சியுறவில்லை என்றும் அவற்றின் தரத்தில் வீழ்ச்சி ஏற்பட்டது எனவும் கருதுவர். மேலும் திறமையான கலைஞர்கள் பொம்மை செய்யும் கலையில் ஈடுபடவில்லை என்றும், அவர்கள்

படைப்புகளும் கலை நுணுக்கம் குறைந்தவைகளாக உள்ளன எனவும் குறிப்பிடுவர்.

பொம்மைகள் பெரும்பாலும் கையால், கனமாக வனையப்பட்டன என்றாலும் கரடுமுரடாகச் செய்யப்பட்டுள்ளன. மிகக்குறைந்த அளவிலேயே அச்சுகளைப் பயன்படுத்தி பொம்மைகளை உருவாக்கியுள்ளனர். மனித பொம்மைகள், குதிரைகள், குதிரை மீதமர்ந்த வீரர்கள் போன்ற பொம்மைகளை வடிவமைத்துள்ளனர். இக்காலத்தில் ராஜ்காட்டில் குரங்கு பொம்மைகளயும் செய்துள்ளனர். அகிச்சத்திராவில் இந்துக் கடவுள் உருவங்கள் மற்றும் மண் தட்டு புடைப்புப் பொம்மைகளைச் செய்துள்ளனர்.

4.தென்னிந்திய உருவங்கள்

4.1.முன்னுரை

இந்தியத் துணைக் கண்டத்தின் பிற பகுதிகளைப் போன்றே தென்னிந்தியாவிலும் புதிய கற்காலத் தடயங்கள் காணப்பட்டுள்ளன. ஆயினும் இச் சான்றுகள் பரவலாகக் காணப்படாமல் சில பகுதிகளில் மட்டுமே உள்ளன. இக்காலத்தைச் சார்ந்த சுடு மண் படைப்புகள் கிடைத்தாலும் குறிப்பிடத்தக்க அளவில் கிடைக்கவில்ல. இதனால் இக்காலச் சுடு மண் கலையின் முக்கிய தன்மைகளைத் தெளிவாக அறிய இயலவில்லை. தக்காணத்தின் மஹாராஷ்ட்ரம், கருநாடகம், ஆந்திரப்பிரதேசம், தெலிங்கானா ஆகிய பகுதிகளில் நடை பெற்ற அகழாய்வுகளில் செம்பு கற்காலத்தின் பிற்பகுதிகளில் செய்யப்பட்ட சுடு மண் பொம்மைகள் காணப்பட்டுள்ளன. இவற்றில் வெயிலில் உலர்த்தப்பட்ட மண் பொம்மைகள் பலவும் அடங்கும். இரும்பு காலம் மற்றும் மௌரியர், சாதவாகனர், இக்சுவாகுக்கள் ஆகியோர் ஆட்சிக் காலங்களில் வனையப்பட்ட சுடு மண் பொம்மைகள் பலவும் தென்னகப் பகுதிகளில் கிடைத்துள்ளன. பொம்மைகள் செய்யும் கலையில் ஏற்றபட்ட தொழில் நுட்ப வளர்ச்சியின் தாக்கத்தால் புதிய வகைப் பொருள்கள் பயன்படுத்தப்பட்டு பொம்மைகளும் உருவாக்கப்பட்டன.

4.2. மஹாராஷ்ட்ரம்–மாளவப் பண்பாட்டு உருவங்கள்

தக்காணத்தின் வட பகுதியில் அமைந்துள்ள மஹாராஷ்ட்ரம் மாநிலத்தில் சுடு மண் வனையும் கலை பிந்தைய அரப்பா பண்பாட்டுக் காலமுதல் காணப்படுகிறது. பிந்தைய அரப்பா பண்பாட்டு நிலைகளுக்கு மிக அருகே இம்மாநிலத்தின் வடபகுதி அமையப் பெற்றிருப்பதால் இப் பண்பாட்டின் தாக்கம் இங்கெல்லாம் புலப்படுகிறது. குஜராத், மத்திய இந்தியா ஆகிய பகுதிகளிலும் இப்பண்பாட்டின் தாக்கத்தை உணரலாம். இங்கெல்லாம் இப் பண்பாட்டுத் தடயங்கள் சுமார் கி.மு. 1600 ஆண்டு முதல் காணப்படுகின்றன. இப்பண்பாடு பொதுவாக மாளவப் பண்பாடு என அழைக்கப்படுகிறது. மஹாராஷ்ட்ரம் மாநிலத்தின் வடபகுதியில், நவ்டாதோலி, பிரகாசி, தைமாபாத் ஆகிய பகுதிகளை உள்ளடக்கி, தெற்கே இநாம்காவ் வரை இப்பண்பாடு நிலவியது. கருப்பு சிவப்பு பானைகள், பழுப்பு நிற பானைகள், நீண்ட அலகுடைய கத்திகள் ஆகியவற்றை இம்மக்கள் செய்தனர்.

வேளாண்மை, வேட்டையாடல், மீன்பிடித்தல் போன்ற தொழில்களைச் செய்து வாழ்க்கை நடத்தினர். சுடு மண் பொருள்களையும் இவர்கள் செய்து பயன் படுத்தியுள்ளனர் என்பது, இநாம்காவ், தைமாபாத், நவ்டாதோலி ஆகிய இடங்களில் நடைபெற்ற அகழாய்வுகளில் கண்டெடுக்கப்பட்ட சுடு மண் பொருள்களிலிருந்து புலப்படும்.

முப்பரிமாண மனித உருவங்கள் பல செய்யப்பட்டுள்ளன. இவற்றில் ஆண், பெண் பொம்மைகளும் அடங்கும். தைமாபாத், நவ்டாதோலியில் கண்டெடுக்கப்பட்ட ஆண் உருவங்கள் யாவும் கையால் வனையப்பட்டவை. இயல்பான உருவ அளவோடுள்ள இவை அலங்காரமின்றியும் அழகுணர்ச்சியற்றும் உள்ளன. இதன் உடல்பகுதிகள் மெருகூட்டப்படாமல் சொரசொரப்பாக உள்ளன. முக்கோண வடிவ முகத்தில் அங்கங்கள் அடையாளம் காணுமாறும் தெளிவாகச் செய்யப்படவில்லை. இவற்றில் ஆடை, அணிமணிகள் ஏதும் காட்டப்படவில்லை.

இநாம்காவில் கிடைத்த ஆண் பொம்மைகள் நல்ல களிமண்ணைக் கொண்டு செய்யப்பட்டிருப்பினும் கரடு முரடாகச் செய்யப்பட்டுள்ளன. இவற்றின் முகப் பகுதிகளின் உருவ அடையாளங்களும் தெளிவாகக் காட்டப்படவில்லை. அகலமான தோள்களோடும் தொங்கவிடப்பட்ட குறுகிய கைகளோடும், கட்டைக் கால்களோடும் உள்ள இவை சுடப்படாமல் உலர்த்தப்பட்டுள்ளன.

பெண் உருவங்கள் இநாம்காவ், தைமாபாத் ஆகிய இடங்களில் கிடைத்துள்ளன. நவ்டாதோலியில் கிடைத்த பெண் உருவங்களில் முழு உடலோடுள்ள பொம்மைகள் ஒரு வகையாகும். அகன்ற இடை மற்றும் புடைத்த பின்பகுதி, கட்டைக் கால்களோடுள்ள இவற்றின் கண்கள், தொப்புள் ஆகியன நகக்கீரல் கோடுகளால் காட்டப்பட்டுள்ளன.

விலங்கினங்களில் மிக அதிகமாகக் காணப்படுவது காளை உருவங்கள். இவை காளை வழிபாட்டுடன் தொடர்புள்ளவையாகக் கருதப்படுகின்றன. திமிலோடு சிலவும், திமிலற்று சிலவும் உள்ளன என்றபோதும் இவையாவும் நீண்ட கொம்புகளோடு செய்யப்பட்டுள்ளன. இவற்றில் சில உருவங்கள் விரல் நகங்களால் குத்திய வரைகோடுகளால் அழகுபடுத்தப்பட்டுள்ளன. இவ் உருவங்கள் மிக நல்ல களிமண்ணைக் கொண்டு செய்யப்பட்டு, அளவாகச் சுடப்பட்டுள்ளதைச் சிறப்பாகக் கருதவேண்டும். நவ்டாதோலியில் கிடைத்த காளைகள் வட்ட முகத்தோடுள்ளன. இவை யாவும் கையால் வனையப்பட்டு, நகத்தால் கீறி அலங்காரம் செய்யப்பட்டுள்ளன. இநாம்காவில் கிடைத்த காளைகள் வெகு இயல்பான தோற்றத்தில் வடிவமைக்கப்பட்டுள்ளன. மிகச்சிறந்த கருப்பு களிமண்ணால் இவை ஆக்கப்பட்டுள்ளன.

முன் துருத்திய கொம்புகளோடும் உயர்த்திய வாலோடும் உள்ள இக் காளைகள் மிக நேர்த்தியாகச் செய்யப்பட்டுள்ளன. தைமாபாத்தில் கிடைத்த காளைகள் மண்டியிட்ட நிலையில் உள்ளன. பருத்த உடலோடும், புடைத்த திமிலோடும் உள்ளன. இவற்றின் கால்கள் தனித்தனியே காட்டப்படாமல் ஒன்றுபோல் ஆக்கப்பட்டுள்ளது. கரடு

முரடாகச் செய்யப்பட்டு, கழுத்தை உயர்த்திய குதிரையை, நவ்டாதோலியில் கண்டெடுத்துள்ளனர். இங்கே நாய், காண்டாமிருகம் ஆகிய உருவங்களும் கிடைத்துள்ளன. சிவந்த நிறத்தோடும், தட்டையான அடிப்பாகம் உள்ள பறவை பொம்மைகளும் இங்கே கிடைத்துள்ளன.

பானைகளை அழகுபடுத்த அதன் வெளிப்புறத்தே ஒட்டப்படும் இருபரிமாண பொம்மைகளும் இக்காலகட்டத்தில் செய்துள்ளனர். கரடுமுரடாகச் செய்யப்பட்டு பானையில் ஒட்டப்பட்ட இவற்றை தைமாபாத்தில் எடுத்துள்ளனர். இவற்றில் ஆண், பெண் உருவங்களும் உள்ளன. நகக்கீரல் கோட்டு அலங்காரம் இவற்றில் செய்யப்பட்டுள்ளது. நவ்டாதோலியிலும் இவ்வகை ஆண் உருவங்கள் கிடைத்துள்ளன. இவை வீட்டுச் சடங்குகளில் பயன் பட்டிருக்கலாம். முக்கியமாக, பெற்றோர், குழந்தைகள் நலன், உழவு வளமைச் சடங்குகள் ஆகியவற்றில் பயன்படுத்தப்பட்டன. பேய் பூதம் போன்ற துன்பியல் நடவடிக்கைகளிலிருந்து தம்மைத் தற்காத்துக்கொள்ள நடைபெறும் சடங்குகளிலும் இப்பொம்மைகள் பயன்படுத்தப்பட்டிருக்கலாம்.

4.3.ஜோர்வே பண்பாட்டு உருவங்கள்

மாளவப் பண்பாட்டையடுத்து ஜோர்வே பண்பாடு நிலவியது. இப்பண்பாட்டு ஊர்கள் மஹாராஷ்ட்ரம் மாநிலத்தில் கிருஷ்ணை–கோதாவிரி ஆற்றுப்படுகைக்கு வடக்கே அமைந்துள்ளன. கி.மு. 1500 முதல் 1000 வரை இப்பண்பாடு நிலவியது. நெவாசா, தைமாபாத், பாகல், பிரகாசி, சாந்தோலி, சோன்காவ், தானே, இநாம்காவ் ஆகிய இடங்களில் நடைபெற்ற அகழாய்வுகளில் இப் பண்பாட்டு நிலைகள் அடையாளம் காணப்பட்டன. இப்பண்பாட்டைச் சார்ந்த மக்கள் செவ்வக அமைப்புடைய பெரிய குடில்களமைந்த குடியிருப்புகளில் வாழ்ந்தனர். வேளாண்மை, கால்நடைகளை மேய்த்தல், வேட்டையாடல், மீன்பிடித்தல் போன்ற தொழில்களைச் செய்தனர். மிகச் சிறந்த வகையிலான ஆரஞ்சு நிறப் பானைகளை வனைந்தனர்.

சால்சிடெனி, அகேட் போன்ற மணிக் கற்களால் சிறு சிறு கல் கருவிகளைச் செய்து பயன் படுத்தினர். இப்பண்பாட்டைச் சார்ந்த பல இடங்களில் சுடு மண் பொம்மைகள் கண்டெடுக்கப்பட்டுள்ளன.

நெவாசா, தைமாபாத், இநாம்காவ், சாந்தோலி ஆகிய இடங்களில் கண்டெடுக்கப்பட்ட மனித உருவங்கள் பெரும்பாலும் சுடப்பட்டவையாயினும், உலர்த்திய மண் உருவங்கள் சிலவும் உள்ளன. இவைகள் சுமார் 4 செ.மீட்டரிலிருந்து 35 செ.மீட்டர் வரை உயரமுடையன. சிவப்பு, கருப்பு, பழுப்பு வண்ணங்களில் இப் பொம்மைகள் செய்யப்பட்டுள்ளன. சரளைகள் உள்ளதும், நன்கு கலக்கப்பட்டு முழுவதுமாக பிசையப்படாத மண்ணில் இப் பொம்மைகள் செய்யப்பட்டன. இவற்றில் சில நின்றவாறுள்ளன. அங்க அமைப்புகள் தெளிவாகப் புலப்படாவண்ணம் இவை செய்யப்பட்டுள்ளன.

இநாம்காவிலிருந்து ஆண் பொம்மைகள் மட்டுமே கிடைத்துள்ளன. முப்பரிமாணத்தில், முழுவதுமாகச் செய்யப்பட்ட பொம்மைகள் குட்டையாகவும், பருமனாகவும் செய்யப்பட்டுள்ளன (படம் 79). ஆண் உருவங்கள் முக்கோண வடிவத் தலை, குறுங்கால்கள், வளைந்த கைகள், குறுகிய கழுத்து ஆகியவற்றோடு தட்டையான உடலோடு உள்ளன. கைகள் முன்பக்கம் நீட்டப்பட்டோ, தொங்கவிடப்பட்டோ அல்லது கைகளையும் கால்களையும் பக்கவாட்டில் நீட்டியவாறோ உள்ளன. இவற்றில் எவ்வித அலங்காரமும் செய்யப்படவில்லை. இங்கு கிடைத்த ஆண் பொம்மைகளில் குறிப்பிடத்தக்க உருவ அமைப்புகள் புலப்படுமாறு செய்யப்படாமல் கரடு முரடாக உள்ளன. இவைகள் விளையாட்டு பொம்மைகளாகவோ, சடங்குகளில் வைக்கப்படும் பொம்மைகளாகவோ இருக்கலாம். கருப்பு வண்ண களிமண்ணால் பல பொம்மைகள் செய்யப்பட்டுள்ளன. இநாம்காவில் கிடைத்த, தலை உடைபட்டுள்ள, உருவத்தின் உடல் செவ்வக வடிவில் உள்ளது. நீண்ட குழல் போன்ற கால்கள், தனியே செய்யப்பட்டு ஒட்டிவைக்கப்பட்டுள்ளது. இவ் உருவம் சுடப்படாமல் உலர்த்திய நிலையில் உள்ளது.

பெண் உருவங்கள் நெவாசா, தைமாபாத், இநாம்காவ் ஆகிய இடங்களில் கிடைத்துள்ளன. குட்டையான உடலமைப்போடும், வளைந்த கைகள், தொங்கும் மார்பங்களோடு உள்ளன. இயல்பான உடலமைப்பு இப்பொம்மைகளில் காணப்படவில்லை. உலரவைக்கப்பட்ட பொம்மைகள் நெவாசா, தைமாபத்தில் கிடைத்துள்ளன. சுடப்பட்டவையோடு உலர்த்திய பொம்மைகளும் இநாம்காவில் கிடைத்துள்ளன.

நெவாசாவில் காணப்பட்ட உலர்த்திய பெண் உருவத்தைத் தாய்த் தெய்வம் எனக் கருதுகின்றனர். தெளிவாகப் புலப்படாத முகப் பகுதிகள், குறுகிய கைகள், சிறுத்த மார்பகங்கள், பள்ளமான தொப்புள் ஆகியவற்றோடு இவ் உருவம் வடிவமைக்கப்பட்டுள்ளது. இங்கே கிடைத்த பெரிய பொம்மை ஒன்று (படம் 80) முக்கோண வடிவத் தலை, தெளிவற்ற முகப் பகுதிகள், பக்கவாட்டில் விரித்த கைகள், தடிமனான உடல் பகுதிகள் ஆகியவற்றோடு உள்ளது. இதன் அடிப் பகுதி பாவாடை போன்று அகன்றுள்ளதால் ஓரிடத்தில் வைப்பதற்கு ஏற்றவாறு செய்யப்பட்டுள்ளது. இது கரடுமுரடாகச் செய்யப்பட்டதால் இதன் பக்கங்கள் சொரசொரப்பாக உள்ளன. இது சூளை யிலிட்டுச் சுடப்படாமல் உலர்த்தப்பட்டுள்ளது. மக்கள் பேறு வளமைச் சடங்கிற்காகச் செய்யப்பட்டிருக்கலாம்.

தைமாபாத்தில் கண்டடுத்த பெண் பொம்மைகள் கரடுமுரடாகக் கையால் வனையப்பட்டவை. ஆடையற்ற பொம்மைகள், கூம்பு வடிவத் தலை, தட்டையான முதுகு, வளைந்த குறுகிய கைகள், சுருங்கிய இடுப்பு ஆகியவற்றோடு இவை காணப்படுகின்றன (படம் 81). இவற்றில் சில பொம்மைகள் நன்கு பிசையப்பட்ட களிமண்ணைக் கொண்டு செய்யப்பட்டுள்ளன.

இநாம்காவில் கிடைத்த பெண் பொம்மைகள் எவ்வித உணர்ச்சிப் பிரதிபலிப்புமின்றிக் கரடுமுரடாக வனையப்பட்டுள்ளன. களி மண்ணோடு மாட்டுச் சாணம், உமி ஆகியவற்றைக் கலந்தும் பொம்மைகள் செய்யப்பட்டுள்ளன. இயல்பான அளவுகளில் உடலமைப்பு

இல்லாமல் பருத்த தலையோடும் கட்டையான இடுப்போடும் செய்யப்பட்டுள்ளன. புள்ளிகளைக் குத்தி உடலில் அலங்காரம் செய்யப்பட்டுள்ளது (படம் 82). ஆடை அணிந்துள்ளதைக் குறிக்க இவ்வகை அலங்காரம் செய்யப்பட்டிருக்கலாம். சுடப்படாமல் உலர்த்திய பெண் பொம்மைகள் பல இங்கு கண்டெடுக்கப்பட்டுள்ளன. இவற்றில் சில தலையோடும், மற்றவை உடைபட்ட தலைகளுடன் உள்ளன.

உலர்த்திய மண் உருவங்களில் தலையற்ற ஒரு பெண் உருவத்தைச் சிறப்பானதாகக் கருதலாம் (படம் 83). இவ் உருவத்தின் தொப்புளின் அருகில் ஒரு துளை உள்ளது. இதனுடன் கிடைத்த காளை உருவத்தில் அதன் திமில் அருகே ஒரு துளை உள்ளது. இவ் இரண்டு உருவங்களையும் அவற்றின் துளைப்பகுதிகளைச் சிறு குச்சியால் இணைக்கலாம். அவ்வாறு இணைத்தால் காளை மீது அமர்ந்துள்ள பெண் உருவமாகக் காட்சியளிக்கும். இதனால் இவ் உருவத்தை வாகனத்தின் மீதமர்ந்த பெண் தெய்வம் என்றும் இவ்வகையில் இதுவே முதல் தாய்த் தெய்வம் எனக் கருதுகின்றனர்.

தெளிவற்ற முகப்பகுதிகளோடும் குறுகிய கைகளோடும், பருத்த மார்பகங்களோடும் உள்ள மற்றுமொரு தாய்த் தெய்வம் இங்கே கிடைத்துள்ளது (படம் 84). இதுவும் சூளையில் சுடப்படாமல் உலர்த்திய மண் உருவமாகும். இத் தாய்த் தெய்வம் ஒரு நீள்வட்டப் பெட்டியில் வைக்கப்பட்டு, மேல் மூடியுடன் வீட்டுத் தரையில் கண்டெடுக்கப்பட்டது. பயணம் செய்யுங்காலையில் வழிபாடு நடத்திட ஏதுவாக பெட்டிக்குள் வைக்கப்பட்ட நிலையில் காணப்பட்ட முதல் பெண்தெய்வம் இதுவாகும்.

முற்காலங்களில் செய்தது போல இக்கால மக்களும் மண் கலன்களின் பக்கவாட்டுப் பகுதிகளில் இரு பரிமாணப் பொம்மைகளை ஒட்டி அழகுபடுத்தியுள்ளனர் (படம் 85). இவ்வாறு அழகு செய்யப்பட்ட சுடு மண்ணால் ஆன நீர்த் தொட்டி ஒன்று தைமாபாத்தில் கண்டெடுக்கப்பட்டுள்ளது. இத் தொட்டியின் பக்கவாட்டுப் பகுதியில் ஒரு ஆண், மூன்று பெண் உருவங்கள் ஒட்டப்பட்டுள்ளன. இதன்

மீது செம்மண் பூச்சு இடப்பட்டுள்ளது. இதே போன்ற ஒட்டுமுறையிலான மற்றொரு பெண் பொம்மையும் இங்கே கண்டெடுக்கப்பட்டுள்ளது. இதன் உடல் பகுதி மட்டும் கிடைத்துள்ளது. சொரசொரப்பாகவும், தெளிவற்ற உருவ அமைப்போடும் கைகளைத் தொங்கவிட்ட நிலையில் இப்பொம்மையுள்ளது.

நிறைய விலங்கு உருவங்கள் இக்காலகட்டத்தில் செய்யப்பட்டுள்ளன. இவற்றில் காளை, காண்டாமிருகம், கரடி, முதலை ஆகியன அடங்கும். இக்காலகட்டத்திலும் காளை உருவங்கள் செய்வது மிகப் பரவலாக இருந்து வந்துள்ளது. புடைத்த திமிலோடும் குறுகிய கொம்புகளோடும் கட்டைக் கால்களோடும் இக்காளைகள் உள்ளன. தைமாபாத்தில் கிடைத்த மூன்று காளைகள், சிறியனவாகவும், கரடுமுரடாகவும் செய்யப்பட்டுள்ளன. திமிலோடும் சிவந்த நிறத்திலும் இவைகள் உள்ளன. சில காளைகள் கருமையாகவும் சொரசொரப்பான உடலோடும் உள்ளன. பின்னங்கால்கள் இரண்டும் தனிதனியாகக் காட்டப்படாமல் ஒன்றுபோல் சேர்க்கப்பட்டு உள்ளன.

காளை உருவங்களில் சில அமர்ந்த நிலையில் செய்யப்பட்டுள்ளன. பழுப்பு நிறத்தில் சிலவும் மற்றவை மிக நேர்த்தியாகவும் உள்ளன. காண்டாமிருகம் ஒன்று அகன்ற வாயோடும் கருப்பு நிறத்திலும் சொரசொரப்பாகச் செய்யப்பபட்டுள்ளது. இநாம்காவில் கண்டெடுக்கப்பட்ட காளைகள் நீண்ட மற்றும் குறுகிய கொம்புகளோடுள்ளன. இவற்றில் சில சுடப்பட்டவை, மற்றவை சுடப்படாமல் உலர்த்தப்பட்டவை. தைமாபாத், இநாம்காவில் கரடு முரடாகச் செய்யப்பட்ட காண்டாமிருகம், குதிரை பொம்மைகள் காணப்பட்டுள்ளன. இவற்றின் உடலில் புள்ளிகள் குத்தி அலங்காரம் செய்யப்பட்டுள்ளது.

பிற்கால ஜோர்வே பண்பாட்டு நிலைகளிலும் சுடு மண்ணால் ஆன ஆண் பெண் பொம்மைகள் கிடைத்துள்ளன. இநாம்காவிலும் சோந்காவிலும் பல சுடு மண் பொம்மைகள் காணப்பட்டுள்ளன. பொம்மை செய்யும் கலையில் இக்காலத்தில் வெகுவாக முன்னேற்றம் காணப்படவில்லை.

கட்டையான உடலமைப்பும், பிளவு பட்ட கால்களோடும் இயல்புக்கு மாறான உடல் பகுதிகளோடும் இப்பொம்மைகள் உள்ளன. சில பொம்மைகளின் கழுத்து, இடை பகுதிகளில் ஆபரணங்கள் உள்ளன. ஒரு பொம்மையின் கழுத்தணியின் நடுவே பதக்கம் ஒன்று தொங்குமாறுள்ளது.

உலர்த்தப்பட்ட ஆண் பொம்மைகள் சொரசொரப்பான உடல் பகுதியைக் கொண்டுள்ளன. வட்டமுகம், விரிந்த கைகள், கால்களைக் கொண்டுள்ளன. ஆண் பொம்மைகளில் சில மிக நேர்த்தியாக வடிவமைக்கப்பட்டுள்ளன. இவைகளில் சில புதைகுழிகளில் இடப்பட்டுள்ளன. பெண் பொம்மைகள் விரிந்த கைகள், தொங்கும் மார்பகங்கள், புடைத்த தலை ஆகியவற்றோடு உள்ளன. இவைகள் நன்கு சுடப்படாமல் உலரவைக்கப்பட்டவை. கழுத்தணியாகக் கருதப்படத்தக்க வகையில் கழுத்தைச் சுற்றி புள்ளி குத்தப்பட்டு உள்ளது. இவ் உருவங்களில் அழகுணர்ச்சி காணப்படவில்லை.

விலங்கு உருவங்களில் காளை, குதிரை, முதலை, ஆகியன உள்ளன. காளைகளில் சில திமிலோடும் மற்றவை திமிலில்லாமலும் செய்யப்பட்டுள்ளன. கொம்புகள் சிறியவையாகவும் அளவாகவும் செய்யப்பட்டுள்ளன. சிலவற்றில் பட்டையான வால் உள்ளது. திரட்சியான உடலமைப்பும், நீண்ட கழுத்தையும் உடையனவாக செய்யப்பட்ட குதிரை பொம்மைகள் சொரசொரப்பான வெளிப்பகுதியைக் கொண்டுள்ளன. இவற்றில் சிறப்பான கலையம்சம் உள்ளனவாகக் கருத இயலாது.

சாதவாகனர் கலைப்படைப்புகள் பைதானம் (படம் 86), தேர் (படம் 87), கோலாப்பூர், நெவாசா ஆகிய பகுதிகளில் கிடைத்துள்ளன. கருநாடகம், ஆந்திரப் பிரதேசம் ஆகிய இடங்களில் காணப்படும் உருவங்களைப்போல இங்கும் செய்யப்பட்டுள்ளன.

4.4.1. கருநாடகம்–தொன்மையான உருவங்கள்

கருநாடக மாநிலத்தில் புதிய கற்காலத்தைச் சார்ந்த சுடு மண் உருவங்கள் பிரம்மகிரி, பிக்லிஹால், சங்கநகல்லு, தெக்கலகோட்டை ஆகிய இடங்களில் கிடைத்துள்ளன.

இக்காலகட்டத்தில் கண்டெடுக்கப்பட்ட மண் உருவங்களில் பெரும்பாலானவை விலங்கு, பறவை இனங்களாகும். மனித உருவங்கள் மிகச் சிலவே கிடைத்துள்ளன. இவைகள் கையால், கனமாக வடிவமைக்கப்பட்டுள்ளன. இவற்றில் முக உறுப்புகள் தெளிவாக அமைக்கப்பெறவில்லை என்பது கண்கூடு. கண்கள் அரைவட்ட கோடுகளாகக் காட்டப்பட்டுள்ளதோடு கை, கால்கள் குச்சிகள் போன்று அமைக்கப்பட்டு விரல்கள் காட்டப்படாமல் அதன் முனைகள் யாவும் ஒன்று சேர்க்கப்பட்டு மொட்டையாக விடப்பட்டுள்ளன.

விலங்கினங்களில் பசு அல்லது காளை பொம்மைகள் அதிகம் காணப்படுகின்றன. ஆடு, பன்றி, மற்றும் பறவை இன பொம்மைகளும் உள்ளன. புடைத்த திமில் உள்ள காளை உருவங்கள் தெக்கலக்கோட்டையில் கண்டெடுக்கப்பட்டுள்ளன. சங்கநகல்லுவில் கிடைத்த நான்கு காளை உருவங்களில் ஒன்று மிகச் சிறப்பாக வடிவமைக்கப்பட்டுள்ள போதும் அதன் முதுகுப்பகுதி இயல்புக்கு அதிகமாகப் பருத்து உள்ளது. நீண்ட கழுத்து மற்றும் குச்சிக் கால்களோடுள்ள காளை ஒன்று காணப்பட்டுள்ளது. மற்ற காளை உருவங்கள் நீண்ட உடல், தட்டையான திமில், குட்டைக் கொம்புகள், குறுகிய வால் பகுதிகளோடு உள்ளன.

பிக்லிஹாலில் கண்டெடுக்கப்பட்ட காளைகள் இவற்றிலிருந்து சற்றே மாறுபட்டு நீண்ட, கூரிய கொம்புகளோடு உள்ளன. இவ் உருவங்களில் கால்கள், கழுத்து மற்றும் மார்பெலும்புகள் சற்றே நீண்டு காணப்படுகின்றன. சில விலங்கினங்கள் புடைத்த திமில், மற்றும் அளவான உடலோடு அழகாக வளைந்த வாலுடன் வனையப்பட்டுள்ளன. சங்கநகல்லுவில் கண்டெடுக்கப்பட்ட புறாவின் மூக்கு, வால் பகுதிகள் உடைபட்டு உள்ளன. பிரம்மகிரியில் புதியகற்காலப் படிவுகளில் மனித உருவங்கள் கிடைத்தில. ஆயினும் இங்கு கண்டெடுக்கப்பட்ட விலங்கு உருவம் பன்றி அல்லது ஆடாக இருக்கலாம் (படம் 88). இங்கே காணப்பட்ட மற்றொரு விலங்கின பொம்மை குதிரை அல்லது கழுதையாகலாம்.

4.4.2.செம்பு கல்கருவி, இரும்பு கால உருவங்கள்

செம்பு–கல்கருவிகள் காலப் பண்பாட்டு நிலைகளில் சுடு மண் பொம்மைகள் கண்டெடுக்கப்பட்டுள்ளன. கிருஷ்ணா நதியின் மேற்பகுதியில் உள்ள ஹரவ்கேரி, மற்றும் டான் பள்ளத்தாக்கில் உள்ள போர்கி ஆகிய ஊர்களில் சுடு மண் உருவங்கள் காணப்பட்டுள்ளன. மாஸ்கியில் கி.மு. 1000 – 400 காலகட்டத்தைச் சார்ந்த படிவுகளில் மனித உருவங்கள் ஏதும் கிடைத்தில. இங்கு துளையோடும், துளையற்றும் உள்ள மண் தட்டுகள் பல கிடைத்துள்ளன. இவற்றை விளையாட்டுக் காய்களாகக் கருதலாம். அடுத்த காலகட்டத்தில் (கி.மு.200 முதல் கி.பி.100 வரை) பாசி மணிகள், காதணிகள், ஆட்டக்காய்கள் கிடைத்துள்ளன.

கி.பி. 1 முதல் 3 ஆம் நூற்றாண்டு வரையிலான காலகட்டத்தைச் சார்ந்த படிவுகளில் நின்றவாறுள்ள பெண் உருவம் கிடைத்துள்ளது (படம் 89). இவ் உருவம் முப்பரிமாணத்தில் முழு உருவத்தோடிருந்த போதிலும் நேர்த்தியாக வனையப்படவில்லை. இடது கையை இடுப்பிலும், வலது கையை தொங்கவிட்ட நிலையிலும் உள்ளது. வலது கையில் உள்ள பொருளைச் சரியாக அடையாளம் காண இயலவில்லை. அணிந்துள்ள உடையின் சீரான மடிப்புகள் கால்களுக்கிடையிலும் காட்டப்பட்டுள்ளது. பின்புறத்தில் உள்ள சடை இடுப்பு வரை நீண்டுள்ளது. பறவை உருவங்களில் கிளி (?) போன்ற பொம்மை கிடைத்துள்ளது (படம் 90).

பனவாசியில் கிடைத்த நின்றவாறுள்ள பெண் உருவத்தின் கால்கள் முட்டிக்குக் கீழ் உடைபட்டுள்ளன. வட்டமான காதணியும், கழுத்தில் பட்டையான மாலையோடும், கையில் வளையல்களோடும் உள்ளது. இரட்டை அச்சில் செய்யப்பட்டு செங்காவி வண்ணப் பூச்சோடுள்ள, இப் பெண் உருவத்தின் ஆடை கோடுகளால் வரையப்பட்டுள்ளது. உடைந்துபோயுள்ள இரண்டு ஆள் உருவங்களும் இங்கே கிடைத்துள்ளன. இவையும் இரட்டை அச்சுகளில் செய்யபப்ட்டன. உடைபட்ட கால், கை உறுப்புகளும் கிடைத்துள்ளன.

வடகோன் மாதவபூரிலும் சுடு மண் உருவங்கள் கிடைத்துள்ளன. இவற்றில் மனித உருவங்கள், விலங்கு, பறவை உருவங்கள் மற்றும் அலங்கார உருவங்கள் அடங்கும். மனித உருவங்களில் புன்னகை பூத்த முகத்தோடுள்ளவை, அமர்ந்த நிலையில் ஆபரணங்களோடு உள்ளவை, தலை அலங்காரத்தோடு உள்ளவை எனப் பல உருவங்கள் கிடைத்துள்ளன. மார்க்கண்டேயர் கதை நிகழ்வுகளை விவரிக்கும் வட்டு ஒன்றும் இங்கே காணப்பட்டுள்ளது. சிவ இலிங்கம், பிள்ளையார், நந்தி, ஆகிய கடவுள் உருவங்களோடு, புத்தர் உருவங்களும் கண்டெடுக்கப்பட்டுள்ளன.

சாதவாகனர் கலைப் பாணியைச் சார்ந்த சுடு மண் உருவங்கள் பல சன்னதியில் கண்டெடுக்கப்பட்டுள்ளன. இவற்றில் பல உருவங்களை இயக்கர், கணங்கள் எனக் கருதுகின்றனர். ஒரு இயக்கன் உருவம், மடித்த கைகள், கால்களை முன்னே நீட்டியவாறு அமர்ந்துள்ளது (படம் 91). இதன் ஒரு கையும், ஒரு காலும் உடைந்துள்ளது. தலையில் தொங்கும் குஞ்சங்களோடும் கொண்டையோடும் உள்ளது. வளையங்கள் கோர்த்த மாலையும், கையில் அழகான வளையல்களோடும் பட்டையான இடுப்பணியோடுள்ளது. மிகவும் அலங்கரிக்கப்பட்ட பூணூல் போன்று ஓரணியை மார்பின் குறுக்காக அணிந்துள்ளது. இங்கே கண்டடுக்கப்பட்ட ஆண், பெண் மனித பொம்மைகள், ஆள்த் தலைகள் மிகவும் அழகுறச் செய்யப்பட்டுள்ளன. புன்னகை பூத்த இதழ்களோடும், மணிகளால் அலங்கரிக்கப்பட்ட தலைப்பட்டையோடும், குஞ்சங்களோடும் இவை உள்ளன (படம் 92). கையில் தட்டை வாத்தியத்தோடுள்ள வாத்தியக்காரர் உருவங்களும் இவ்விடத்தில் எடுக்கப்பட்டுள்ளன (படம் 93). ஒரு பொம்மை தாய்த் தெய்வமாகக் கருதப்படுகிறது. அகன்ற இடுப்போடும், கட்டைக் கைகளோடுமுள்ளது. இங்கே யானை (படம் 94), காளை (படம் 95) உருவங்களும் கண்டெடுக்கப்பட்டுள்ளன. இவ்வுருவங்கள் யாவும் இரட்டை அச்சுகளில் செய்யப்பட்டன.

4.5.1.ஆந்திரப் பிரதேசம், தெலிங்கானா–தொன்மை உருவங்கள்

ஆந்திரப்பிரதேசம், தெலிங்கானா மாநிலங்களிலும் புதிய கற்கால மற்றும் செம்பு–கல்கருவிகள் காலத்தைச் சார்ந்த சுடு மண் உருவங்கள் சில கிடைத்துள்ளன. வீராபுரத்தில் (ஆந்திரப்பிரதேசம்) புதிய கற்காலத்தைச் (கி.மு. 1800–1300) சார்ந்த சுடு மண் பொருள்களில் பெரும்பாலனவை வட்டுகள். இவை சிறுவர் விளையாடும் சிறுதேரின் சக்கரங்கள் என ஆய்வாளர்கள் குறிப்பர். இக்காலத்தைச் சார்ந்த பிற பொருள்களில் காளைத் தலைகள் பாத்திரங்களின் கைப்பிடியாகச் செய்யப்பட்டுள்ளன. செம்பு கல்கருவிகள் காலத்தைச் (கி.மு. 1300–500) சார்ந்த காளை பொம்மைகளும் இங்கு கிடைத்துள்ளன. இவற்றில் சில சிறிய அளவில் இருப்பினும் முப்பரிமாணமாக செய்யப்பட்டுள்ளது. சில காளைத் தலைகள் இரு பரிமாணத்தில் செய்யப்பட்டு மண் கலன்களின் வெளிப்புறத்தில் ஒட்டிவைக்கப்பட்டுள்ளன.

இரும்பு காலத்தைச் சார்ந்த மண் உருவங்கள் சிலவும் கிடைத்துள்ளன. வீராபுரத்தில் இரும்பு காலத்தைச் (கி.மு. 500 முதல் கி.மு. 300 வரை) சார்ந்த சுடு மண் பொருள்களில் வட்டுக் குண்டுகளோடு சிறுதேரின் சக்கரங்கள், காதணிகள், தொங்கட்டான்கள், ஆட்டக் காய்கள் கிடைத்துள்ளன. நன்கு வடிவமைக்கப்படாத பெண் உருவங்களும், விலங்கினங்களும் அகழாய்வுகளில் கண்டெடுக்கப்பட்டுள்ளன. கேசரிபள்ளியில் கிடைத்த நான்கு மண் பொம்மைகள் கி.மு. 5ஆம் நூற்றாண்டைச் சார்ந்தவை. இங்கு மனித மற்றும் விலங்கினங்கள் கிடைக்கப்பெறவில்லை. மண் கூம்புகளும், வளையங்களுமே இங்கு கிடைத்தவை. இவற்றில் சிலவற்றை இலிங்கமென்றும், கழுத்தில் இவற்றை அணிந்திருக்கலாம் எனவும் கருதுவர்.

4.5.2.சாதவாகனர்

மோரியப் பேரரசின் வீழ்சிக்குப் பிறகு சாதவாகனர் அரசு வடமஹாராஷ்ட்ரத்தில் தோன்றியது. கி.மு. முதல் நூற்றாண்டிலிருந்து கி.பி. இரண்டாம் நூற்றாண்டு வரை தன் ஆதிக்கத்தை தக்கணத்தில் பல பகுதிகளில் இவ்வரசு நிலை நிறுத்தியது. முக்கியமாக வட கருநாடகம், ஆந்திரா,

தெலிங்கானாப் பகுதிகளை ஆண்டது. இக்காலத்தில் உருவாக்கப்பட்ட சுடு மண் உருவங்கள் மஹாராஷ்ட்ரத்தில் பைதான், தேர், கோலாப்பூர், நெவாசா ஆகிய இடங்களில் கிடைத்துள்ளன. கருநாடகத்தில், சன்னதி, சந்திராவல்லி, போன்ற இடங்களிலும், ஆந்திரப்பிரதேசத்தில் எல்லேஸ்வரம், சந்தவரம் ஆகிய ஊர்களிலும் தெலிங்கானாவில் கொண்டாபூர், பெத்தபங்கூர், நாகார்சுனகொண்டா ஆகிய இடங்களிலும் கண்டெடுக்கப்பட்டுள்ளன.

சாதவாகனர் காலத்தில் சுடு மண் பொம்மைகள் அதிக அளவில் உற்பத்தி செய்யப்பட்டதாகக் கருதுகின்றனர். அக்காலத்தில் ஏற்பட்ட வணிக நகரங்களின் வளர்ச்சி, உரோமானிய வணிகத் தொடர்புகள் இவ் உற்பத்திப் பெருக்கத்திற்கு உந்துதல்களாக உள்ளன எனக் கருதுவர். சாதவாகன சுடு மண் கலைஞர்கள் ஒற்றை அல்லது இரட்டை அச்சுகளைக் கொண்டு மண் உருவங்களை ஆக்கினர்.

இக்காலத்தின் புதிய கண்டுபிடிப்பாக, கோலின் என்ற வெள்ளைக் களிமண்ணால் செய்த பொம்மைகளக் குறிக்கலாம். இக்கால உருவங்கள் வாழ்வியல், சமயச் சடங்குகளுக்காகவும் ஆக்கப்பட்டன. பலவிதமாக அலங்கரிக்கப்பட்ட, குட்டையான ஆண் பெண் முப்பரிமாண மனித உருவங்கள் இக்காலக் கலையினை நன்கு உணர்த்தவல்லன. இக்காலத்தில் குதிரை, காளை, யானை, சிங்கம், ஆடு போன்ற விலங்குகள் செய்யப்பட்டிருப்பினும் அதிக அளவில் காணப்படுவது குதிரையாகும். கலப்பின விலங்குகளும் செய்யப்பட்டன.

ஆந்திரப் பிரதேசம், சாதாநிகோட்டாவில் மனித, விலங்கு பொம்மைகள் கிடைத்துள்ளன. ஒரு பொம்மையின் தலை இரட்டை அச்சுகளால் செய்யப்பட்டு இதன் தலைக் கேசம் இருபுறமும் தொங்குமாறு அமைக்கப்பட்டுள்ளது. இக் காலகட்டத்தைச் சார்ந்த நன்கு சுடப்படாததும் உலரவைக்கப்பட்டதுமான இயக்கர் உருவமும் கிடைத்துள்ளது. பானை வயிரோடுள்ள இயக்கன், கால்களைக் குறுக்காக மடித்து பீடத்தில் அமர்ந்த நிலையில் உள்ளான்.

பலவிதமாக அலங்கரிக்கப்பட்ட ஆண் பெண் மனித உருவங்கள் இக்காலக் கலையை நன்கு புலப்படுத்தும் சின்னங்களாகும். குட்டையான ஆண் பெண் உருவங்களை இக்காலத்தில் செய்துள்ளனர். இவைகளின் உயரம் சுமார் 6 செ. மீ.லிருந்து 10 செ. மீ வரையே உள்ளன. முப்பரிமாணத்தோடு செய்யபட்டு நன்கு அலங்கரிக்கப்பட்ட ஆண் பெண் பொம்மைத் தலைகள் பலவும் இக்காலக் கலைப் பொருள்களாவன. இவற்றில் சில குனிந்த நிலையில், கால்களை மடக்கியும், அகட்டிவைத்துக்கொண்டும், இரண்டு கைகளைத் தூக்கியபடியும் வடிவமைக்கப் பட்டுள்ளன. இவ் வகையில் காணப்படும் இப் பொம்மைகள் யாவும் குதிரைமீது அமர்ந்து செல்வது போன்றுள்ளன எனக் கருதுவர். முழுவதுமாக ஆடையின்றி உள்ள இப் பொம்மைகளில் ஆண், பெண் இன உறுப்புக்கள் காட்டப்பட்டுள்ளன.

இப்பொம்மைகள் சமயச் சடங்கிற்காக செய்யப்பட்ட வழிபாட்டு உருவங்கள் என்று கருத்தைச் சிலர் ஏற்றுக்கொள்வதில்லை. இருப்பினும், ஆடையின்றியும், இன உறுப்புக்கள் காட்டப்பட்டிருப்பதாலும் மக்கள் பேறு வளமைச் சடங்கிற்காக இப்பொம்மைகள் செய்யப்பட்டன எனக் கருதுவோரும் உண்டு. இக்காலப் பொம்மைகளின் அணிகலன்கள், செய்முறை ஆகியவற்றை நோக்கினால், நகரப் பண்பாட்டின் தாக்கம் வெகுவாக உள்ளதென்பர்.

கொண்டாபூரில் (தெலிங்கானா) அதிக எண்ணிக்கையில் சுடு மண் உருவங்கள் கண்டெடுக்கப்பட்டுள்ளன. இவற்றில் கால்களை மடக்கி அமர்ந்த நிலையில் உள்ள ஆண் உருவம் மிக வனப்புடன் முப்பரிமாணங்களில் செய்யப்பட்டுள்ளது (படம் 96). இதன் முகம், உடல் பகுதிகள் யாவும் அளவாகவும் மிக இயல்பாகவும் செய்யப்பட்டுள்ளன. வட்டமான பதக்கத்தோடுள்ள மாலையைக் கழுத்திலும் தண்டையைக் கால்களிலும் அணிந்துள்ளது.

இங்கே ஆள் தலைகளும் கிடைத்துள்ளன. அவற்றில் ஒன்று (படம் 97), மேல் தூக்கிக் கட்டப்பட்ட உயரமான கொண்டையோடும், கனத்த குழைகளோடும், முக உறுப்புகள் நன்கு வடிவமைக்கப்பட்டுள்ளன. மற்றொரு ஆள் தலையின்

(படம் 98) பின்புறக் கேசம், வட்டக்குண்டுகளைக் கொண்டு அலங்கரிக்கப்பட்டுள்ளது. இங்கே கிடைத்த கோலின் மண் குதிரை உருவம் இரட்டை அச்சில் மிக அழகாகச் செய்யப்பட்டுள்ளது (படம் 99).

வீராபுரத்தில் மனித உடல் பகுதி கிடைத்துள்ளது. இதன்மீது மண்பூச்சுள்ளது. தலைப்பகுதி கிடைக்கவில்லை. இங்கே கிடைத்த மற்றொரு பெண்ணின் தலைப்பகுதி இரட்டை அச்சினால் செய்யப்பட்டு கோடுகளால் தலைக்கேசம் காட்டப்பட்டுள்ளது. சாலிகுந்தத்தில் (ஆந்திரப்பிரதேசம்) கிடைத்த தொன்மையான பொம்மைகள் கி.பி.முதல் நூற்றாண்டைச் சார்ந்தவை. தாய்த் தெய்வமெனக் கருதப்படும் பெண் பொம்மையின் அலங்கரிக்கப்பட்ட தலைப்பகுதியே கிடைத்துள்ளது. இங்கே கிடைத்த பொம்மைகளில் பத்மாசனத்தில் அமர்ந்தவாறுள்ள புத்தர் படிமம் சிறப்பாகக் கருதப்பட வேண்டும். இப்படிமம் மண் தட்டில் செய்யப்பட்டுள்ளது. மற்றுமொரு தியான புத்தர் படிமம் வட்டத் தட்டில் செய்யப்பட்டுள்ளது.

சாதவாகனர் கால மண் பொம்மைகள் சிறந்த தொழில் நுட்பத்திறமைக்கு சான்றாக உள்ளன. பொம்மைகள் செய்வதற்கு ஒற்றை அல்லது இரட்டை அச்சுகளைப் பயன்படுத்தியுள்ளனர். இப்பொம்மைகளின் உள்பகுதி கனமாக இல்லாமல் வெற்றிடமாக உள்ளது. சாதாரணக் களி மண்ணோடு கோலின் என்ற வெள்ளைக் களிமண்ணையும் பயன்படுத்தியுள்ளனர். வாழ்வியல் சார்ந்த, மற்றும் சமயம் சார்ந்த சடங்குகளுக்காகவும் பொம்மைகள் ஆக்கப்பட்டன.

இக்காலக் கலையின் மற்றுமொரு பாங்கென விலங்கின உருவங்களைக் குறிப்பிடலாம். குதிரை, காளை, யானை, சிங்கம், ஆடு போன்ற விலங்குகள் செய்யப்பட்டிருப்பினும் அதிக அளவில் காணப்படுவது குதிரையாகும். தெலிங்கானாவில் கொண்டாபூர், நாகர்சுனகொண்டா, ஆந்திரப்பிரதேசத்தில் எல்லேஸ்வரம் போன்ற ஊர்களில் இவ் உருவங்கள் கிடைத்துள்ளன. சாதாநிகோட்டாவில் செந்நிறத்தில் உள்ள விலங்கின் தலையொன்றும், பன்றியின் உருவமும் கிடைத்துள்ளன. சாலிகுந்தத்தில் இதே

காலத்தைச் சார்ந்த நன்கு அலங்கரிக்கப்பட்ட குதிரையும் கிடைத்துள்ளது. வீராபுரத்தில் முழு காளை உருவங்கள் சில கண்டெடுக்கப்பட்டுள்ளன. இவை புடைத்த திமிலோடும் சிறிய வாலோடுமுள்ளன. சுண்ணாம்புக்கலவை தீட்டப்பட்டுள்ள காளை ஒன்றும் கிடைத்துள்ளது. காளைகளின் உடைந்த தலை, பின்பகுதிகளும் கிடைத்துள்ளன. அமர்ந்த நிலையில், தோள் வரை தொங்கும் பிடரிமயிரோடுள்ள சிங்க உருவமும் கிடைத்துள்ளது.

இவ் விலங்கு பொம்மைகள் அதிக மாற்றமில்லாமல் சாதவாகனர் ஆட்சிக்குட்பட்ட எல்லாப்பகுதிகளிலும் ஒரேமாதிரியாகச் செய்யப்பட்டுள்ளன. இப்பொம்மைகளில் இயற்கைத்தன்மை குறைந்தும் மிகுதியான செயற்கை அமைப்போடும் செய்யப்பட்டுள்ளன. கலப்பின விலங்குகளில் விலங்கு உடலும், பறவைத் தலை, மூக்கு போன்றவற்றோடு உள்ளன. இவ்விலங்கினங்களை வடிவமைப்பதில் சித்திய கலைப் பாணியின் தாக்கம் உண்டென்று சில ஆய்வாளர்கள் குறிப்பர். முக்கியமாக குதிரைப் பிடரிமயிர், கலப்பின விலங்குகளில் பறவையின் அலகு, காளையின் கழுத்துப்பகுதி ஆகியவற்றை வடிவமைப்பதில் இக்கலையின் தாக்கத்தைக் காணலாம் என்று இவர்கள் குறிப்பிடுவர். இவ்விலங்கினங்களை உற்பத்தி செய்ததற்கான காரணங்களை எளிதில் வகைப்படுத்திட இயலாது. ஆயினும் இவைகள் யாவும் சமயம் சார்ந்த வழிபாட்டு உருவங்கள் என உறுதியாகக் கருத இயலாது. இப்பொம்மைகள் பலவும், நகரப் பண்பாட்டின் தாக்கத்தையொட்டி செய்யப்பட்ட விளையாட்டுப் பொருள்களாகும்.

பல அளவுகளில் ஆன ஆட்டக்காய்களும் கிடைத்துள்ளன. இவை கூம்பிய தலையையும் விரிந்த அடிப்பகுதியையும் கொண்டுள்ளன. சிலவற்றின் தலையில் ஓட்டை ஒன்றுள்ளது. இதனால் இவை இலிங்கங்கள் என்றும் கழுத்தில் தொங்கவிடப்படுவதற்கு ஏற்ப இவை வடிவமைக்கப்பட்டுள்ளன எனவும் கருதுவர்.

4.5.3. பின் சாதவாகனர் உருவங்கள்

ஏலேஸ்வரத்தில் பின் சாதவாகனர், இக்சுவாகு கால (கி.பி இரண்டாம்–மூன்றாம் நூற்றாண்டுகள்) சுடு மண் பொம்மைகள் கிடைத்துள்ளன. கலை நுணுக்கத்தில் இப்பொம்மைகள் சாதவாகனர் கலைப்பாணியைப் பின்பற்றியுள்ளன. முக அமைப்பு, தலையலங்காரம் போன்றவற்றில் ஏதொரு முன்னேற்றமும் இல்லை. இவை கொண்டாபூர் (தெலிங்கானா), கோலாபூர், தேர் (மஹாராஷ்ட்ரம்) ஆகிய பகுதிளில் உள்ளன போன்றுள்ளன.

இவைகள் பொதுவாக கையால் வனையப்பட்டுள்ளன. ஒற்றை அல்லது இரட்டை அச்சுகளைக் கொண்டு செய்யப்பட்டுள்ளன. இக்காலப் பொம்மைகள் பொதுவாக களிமண்ணால் செய்யப்பட்டுள்ளன. ஆயினும் மிகச் சில பொம்மைகள் கோலின் மண் கொண்டு செய்யப்பட்டுள்ளன. இப்பொம்மைகள் நன்றாக சுடப்பட்டதனால் பளபளக்கும் செந்நிறத்தில் காட்சியளிக்கின்றன.

ஆண் பெண் உருவங்களும் இங்கே கண்டெடுக்கப்பட்டுள்ளன. இவற்றில் ஆடையற்ற கோலத்தில் உள்ள பெண் பொம்மைகள், அணைத்து நிற்கும் ஆண் பெண் உருவங்கள், தம்பதி உருவங்கள், இயக்கன், இயக்கி பொம்மைகள் அடங்கும். பெண் பொம்மைகளில் சிலவற்றின் தலை உடைபட்டுள்ளது. கட்டையான உடலமைப்போடு எவ்வித அலங்காரங்களுமின்றி உள்ளன. சில பெண் பொம்மைகள் தாய்த் தெய்வமாகக் கருதப்படுகிறது. இவைகள் சிறந்த கலை நுணுக்கத்தோடு செய்யப்பட்டுள்ளன. இவையாவும் ஆடையற்ற உடலோடுள்ளன. ஆபரணங்கள் பல பூட்டப்பட்டு, பொலிந்த மார்பகங்களோடும், உயர்த்திய, விரிந்த கைகளோடும் இப்பொம்மைகள் உள்ளன. கால்கள் அகட்டி வைக்கப்பட்டுள்ளதால் பெண்ணுருப்புகள் தெளிவாகப் புலப்படுகின்றன. சிலவற்றில் கைகள் இருபக்கமும் தொங்கவிடப்பட்டுள்ளன.

விலங்கினங்களில் முழுதும் அலங்கரிக்கப்பட்ட குதிரைகள் இக்காலகட்டத்தில் செய்யப்பட்டுள்ளன. குத்திகொண்டையில் கிடைத்த யானை உருவம் தும்பிக்கையை தூக்கியவாறுள்ளது (படம் 100). மற்ற விலங்கினங்களில் ஆமை, காளைகள்,

ஆடுகள் ஆகியனவற்றையும் செய்துள்ளனர். ஆடுகள், நின்றவாறுள்ள காளைகள், கோழி உருவங்களும் இக்காலத்தில் செய்யப்பட்டுள்ளன. வீராபுரத்தில் திமிலோடுள்ள காளை உருவங்கள் சிலவும் கண்டெடுக்கப்பட்டுள்ளன. கரடுமுரடாக செய்யப்பட்டுள்ள இவற்றில் இயல்பான உருவ அமைப்பு இல்லை. இவற்றின் கால்கள் கூர்மையாகவும், கிள்ளிச் செய்த வாய், மூக்கு, காதுகளைக் கொண்டுள்ளன. இவைகள் சமயச் சடங்குகளில் பயன்படுத்தப்பட்டிருக்கலாம்.

5. இலக்கியத்தில் சுடு மண் கலை

5.1. தமிழ் நாட்டு இலக்கியங்கள்

சுடு மண் உருவங்கள் மற்றும் அவற்றை உருவாக்கும் கலைஞர்கள் பற்றியும் தமிழ் நாட்டு இலக்கியங்களில் செய்திகள் காணப்படுகின்றன. தொன்மையானதும் மக்களின் கலையாகவும் கருதப்பட்ட இக்கலை பற்றி மிகக் குறைவான செய்திகளே இவ் இலக்கியங்களில் உள்ளன. பழங்காலத்துக் கதை நூல்களிலும் சுடு மண் பொம்மைகள் பற்றிய செய்திகள் சில உண்டு. இவற்றில் மிகச் சில செய்திகளே நேரிடையானவை. மறைமுகமாயுள்ள பிற செய்திகளுக்கு தக்க விளக்கங்கள் தேவைப்படுகின்றன. இச் செய்திகளை நன்கு ஆய்ந்த பின்னரே உறுதி செய்ய இயலும்.

தமிழ்நாட்டின் மிகத்தொன்மையான இலக்கியமாக கருதப்படுவது சங்க இலக்கியம். இவை கிறிஸ்து சகாப்தத்தின் முதல் மூன்று நூற்றாண்டுகளில் இயற்றப்பட்டன என்று கருதப்படுகிறது. இக்காலம் தமிழக வரலாற்று ஆரம்ப காலத்தோடு பொருந்தி வரும். புறநானூறு, நற்றிணை போன்ற இலக்கியங்களில் சுடு மண் கலை பற்றிய செய்திகள் உள்ளன. இதனால் மண்ணால் உருவங்களைச் செய்யும் கலையை அக்கால மக்கள் அறிந்திருந்தனர் என்பது இலக்கியங்கள் வாயிலாகத் அறியலாம்.

5.2. வண்டல் பாவைகள்

இளம் பெண்களின் பொழுதுபோக்காக ஆறு, கடற்கரைப் பகுதிகளில் மண் பொம்மைகளைச் செய்து விளையாடினர் என சங்க இலக்கியம் குறிப்பிடும். இப் பொம்மைகள் பொதுவாக பாவை, புனை பாவை என அழைக்கப்பட்டன. புறநானூற்றுப்[1] பாடலொன்று "திணி மணல் செய்வுறு பாவை" என்று குறிப்பிடுகிறது. மற்றோரிடத்தில்[2] பெண் மக்கள் "வரிமணற் புனை பாவை" யைச் செய்தனர் என்று குறிப்பிடும். அகநானூற்றுப் பாடல் ஒன்று[3] "தரு மணற் கிடந்த பாவை" எனக் குறிப்பிடும்.

இப்பாடல் வரிகளிலிருந்து, பாவைகள் செய்ய திண்ணிய மணல், அல்லது வரி மணல் பயன் படுத்தப்பட்டது என அறியலாம். மணல் என்று இங்கு குறிப்பிடப்பட்டுள்ளது உண்மையில் மணலாக இருக்க வாய்ப்பில்லை. வெறும் மணலில் பொம்மைகள் செய்ய இயலாது என்பதும் அவ்வாறு செய்யப்பட்ட பொம்மைகள் உறுதியற்றவையாயும், விரைவில் உலர்ந்து எளிதில் உதிர்ந்துவிடும் தன்மையுள்ளவை ஆகும். மேலும் விளையாட்டுக்காக பொம்மைகள் செய்யப்பட்டாலும் ஓரளவாவது உறுதியுடன் இருக்குமாறு செய்யப்பட்டன எனக் ஊகிக்கலாம். எனவே காய்ந்த அல்லது உலர்ந்த மணலில் இப்பொம்மைகள் செய்யப்பட்டன என்று கருதவேண்டியதில்லை. மேலும் இப்பாடல்களில் பாவை செய்யப்பட்ட மணலைக் குறிக்க, திணி மணல், மற்றும் வரி மணல், தரு மணல் என்ற சொற்கள் உள்ளன. இச்சொற்களுக்கு திண்ணிய அல்லது ஒட்டுப் பசையுடன் உள்ள மணல் அல்லது மண் என்று பொருள் கொள்ளுவது சிறந்தது. அதாவது பொம்மை செய்வதற்கு ஏற்ற நிலையில் உள்ள களிமண்ணையே இச்சொற்றொடர்கள் குறித்தன.

இக் கருத்தை உறுதி செய்யத்தக்க சில சொற்களை பிற பாடல்களில் காண்கிறோம். முக்கியமாக இப்பாவைகள் வண்டல் மண்ணால் செய்யப்பட்டன என அவை குறிக்கின்றன. அகநானூறு,[4] "வண்டற் பாவை" என்றும், "வண்டற் பாவை வரி மணல் அயர்ந்தும்" என்றும் குறிக்கின்றன.[5] நற்றிணை, "மகளிர் வார் மணல் இழைத்த

வண்டற் பாவை" என்றும் "மணல் கான் தோறும் வண்டல் தைஇ" எனவும் குறிப்பிடுகின்றன.⁵ இவ்வாறு வண்டற் பாவை என்று குறிப்பிடுவதால் ஆற்றில் அல்லது கடற்கரையில் காணப்படும் சிறந்த வகைக் களிமண்ணால் இப்பாவைகள் செய்யப்பட்டன என்பது தெளிவாகப் புலப்படும்.

5.3. விளையாட்டுப் பாவை

இப் பாவைகளைப் பெரும்பாலும் இளம் பெண்களே செய்துள்ளனர். இவர்கள் யாரும் பொம்மை செய்யும் கலையை முறைப்படி கற்றவர்களாகக் கருத இயலாது. இப் பொம்மைகள், ஆறு, கடல்கரைப் பகுதிகளில், இளம் பெண்களால் விளையாடுவதற்காகச் செய்யப்பட்டன என்பதால் இவற்றில் கலை நுணுக்கங்களைக் காண்பதும் அரிது. பாவைகள் வண்டல் மண்ணால் செய்யப்பட்ட பின்னர் பூக்களால் அலங்கரிக்கப்பட்டன எனவும் இவ் இலக்கியங்கள் குறிப்பிடுகின்றன. இவை யாவும் சூளையில் இட்டுச் சுடப் படாது, வெயிலில் உலரவைக்கப்பட்ட பொம்மைகள் எனவும் கருதவேண்டும். காதலர்கள் ஓட்டி வந்த தேரினால் இப்பாவைகள் சிதைக்கப்பட்டுள்ளதும் இவ் இலக்கியங்களில் சொல்லப்பட்டுள்ளன.⁶ அதாவது, கடற்கரை, ஆற்றங்கரைகளுக்கு அருகே மக்கள் நடமாடும் பகுதிகளிலும் இம்மண் பாவைகளைச் செய்து விளையாடியுள்ளனர். மேலே குறிப்பிட்ட பாவைகள் சுடு மண் பொம்மைகள் எனக் கருத இயலாது. இப் பாவைகள் யாவும் விளையாட்டுப் பயன் கருதியே செய்யப்பட்டன. ஆயினும் பொம்மை செய்யும் கலையை மக்கள் அறிந்திருந்தனர் என்பது இப் பாடல்களிலிருந்து நன்கு புலப்படும்.

5.4. மண்ணீட்டரங்கம்

சுடு மண் பொருள்களை சங்க கால மக்கள் பலவாறும் பயன் படுத்தினர் என்ற செய்திகளைச் சங்க இலக்கியங்கள் தருகின்றன. வீடுகளையும் மாளிகைகளையும் சுடு மண் பொருள்களைக் கொண்டு அழகுபடுத்தினர். காவிரிப்பூம் பட்டினத்தில் அமைந்த வீட்டுச் சுவர்கள் பலவும் சுடு மண் பொருள்களால் அலங்கரிக்கப்பட்டன என்று

பெரும்பாணாற்றுப்படை[7] குறிப்பிடும். "சுடு மண் ஓங்கிய" என வரும் சொற்றொடரை செங்கல் சுவர்கள் என்று பொதுவாக உரையாசிரியர்கள் பொருள் கொண்டனர். சுடு மண் என்ற சொல் செங்கற்களைக் குறிக்கும் என்ற எண்ணத்தில் இவ்வாறு கருதினர். ஆயினும், இவ் விடத்தில் செங்கல் கட்டம் என்ற பொருளைவிட சுடு மண் பொம்மைகளால் அலங்கரிக்கப்பட்ட சுவர்களுடைய கட்டுமானங்கள் என்ற பொருள் பொருத்தமாகும்.

மணிமேகலையில் சுடு மண்ணால் அலங்கரிக்கப்பட்ட கட்டிடங்களைப் பற்றிய குறிப்புகள் உள்ளன. கதவுகள், கதவு நிலைகள் ஆகியன சுடு மண் பொருள்களால் அலங்கரிக்கப்பட்டன. மாளிகையில் உள்ள நான்கு வெளிக்கதவுகளில் சுடு மண் பொம்மைகள் வைக்கப்படாமல், உள்பக்கக் கதவுகள் சுடு மண் பொம்மைகள் கொண்டு அலங்கரிக்கப் பட்டன.[8] சுடு மண் பொம்மைகளால் அலங்கரிக்கப்பட்ட வீடுகளை "சுடு மண் ஓங்கிய நெடு நிலை மனை" என்று மணிமேகலை குறிப்பிடுகிறது.[9] சிலப்பதிகாரமும், சுடு மண் பொம்மைகளால் அலங்கரிக்கப்பட்ட மண்டபத்தைச் சுட்டுகிறது.[10] இம் மண்டபம் மண்ணீட்டரங்கம் என்று விளிக்கப்பட்டது. சுடு மண் பொம்மைகளைக் கொண்டு அலங்காரம் செய்யப்பட்ட கோவில்களைப் பற்றிய குறிப்புகள் மணிமேகலையில் உள்ளன. இக்கோவில்கள் சுடுமண்ணேற்றி அரங்கு சூழ் என்று குறிப்பிடப்பெறுகிறது. இறந்தோருக்காக, உறவினர்களால் கட்டப்பட்ட கோவிலை "சுடு மண் ஓங்கிய நெடுநிலைக் கோட்டம்" என்று மணிமேகலை சுட்டுகிறது.[11]

5.5.மண் முத்திரை

மண் பொருள்கள் பல வகைகளில் பயன்படுத்தப்பட்டுள்ளது. அரச முத்திரைகள் பச்சைக் களிமண்ணால் இடப்பட்டன. விற்பனைப் பொருள்கள் மீது சுங்கவரித் தீர்வையிட்டதன் அடையாளமாக சோழ அரசின் புலிச் சின்னம் பொறிக்கப்பட்டதை பட்டினப்பாலை குறிப்பிடுகிறது.[12] பச்சைக் களிமண் வில்லைகளை பண்டங்களின் மீது ஒட்டி அதன் மீது அரசச் சின்னம்

பொறிக்கப்பட்டிருக்கலாம். தொன்மையான நாகரிகங்களில் பச்சைக் களிமண் கொண்டு முத்திரைகள் இடப்பட்டுள்ளமை இக்கருத்துக்கு சார்பாக அமையும். மேலும் அரிக்கமேட்டில் கண்டெடுக்கப்பட்டுள்ள மண் முத்திரை[13] ஒன்றும் இதற்குச் சான்றாக அமையும். இம் முத்திரையில் இரண்டு குதிரைகள் பூட்டிய தேர் உள்ளது. இம்முத்திரை சுமார் கி.மு.முதல் நூற்றாண்டைச் சார்ந்தது எனக் கருதினாலும் சங்க காலத் தமிழ் அரசுகளோடு தொடர்பு படுத்த இயலாது. உரோமானிய நாட்டுப் பொருள்களின் மீது இடப்பட்ட முத்திரையாகவே கருதவேண்டும். அரச ஆவணங்களில் மண் முத்திரைகள் இடப்பட்டதை சிலப்பதிகாரம் குறிக்கிறது. இவ் அரச ஆவணம் "மண்ணுடை முடங்கல்" எனப்பட்டது.[14] பல்லவர் ஆட்சிக் காலத்தில் எருது உருவம் பொறிக்கபட்ட பல்லவ அரச முத்திரை விடை மண் பொறி ஓலை என அழைக்கப்பட்டது.

5.6.சுடுமண் கலைஞர்கள்

சுடு மண் கலைஞர்களைப் பற்றியும் சங்க இலக்கியம் சில தகவல்களைத் தருகிறது. சிலப்பதிகாரத்தில், இந்திர விழவூரெடுத்த காதையில், சிறப்பான கலைத் தொழில் செய்வோர் சிலரைப் பற்றிய விவரம் காணப்படுகிறது. பொன், வெண்கலம், செம்பு, இரும்பு, மரம் ஆகிய பொருள்களில் தொழில் செய்யும் கலைஞர்களோடு மண்ணீட்டாளர் எனப்படும் தொழில் கலைஞர்கள் குறிப்பிடப் பட்டுள்ளனர்.[15] இவர்களைச் சுடு மண் கலைஞர்கள் எனக் கருதலாம்.

மண்ணீட்டாளர் என்ற சொல்லுக்கு உரையாசிரியர்கள் சுதை பணியாற்றும் கலைஞர்கள் என்று பொருள் கொண்டனர். மேலும் இதே உரையாசிரியர்கள் குயவர்களுக்கும் இச் சொல்லையே பயன்படுத்தியுள்ளனர். இவ் இரண்டு பொருள்களில் மண்ணீட்டாளர் என்ற சொல் பயன்பட்டிருக்க வாய்ப்பில்லை. இவ் இரு தொழிலாளர்களும் முற்றிலும் வேறுபட்ட தொழில்களைச் செய்பவர்கள். மேலும் இப் பணியாளர்கள் பயன் படுத்தும் தொழில் கருவிகளும், பணிமுறைகளும் வேறு வேறானவை.

சுதைக் கலைஞர்கள் சுண்ணாம்பு மணல் கலந்த கலவைச் சாந்தைப் பயன்படுத்துவோர். இவர்கள், முதலில் செங்கல், கல் இவற்றோடு மரக்குச்சிகளைக் கொண்டு தண்டங்கள் என்னும் குறுக்குச் சட்டங்களை அமைத்துக் கொள்வர். இதனைத் தாங்கு உருவச் சட்டம் எனலாம். இத் தாங்கு உருவச் சட்டத்தின் மீது சுண்ணாம்பு, மணல், ஒருவகைக் கற்கள் ஆகியவற்றை இடித்துச் செய்யப்பட்ட கலவைச்சாந்து (சுதை) கொண்டு உருவ அமைப்புகளை வடிவமைப்பர். இம்முறையில் வடிவமைக்கப் பட்ட முழு உருவத்தின் மீது வண்ணங்கள் தீட்டப்படுதல் உண்டு. ஆயினும் இவ்வடிவங்கள் சூளையில் இட்டு சுடப்படாமல் அவ்வாறே விடப்பட்டு உலரவிடப்படும்.

சுடு மண் கலைஞர்களின் பணி சுதைக் கலைஞர்களின் பாணியிலிருந்து முற்றிலும் மாறுபட்டது. களிமண்ணை நன்கு பிசைந்து, உருட்டி, சில சமயம் பொடி மணலைக் கலந்து, உருவத்தை உருவாக்குவர். இப் உருவம் வெயிலில் உலர்த்தப்படும். பின்னர் சூளையில் இட்டுச் சுடப்படும். சூளையில் மண் பொருள்களை இட்டுச் சுடுதல் சுடு மண் கலையின் மிக முக்கிய தன்மைகளில் ஒன்றாகும். எனவே மண்ணீட்டாளர்களை சுதைக் கலைஞர்களாகக் கருதுவது தவறானதாகும். அவர்களைச் சுடு மண் கலைஞர்கள் என்று அறிவதே சரியாகும். மேலும், பிற்கால இலக்கியமான திவாகரம், கடவுள் படிமங்கள் செய்வதற்கு மண், சுதை ஆகிய பொருள்களைத் தனிதனியே சுட்டுகிறது. இதனால், இத்தொழில்களின் இருவேறுபட்ட தன்மைகள் நன்கு அறியப்பட்டுள்ளன எனத் தெரிகிறது.

5.7. பிற இலக்கியங்கள்

கடவுள் படிமங்கள் செய்வதற்கான முக்கியமான நான்கு பொருள்களைப் பற்றி மணிமேகலை குறிப்பிடுகிறது. அவையாவன: 1. மரம், 2. மண், 3. கல், 4. சுவர் (மண்ணினும் கல்லினும் மரத்தினும் சுவரினும்/ கண்ணிய தெய்வதம் காட்டுநர் வகுக்க).[16] இவ்வாறு குறிப்பிடப்பெற்ற பொருள்களில் மரம், கல் ஆகியன தெளிவாகக் குறிப்பிடப்பட்டுள்ளதால்

அவற்றை அடையாளம் காண்பதில் எவ்வித ஐயமுமில்லை. சுவர் என்பதை செங்கல் அல்லது கல்லால் ஆன கட்டுமானம் என்று மட்டும் கொள்வதை விட சுண்ணாம்பு மணல் கலந்த சுதைப் பூச்சுள்ள சுவர் எனவும் கருதலாம். இரண்டாவதாகக் குறிப்பிடப்பட்ட மண், களிமண் அல்லது வண்டல் மண் என்பது தெளிவு. மேலும், மண், கல் ஆகியவற்றால் செய்யப்பட்ட தெய்வங்கள் பேசமாட்டா என்று மணிமேகலை பிரிதோரிடத்தில் குறிப்பிடுவதிலிருந்து கடவுள் படிமங்கள் மண்ணாலும் ஆக்கப்பட்டன என்பது புலப்படும். மணிமேகலை மற்றோரிடத்தில், "வழுவுறு மரனும் மண்ணும் கல்லும் எழுதிய பாவையும்" என்று குறிப்பிடுதிலிருந்து, குற்றமற்ற மண்ணால் கடவுள் உருவங்கள் செய்யப்பட்டன என்பதில் எவ்வித ஐயமில்லை. இவைகள் யாவும் சுடு மண் பொம்மைகள் என்பது சாத்தியமே. முறையாக சுடப்படாத வெயிலில் காயவைக்கப்பட்ட படிமங்கள் திடமாக இருப்பதற்கு வாய்ப்பில்லை. எளிதில் உடையும் தன்மையும் நீரில் கரையும் தன்மையும் கொண்ட படிமங்கள் திடமாக இல்லாததால் வழிபாட்டுக்கு உகந்தவையல்ல.

கி.பி. 8ஆம் நூற்றாண்டைச் சார்ந்த திவாகர நிகண்டில்,[17] படிமங்கள் செய்வதற்கான பத்துப் பொருள்களில் ஒன்றாக மண்ணைக் குறிப்பிடுகிறது. மற்ற ஒன்பது பொருள்களாவன: 1. கல், 2. உலோகம், 3. செங்கல், 4. மரம், 5. சுதை, 6. தந்தம், 7. வண்ணம், 8. கண்டசருக்கரை, 9. மெழுகு, ("கல்லும் உலோகமும் செங்கலும் மரமும் மண்ணும் சுதையும் தந்தமும் வண்ணமும் கண்ட சருக்கரையும் மெழுகும் என்றிவை பத்தே சிற்பத் தொழிற்குறுப் பாவன"). எனவே மண் என்று இங்கு குறிப்பிடப்பெரும் பொருள் களிமண் அல்லது வண்டல் மண் என்று கருதுவதே சரியாகும்.

பதினாறாம் நூற்றாண்டில் ஆக்கப்பட்ட சிரிகுமாரரின் சில்ப ரத்நா, சுடு மண் பொம்மைகள் செய்வதற்கான பொருள்கள், அவற்றைச் செய்யும் முறைகளையும் விவரிக்கின்றன. பால், தயிர், நெய், கோமியம், பசுவின் சாணம் ஆகியவற்றோடு நன்கு பிசைந்த களிமண்ணால் பொம்மைகள் செய்யப்பட்டன. இவை சூளையில் இடப்பட்டு, அளவான

சூட்டில் சுடப்பட்டன. சுடப்படாத பொம்மைகள் எண்ணை, அரக்கு, போன்ற பொருள்களால் செய்யப்பட்டு வெயிலில் உலர்த்தப்பட்டன. இவை கையாலும், மண் அச்சுகளினாலும் செய்யப்பட்டன என்று இந் நூல் குறிக்கிறது.

5.8.சாலிவாகனன்

பழங்கதைகளில் சுடு மண் பொருள்களைச் செய்யும் குயவர்களைப்பற்றி பல குறிப்புகள் உள்ளன. அவற்றுள் ஒன்று மிகப் பிரபலமான சாலிவாகனன் கதை. பைடணபுரியில் வாழ்ந்த சுலோசனன் என்ற வேதியனின் மகள் சுமித்திரை. நாகராசனால் களவு முறையில் கருத்தரித்தாள். இச் செய்தி அறிந்த சுற்றத்தார் இவர்களை ஊரிலிருந்து விலக்கிவைக்க அருகிலுள்ள குயவன் வீட்டில் தஞ்சமடைந்தனர். அங்கு சுமித்திரை ஆண் மகவு பெற்றாள். இவனே சாலிவாகனன். இவன் மண்ணால் படை வீரர்களைச் செய்து விளையாடினான். மிகுந்த அறிவும் சிந்தனையுமுடைய இவன் மீது அந் நாட்டு அரசன் விக்கிரமாதித்தன் பொறாமை கொண்டு அவனை அழிப்பதற்காகத் தன் போர்ப் படையை அனுப்பினான். தந் தந்தை நாகராசனின் உதவியால் மண் வீரர்களை உயிர்ப்பித்து அரசன் படையைத் தோற்கடித்தான். பின்னர் நாட்டுக்கு அரசனாக ஆண்டான். இக்கதையின் காலம் நமக்குச் சரியாகத் தெரிந்திலது. ஆயினும், குயவர்கள் மண்பானைகளை மட்டுமன்றி பல விதமான பொம்மைகளைச் செய்யும் வழக்கமுடையவர் என்பது இக்கதையால் பெறப்படும் அரிய உண்மை.[18]

சான்று நூல்கள்

1. புறநானூறு, பா.243, வரி.1–3.

2. புறநானூறு, பா.11, வரி.2–4.

3. அகநானூறு, பா.165, வரி.13.

4. அகநானூறு, பா.275, வரி.19; பா.330, வரி.2.

5. நற்றிணை, பா. 191, வரி.2–3; பா.9, வரி.8.

6. அகநானூறு, பா. 320, வரி.10–12

7. பெரும்பாணாற்றுப்படை, வரி. 405.
8. மணிமேகலை, பகு. 6. வரி 47–48.
9. மணிமேகலை, பகு. 3. வரி 127.
10. சிலப்பதிகாரம், பகு. 28, வரி 44.
11. மணிமேகலை, பகு. 6. வரி 59.
12. பட்டினப்பாலை, வரி 134–5.
13. Vimala Begley, et.al., eds. The Ancient Port of Arikamedu: New Excavation and Researches 1989-1992, p. 390.
14. சிலப்பதிகாரம், பகு.26, வரி 170.
15. சிலப்பதிகாரம், பகு. 5, வரி 30.
16. மணிமேகலை, பகு, 21, வரி. 126–31.
17. திவாகரம், 12 ஆவது பல் பொருட் கூட்டத்தொருபெயர்த் தொகுதி.
18. அபிதான சிந்தாமணி, தொகுத்தோர், ஆ. சிங்காரவேலு முதலியார், 1910, Asian Educational Service, புது தில்லி, பதிப்பு 1984, பக். 629.

6.தமிழகத்தில் தொல் உருவங்கள்

6.1.பழங்கற்காலங்கள்

தொல்பழங்கால வரலாற்றுச் சின்னங்களான கல்கருவிகள் தமிழகத்தின் வட பகுதிகளில் கிடைக்கின்றன. இவை, திருவள்ளூர், பொன்னேரி, செங்கல்பட்டு, காஞ்சிபுரம் மாவட்டங்களில் பெருமளவு கண்டெடுக்கப்பட்டுள்ளன. திருவள்ளூர் மாவட்டத்தில், அத்திரம்பாக்கம் (1964–65), நெய்வேலி (1965–66), பூண்டி (1965–66), வடமதுரை (1966–67) ஆகிய இடங்களில் மத்திய அரசின் தொல்லியல் பரப்பாய்வுத் துறையினரால் அகழாய்வுகள் மேற்கொள்ளப்பட்டன. இம் மாவட்டத்தில், குடியம் (1962–63, 1963–64) என்ற இடத்தில் அமைந்த பழங்கற்காலக் குகைத்தளமும் இவர்களாலேயே அகழாய்வு செய்யப்பட்டது. அண்மையில் சாந்தி பாப்பு என்பாரால் அத்திரம்பாக்கத்தில் மீள் அகழாய்வுகள் (1996, 2004) நடத்தப்பட்டன. இங்கெல்லாம் தொல்பழங்காலக் கல் கருவிகள் கிடைத்தன என்றாலும் வாழ்வியலுக்கு ஆதாரமான செய்பொருள்களோ, சுடு மண் பொருள்களோ கிடைக்கவில்லை.

பழங்கல்கருவிகள் காலத்தை அடுத்துத் தோன்றிய சிறு கல்கருவிகள் காலத்தில், குட்டையானதும், மிகச் சிறிய அளவிலானதுமான கல் கருவிகளைச் செய்து பயன் படுத்தியுள்ளனர். இம்மக்கள், கல் கருவிகளைச்

செய்து வாழ்ந்ததாகக் கருதப்படும் பகுதிகள் தமிழ்நாட்டின் பலவிடங்களிலும் உள்ளன. தென் மாவட்டப்பகுதிளில் காணப்படும் தேரிகளில், இக்காலக் கருவிகள் கிடைக்கப்பெற்றதால் அங்கும் கள ஆய்வுகள் மேற்கொள்ளப்பட்டன. ஆயினும், இக் காலகட்டத்தைச் சார்ந்த சுடு மண் பொம்மைகள் ஏதும் இவ்விடங்களில் கிடைக்கவில்லை.

6.2.புதிய கற்காலம்

பழங்கற்காலங்களின் இறுதியில், மக்கள் வாழ்வியலில் பல மாற்றங்கள் ஏற்பட்டன. நன்கு தீட்டி, வழுவழுப்பாக்கப்பட்ட கைக்கோடாரிகளை இம்மக்கள் பயன்படுத்தினர். நிலையான குடியிருப்புகள் ஏற்படுத்தப்பட்டு ஓரிடத்தில் வாழ ஆரம்பித்தனர். இப்பண்பாடு புதிய கற்காலப் பண்பாடு என அழைக்கப்படுகிறது. இப்பண்பாட்டைப் புலப்படுத்தும் தடயங்கள் தமிழகத்தில் சில இடங்களில் மட்டுமே கிடைத்துள்ளன. சேலம், தருமபுரி மாவட்டங்களில் மட்டும் புதிய கற்கால மக்கள் வாழ்ந்தனர் என்று இதுகாறும் கருதினர். ஆயினும், அண்மைக் காலங்களில் நடைபெற்ற கள ஆய்வுகளின் பயனாக திருவள்ளூர், காஞ்சிபுரம், வேலூர் ஆகிய வட மாவட்டங்களிலும், தஞ்சாவூர், மதுரை மாவட்டப் பகுதிகளிலும் புதிய கற்காலக் கருவிகள் காணப்பட்டுள்ளன. இங்கெல்லாம் அம் மக்கள் வாழந்த குடியிருப்புப் பகுதிகள் இன்னமும் தெளிவாக அடையாளம் காணப்படவில்லை என்பதையும் முக்கியமாகக் கருத்தில் கொள்ளவேண்டும்.

புதிய கற்காலத் தடயங்கள் காணப்பட்ட ஊர்கள் சிலவற்றில் அகழாய்வுகள் மேற்கொள்ளப்பட்டன. இங்கெல்லாம் புதிய கற்காலக் கருவியான வழுவழுப்பாக்கப்பட்ட கோடரிகள் கிடைத்தனவாயினும், அக்கால மக்களின் ஊரிருக்கைப் பகுதிகளை உறுதிசெய்ய இயலவில்லை. சென்னைப் பல்கலைக் கழகம், வேலூர் மாவட்டத்தில், அப்புக்கல்லு (1976–77, 1979–80), கிருஷ்ணகிரி மாவட்டத்தில், மல்லப்பாடி (1977–78) ஆகிய ஊர்களில் அகழாய்வுகளை மேற்கொண்டது. புதிய கற்காலக் கோடரிகள் இவ்விடங்களில் கண்டெடுக்கப்பட்ட

போதும் புதியகற்கால மக்கள் வாழ்விடப் படிவுகள் சரியாக அடையாளம் காணப்படவில்லை. திருநெல்வேலி மாவட்டம், மாங்குடியில் (2001-02) தமிழக அரசின் தொல்லியல் துறையால் நடத்தப்பட்ட அகழாய்வுகளில் சிறு கல்கருவிகள் காலக் கருவிகளும், குடியிருப்பு பகுதியும், புதிய கற்காலக் கைக்கோடரிகளும் கண்டெடுக்கப்பட்டபோதும், இக்காலத்தைச் சார்ந்த சுடு மண் உருவங்கள் ஏதும் கிடைத்தில. தருமபுரி மாவட்டம் மயிலாடும்பாறையில் தமிழ்ப்பல்கலைக் கழகம் நடத்திய அகழாய்வுகளிலும் (2004) புதிய கற்காலத் தடயங்கள் காணப்பட்டன. இங்கும் சுடு மண் உருவங்கள் கிடைத்தில.

6.2.1. மண் உருவங்கள்

இப்பண்பாட்டைச் சார்ந்த இரண்டு மண் உருவங்கள் மட்டும் அடையாளம் காணப்பட்டுள்ளன. அவை பற்றிய முழுமையான செய்திகள் கிடைக்கப் பெறாததால் மீளாய்வுக்கு உட்படுத்தப்படுதல் வேண்டும். முதல் உருவம், வேலூர் மாவட்டம், பையம்பள்ளியில் (1964-65, 1967-68) மத்திய அரசின் தொல்லியல் பரப்பாய்வுத் துறையினரின் அகழாய்வுகளில் கண்டெடுக்கப்பட்டது. இங்கு புதிய கற்கால நிலைகள் சி14 என்ற கரி கனிம கால நிர்ணயத்தின் மூலம் கி.மு. 1590 (1390 +/- 200 கி.மு.) எனக் கணக்கிடப்பட்டுள்ளது. கொம்புகளோடுள்ள விலங்கின் தலைப்பகுதி மட்டுமே புதிய கற்காலப் பண்பாட்டுப் படிவிலிருந்து எடுக்கப்பட்டது (படம் 101). இவ் உருவத்தின் உடல் பகுதிகள் ஏதும் கிடைக்கப்பெறவில்லை. ஆயினும் இவ்வுருவத்தை மான் தலை எனக் கருதலாம். இவ் அகழாய்வின் முழு அறிக்கை வெளியிடப்படாததால் இம் மண்பொம்மையின் பிற விவரங்களையும், அதன் பயன்பாடு பற்றியும் அறிய இயலவில்லை. அக்காலக் குழந்தைகளின் விளையாட்டுப் பொம்மையாக இவ் உருவத்தைக் கருதலாம். இதே காலகட்டத்தைச் சார்ந்த சுடு மண் மணிகள் பல இங்கே கண்டெடுக்கப்பட்டுள்ளன.

தமிழக அரசின் தொல்லியல் துறை தருமபுரி மாவட்டத்தில், மோதூர் (2004-05) என்ற ஊரில் அகழாய்வுகள்

மேற்கொண்டது. அகழாய்வுக் குழி 11 ல் ஒரு பெண் உருவத்தின் மேல் பகுதி கண்டெடுக்கப்பட்டது. இவ் உருவம் மிகத் தொன்மையான முறையில், வடமேற்கு இந்தியாவில் உள்ள ஆப்காநிஸ்தாநத்தின் குலி சமவெளிப்பகுதியில் காணப்படும் பழமையான சுடு மண் உருவங்களை ஒத்துள்ளது எனக் கருதி, புதிய கற்காலத்தைச் சார்ந்ததாகும் என ஊகித்துள்ளனர் (படம் 102). ஆயினும் புதிய கற்காலத்தைச் சார்ந்த மண் அடுக்கில் இவ் உருவம் கண்டெடுக்கப்பட்டதாகக் குறிப்பிடப்படவில்லை. இவ் உருவத்தின் இரண்டு கைகளும், இடுப்பின் கீழ் உள்ள பகுதியும், ஒரு மார்பகமும் முழுவதுமாக உடைபட்டுள்ளன. இதன் முதுகுப்பகுதி தட்டையாக உள்ளது. மார்பகங்கள் ஒட்டுமுறையில் உடம்போடு சேர்க்கப்பட்டுள்ளன. இவ் உருவத்தில் முக்கோண வடிவத் தலைப்பகுதியில் முக உறுப்புகள் ஏதும் தெளிவாகக் காட்டப்படவில்லை. இதேபோன்ற முக்கோண வடிவத்தலையுள்ள ஆண் பெண் உருவங்கள் தக்காணத்தில் மாளவ, ஜோர்வே பண்பாட்டு (கி.மு.1600–1000) நிலைகளில் கண்டெடுத்துள்ளனர். அவ் உருவங்களின் உடல் பகுதிகள் சொரசொரப்பாக ஆக்கப்பட்டுள்ளன. வெயிலில் உலர்த்தப்பட்ட மண் உருவங்களும் அவற்றில் உள்ளன.

6.3.1.இரும்பு காலம்

இரும்பைப் பயன்படுத்தும் தொழில்நுட்பம் சுமார் கி.மு. 1000 ஆம் ஆண்டுவாக்கில் கண்டுபிடிக்கப்பட்டது. இக் காலத்தில் நிலவிய பண்பாட்டை இரும்பு காலப் பண்பாடு அல்லது பெருங்கல் காலப் பண்பாடு என அழைக்கின்றனர். கி.மு. முதல் நூற்றாண்டு வரை இப் பண்பாடு நிலவியதாகக் கணிக்கப்பட்டுள்ளது. இக்காலத்தில் உழுதொழில், வாணிகம் போன்ற தொழில்கள் சிறப்பாக நடைபெற்றன. இரும்பு காலப் பண்பாட்டுத் தடயங்கள் தமிழகத்தில் ஏராளமாகக் காணப்பட்டுள்ளன. இரும்பு உலைகளைப் பயன்படுத்தி கருவிகள் பலவற்றை உற்பத்தி செய்துள்ளனர். கருப்பு சிவப்பு நிறமுடைய மண் கலன்களைப் பயன்படுத்தினர். சிலவற்றில் வண்ணங்கள் தீட்டி அழகுபடுத்தினர். இறந்தோரைப்

தமிழகத்தில் மண் உருவங்கள் கிடைத்த ஊர்கள்

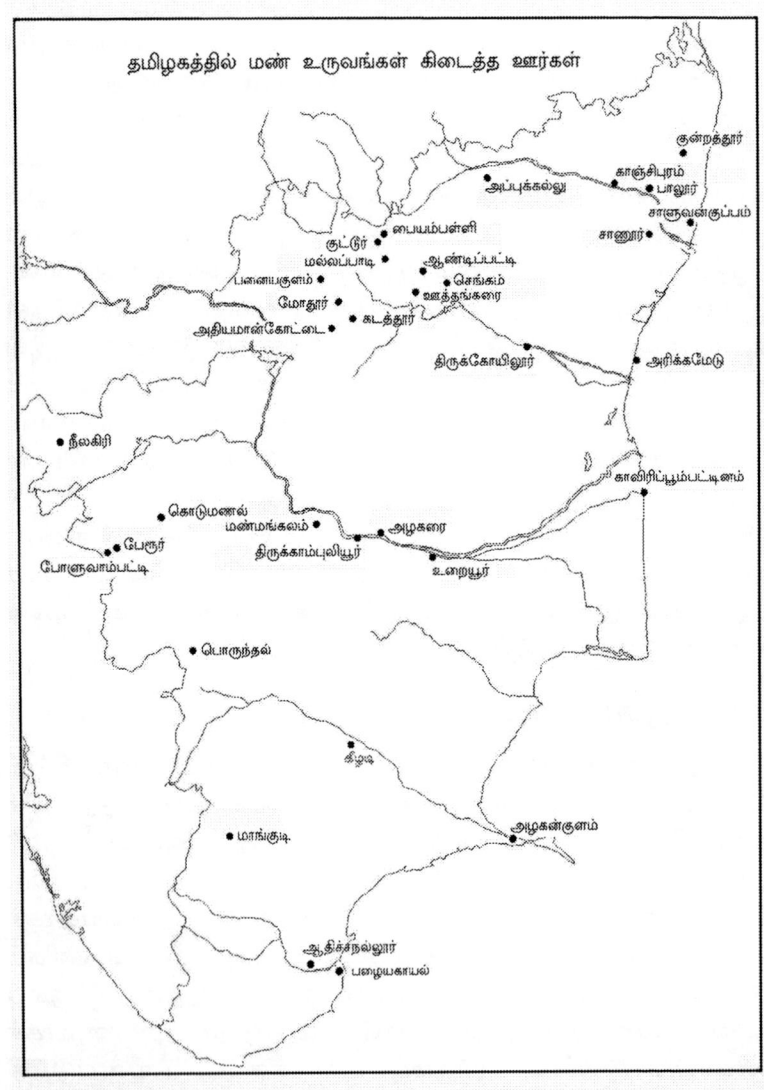

புதைக்கத் தேவையான கல்பெட்டி, தாழிகள், தாழிப் பெட்டிகள் ஆகியவற்றையும் வனைந்துள்ளனர்.

6.3.2. அகழாய்வுகள்

இந்திய அரசின் தொல்பொருள் பரப்பாய்வுத் துறையினர் சாணூர் (1950), குன்னத்தூர் (1955-56 முதல் 1957-58), ஆகிய ஊர்களில் உள்ள இரும்பு காலப் புதைகுழிகளில் அகழாய்வு செய்தனர். ஆதிச்சநல்லூர் (1876, 1899), பெரும்பேர் (1908), அமிர்தமங்கலம் (1954-55), போன்ற ஊர்களில் முதுமக்கள் தாழிகள் உள்ள இடங்களிலும் இவர்களால் அகழாய்வுகள் நடத்தப்பட்டன. ஆதிச்சநல்லூரில் (2004-05), முதுமக்கள் தாழிக்காடுகள் அகழாய்வு செய்யப்பட்டன. புதுச்சேரி மாநிலத்தில் ஆரோவிலியில் (1984-85, 1985-86) உள்ள இரும்புகாலப் புதைகுழிகளும் இவர்களால் அகழாய்வு செய்யப்பட்டன.

தமிழகத்தின் பல இடங்களில் எதேச்சையாகக் கண்டெடுக்கப்பட்ட சுடு மண் பொம்மைகள் சென்னை அருங்காட்சியகத்தின் இருப்பில் உள்ளன. இவற்றுள் முக்கியமாக நீலகிரி பகுதியிலிருந்து கொண்டுவரப்பட்ட சுடு மண் உருவங்களைக் குறிக்கலாம். இவ் அருங்காட்சியினரால், சென்னையின் ஒரு பகுதியான, கீழ்ப்பாக்கத்தில் (1934) அகழாய்வு நடத்தப்பட்டது. தமிழ் நாட்டு அரசின் தொல்பொருள் ஆய்வுத்துறையினரால் ஆனைமலை (1969) கல் வட்டத்தில் அகழாய்வு மேற்கொள்ளப்பட்டது. கோவலன் பொட்டல் (மதுரை) (1979-80), போன்ற இடங்களிலில் உள்ள முதுமக்கள் தாழிகளும் அகழாய்வு செய்யப்பட்டன.

சென்னைப் பல்கலைக் கழகத்தின் பண்டைய வரலாறு மற்றும் தொல்பொருள் ஆய்வுத் துறையினரால் திருவக்கரையில் (1984-85) இரும்பு காலக் கல்வட்டங்களில் அகழாய்வுகள் மேற்கொள்ளப்பட்டன. தமிழ்ப் பல்கலைக் கழகத்தின் கல்வெட்டு மற்றும் தொல்லியல் துறையினரால் கொடுமணலில் (1985-90) புதைகுழிகளும், மக்கள் வாழ்விடங்களும் அகழப்பட்டன. பின்னர் தமிழக அரசும் இவ்விடத்தை அகழாய்வு செய்தது. தாண்டிக்குடியின்

கல்வட்டங்கள் தமிழ்ப் பல்கலைக் கழகத்தாரால் அகழாய்வு செய்யப்பட்டன.

தமிழ் நாடு முழுவதும் உள்ள இரும்புகால கல்வட்டங்கள் உறைவிடங்களில் அகழாய்வும், சிலவிடங்களில் களமேற்பரப்பு ஆய்வுகளும் நடத்தப்பெற்றுள்ளன. பல இடங்களில் சுடு மண் பொருள்கள் கண்டெடுக்கப்பட்டுள்ளன என்றாலும் சில இடங்களில் அப்பொருள்கள் கிட்டவில்லை. இருப்பினும் அக்கால மண் கலன்களோடு, சுடு மண் மணிகள், கை வளையல்கள், போன்ற பொருள்கள் கிடைத்துள்ளன. பொதுவாக இக்காலக் கல்வட்டங்கள், தாழிகள், போன்றவற்றிலிருந்து மிகக் குறைந்த எண்ணிக்கையில் சுடு மண் உருவங்கள் எடுக்கப்பட்டதைக் குறிப்பிடல் வேண்டும்.

அகழாய்வுப் பணிகளை மேற்கொண்ட நிறுவனங்கள் தம் முடிவுகளை அறிக்கைகளாக வெளியிட்டுள்ளன. பல அகழாய்வுகளின் முடிவு அறிக்கைகள் இன்னமும் வெளியிடப் படவில்லை என்பதால் சுடு மண் பொருள்களின் முழு விவரங்கள் தற்பொழுது கிடைக்கப் பெறவில்லை. அகழாய்வு அறிக்கைகளில் தரப்பட்டுள்ள விவரங்களில் மண் அடுக்கு, காலப்பாகுபாடு போன்றவை, அப் பொருள்கள் செய்யப்பட்ட காலத்தை அறிந்து கொள்ள உதவும். இவ்விவரங்கள் இல்லாதபோது, சில சமயம் மற்ற சான்றுகளோடு ஒப்பிட்டும், ஊகித்தும் அறியலாம். மிகக் குறைந்த எண்ணிக்கையில் உருவங்கள் கிடைத்துள்ளதால் இம் மக்கள் சுடு மண் கலையை அறிந்திருந்தனர் என்பதும், இவற்றைச் செய்வதில் இவர்களுக்கு ஓரளவே ஈடுபாடு இருந்துள்ளது என அறியலாம்.

6.3.3. பெண் உருவங்கள்

களமேற்பரப்பு ஆய்வுகள் நடத்தப்பெற்ற இடங்களில் தருமபுரி மாவட்டம் கடத்தூரில் பெருங்கற்கால கல்வட்டம் ஒன்றின் சிதைவுகளிலிருந்து ஆறு சுடு மண் உருவங்கள் கண்டெடுக்கப்பட்டன. அவற்றுள் மூன்று உருவங்களைப் பற்றி எம். கெ. தவளிகர் விரிவாக எழுதியுள்ளார். இம் மூன்று உருவங்களும் சுமார் கி.பி. முதல் நூற்றாண்டைச் சார்ந்ததாகக்

கருதுவார். கடத்தூரில் கண்டெடுக்கப்பட்ட கையால் வனையப்பட்டு நின்றவாறுள்ள பெண் உருவத்தின் (படம் 103). முக உருப்புகள் வனப்பற்று காணப்படுகிறது. சப்பை மூக்கோடும், சிறிய வாயிதழ்களோடும், வளைக்கோட்டுக் கண்களோடும், குறுகிய நெற்றிப்பட்டையோடும் உள்ளது. சுருங்கிய இடை, சிறிய மார்பகங்களோடுள்ள இப் பெண் உருவத்தில் சிறிய பள்ளமாக தொப்புள் காட்டப்பட்டுள்ளது. தட்டையான தலைப்பகுதியுள்ள இவ் உருவம் தன் கழுத்தில் சிறிய மாலை ஒன்றை அணிந்துள்ளது. இம் மாலை மத்திய ஆசியப்பகுதி மக்கள் அணியும் மாலையைப் போலுள்ளது என்றும், அப்பகுதியை ஆண்ட சித்தியர்கள் காலத்தில் இந்தியாவில் அறிமுகம் செய்யப்பட்டிருக்கலாம் என தவளிகர் கருதுவார்.

நீலகிரி புதைகுழிகளிலிருந்து எடுக்கப்பட்ட உருவங்களில் பெரும்பாலானவை மண்கல மூடிகள் மீது குடுமிகளைப் போல வனையப்பட்ட உருவங்கள். இவற்றுள் முக உறுப்புகள் மிகத் தெளிவாகக் காட்டப்பட்டுள்ள பெண் உருவம்(படம் 104) வட்டத்தலையோடும் இடது கையைத் தலைமீது கை வைத்தவாறும், வலது கை உடைந்த நிலையிலும் உள்ளது. இடது முன்கையில் நிறைய வளையல்களை அணிந்துள்ள இதன் உடம்பில் புள்ளிகள் குத்தப்பட்டு அலங்காரம் செய்யப்பட்டுள்ளது. இது ஆடை, மற்றும் அணிகலன்களைக் குறிப்பதாகலாம். இப்பொம்மை இடுப்புப் பகுதிவரை மட்டுமே கிடைத்துள்ளது.

இடுப்பளவுள்ள மற்றொரு பெண் உருவமும் குழந்தையை ஏந்தி பாலூட்டும் பெண் உருவமும் இவ்விடத்தில் கண்டெடுக்கப்பட்டுள்ளன. இவ்விரண்டு உருவங்களின் முக உறுப்புகள் அளவுக்கு அதிகமாக காட்டப்பட்டுள்ளன. வட்டங்களால் உடல் பகுதிகள் அலங்காரம் செய்யப்பட்டுள்ளன.

6.3.4. ஆண் உருவங்கள்

நீலகிரிப் புதைகுழிகளிலிருந்து எடுக்கப்பட்ட ஆண் உருவங்களில் வட்டத் தலையோடும், இடதுகையைத் தலை

மீது வைத்தவாறுள்ள உருவத்தை முதன்மை இரங்கலர் (chief mourner) என்று அடையாளப்படுத்தியுள்ளனர்(படம் 105). இவ்வுருவம் ஒரு மேடை மீது அமர்ந்துள்ளவாறு செய்யப்பட்டுள்ளது. முக உறுப்புகள் மிகத் தெளிவாகக் காட்டப்பட்டுள்ள போதும் கை விரல்கள் கீற்றாக உள்ளன. புள்ளிகள் குத்தப்பட்ட பட்டையான அலங்கார மாலை ஒன்றை அணிந்துள்ளது.

நின்றவாறுள்ள ஆண் உருவங்களில் ஒன்று வட்டமுகத்தோடும் முக உறுப்புகள் தெளிவாக வனையப்பட்டு உள்ளது. இதன் இடது கை உடைபட்டும், குச்சிக் கால்களை விரித்து வைத்தவாறுமுள்ளது. கோடுகள், புள்ளிகளால் உடம்பில் அலங்காரம் செய்யப்பட்டுள்ளது. மார்பில் குறுக்குப் பட்டைகள் இரண்டும் ஒன்றை ஒன்று வெட்டிக்கொள்ளுமாறு உள்ளன. கீழாடை அணிந்துள்ளது போல பட்டைக் கோடுகளால் காட்டப்பட்டுள்ளது. மற்றொரு ஆண் உருவம் நீள்வட்ட வடிவ முகத்தோடும், தலையில் கூம்பு வடிவத் தொப்பியோடும் கழுத்தணிகள் அணிந்தவாறுள்ளது. உணவு உண்ணுமாப்போல் இடது கையை வாயினருகே வைத்துள்ளது. மார்புக் காம்புகள் வட்டமிட்டுக் காட்டப்பட்டுள்ளன. தொப்புளைக் காட்ட பள்ளமான குழியொன்று இடப்பட்டுள்ளது.

மற்றொரு உருவம் குதிரை போன்ற விலங்கின் மீது அமர்ந்துள்ளது (படம் 106). குதிரையின் உருவம் நன்றாகச் செய்யப்படாமல், பருத்த கால்களோடும் முன் துருத்திய முகத்தோடும், நீண்ட கழுத்தோடும் உள்ளது. குதிரையின் மீது அமர்ந்துள்ள உருவம் தன் இரண்டு கால்களையும் பக்கவாட்டில் தொங்கவிட்டுள்ளது. மனித உருவத்தின் மார்புப் பகுதிவரையே கிடைத்துள்ளது. இவ் உருவங்கள் இரும்புகாலப் புதைகுழிகளில் கிடைத்தன என்றாலும் இவை சற்றுப் பிந்திய காலத்தைச் சார்ந்தன எனக் கருதுவர்.

கடத்தூரில் காணப்பட்ட இரண்டு ஆண் உருவங்களில், ஒன்று தன் கால்களை முன்புறம் நீட்டிக்கொண்டும் இரு கைகளை உயர்த்தி, அமர்ந்தவாறுள்ளது. இதன் முகப் பகுதிகள் சற்றுத் தேய்ந்து போயுள்ளன (படம் 107). தலையில்

தடித்த அரைக் கோள வடிவிலான தொப்பி அணிந்துள்ளது. அஜந்தாவில் உள்ள 10 ஆம் எண் குகையில் தீட்டப்பட்டுள்ள சுவரோவியத்தில் உள்ள தொப்பியை ஒத்துள்ளது என தவளிகர் கருதுகிறார். மேலும், நேரான மூக்கு, சிறிய வா யிதழ்கள், கீற்றைப்போல் வடிவமைக்கப் பட்ட கண்கள், துருத்திய தாடை மற்றும் தாடி, தடித்த மீசை போன்ற முகவடிவங்களை நோக்கிய இவர், இப்பொம்மை சித்திய வீரனாகலாம் என்றும் கருதுகிறார்.

இங்கே கண்டெடுக்கப்பட்ட மற்றொரு உருவம், ஓராளின் தலை (படம் 108) ஆகும். இதன் உடல் பகுதிகள் கிடைக்கப்பெறவில்லை. தடித்த சப்பை மூக்குடன் உள்ள இதன் கண்கள் விரிந்து, துருத்திய வண்ணம் உள்ளன. பைதானத்தைச் சார்ந்தோர் அணியும் குல்லாயைப் போன்ற தலைஅணியை அணிந்துள்ளது. இதனால் இப் பொம்மை வடமேற்கு மாநிலத்தைச் சார்ந்த அயல்நாட்டினராகவோ ஆதிக்குடியாகவோ இருக்கலாம் என தவளிகர் கருதுவார். இவர் கருத்துப்படி பெருங்கற்காலத்தைச் சார்ந்த இவ்விரண்டு சுடு மண் உருவங்களும் சாதவாகனர் காலக் கலைத்தொடர்புகளை வெகுவாகக் கொண்டுள்ளது.

6.3.5. விலங்கினங்கள்

இறந்தோரைப் புதைக்கப் பயன்பட்ட சார்க்கோபேகஸ் (sarcophagus) என்ற சுடு மண் தாழிப்பெட்டிகள் விலங்கு உருவத்தில் செய்யப்பட்டுள்ளன. முக்கியமாக இப்பெட்டிகளின் கீழ்ப்பகுதி ஆறு, எட்டு அல்லது அதற்கு மேற்பட்ட கால்களோடு செய்யப்பட்டுள்ளன. இதன் மேலே வைக்கப்படும் மூடியின் தலைப்பகுதி குறுகிய கொம்புகளுடைய ஆட்டுத்தலையாக வடிவமைக்கப்பட்டுள்ளது. சில சுடு மண் பெட்டிகளில் மற்ற விலங்கின உருவங்களையும் காணலாம். பசு, யானை போன்ற விலங்கின உருவங்கள் உள்ள சுடு மண் பெட்டிகளும் செய்யப்பட்டுள்ளன. தாழிப் பெட்டிகள் கையால் செய்யப்பட்ட பின்னர், இவ் உருவங்கள் செய்யப்பட்டு இப்பெட்டிகளின் மேல் மூடியில் பொருத்தப்படும்.

விலங்கின உருவங்கள் சில இக்காலப் புதைகுழிகளில் கண்டெடுக்கப்பட்டுள்ளன. செங்கல்பட்டுக்கு அணித்தாக உள்ள சாணூரில் காணப்படும் பெருங்கற்காலக் கல்வட்டங்களில் சுடு மண் உருவங்கள் ஏதும் கிடைக்கவில்லை. கல்வட்டங்களில் மேலே அமைக்கப்படும் சிறுகல் திரளை ஒன்றில் (கல்வட்டம் எண் 2) உடைபட்ட ஒரு சுடு மண் உருவம் கண்டெடுக்கப்பட்டுள்ளது (படம் 109). சூளையில், அரைகுறையாக வேகவைக்கப்பட்டுள்ளது இச் சுடு மண் உருவம். உடைந்த தலையோடும் ஒரு காலோடும் உள்ள இது ஒரு விலங்கினமாக அறியப்பட்டாலும் எவ்வகை விலங்கினம் என இனம் காண இயலவில்லை. இவ்வுருவத்தைக் காளையின் உடைந்த தலை (?) என அனுமானித்துள்ளனர். இவ் விலங்கு உருவத்தைத் தவிற சுடு மண் பாசிகள், மற்றும் இதர பொருள்கள் கிடைத்துள்ளன.

பைய்யம்பள்ளி அகழாய்வுகளில் பெருங்கற்கால மண் அடுக்குகளில் சுடு மண் பாசிகளோடு பறவை உருவம் (படம் 110) ஒன்றும் கிடைத்துள்ளது. இப் பறவையின் மூக்கும் காலும் உடைபட்டுள்ளன. மண் கலன்களின் மேல் மூடிகளில் உள்ள குடுமிகள் (கைப்பிடிகள்) பறவை வடிவத்தில் ஆக்கப்படுவது இக்கால வழக்கமாகும். பறவைக் கைப்பிடியோடுள்ள மேல்மூடிகள் பல இடங்களிலும் கிடைத்துள்ளன. மிக அழகாகச் செய்யப்பட்ட பறவைக் கைப்பிடி உள்ள மண்கல மூடி ஒன்றை புதுக்கோட்டை அருங்காட்சியகத்தில் காணலாம் (படம் 111). இப் பறவை உருவம் மெருகூட்டப்பட்டு மிக நேர்த்தியாக வனையப்பட்டுள்ளது.

காஞ்சிபுரம் மாவட்டத்தைச் சார்ந்த குன்னத்தூர் பெருங்கற்காலப் புதைகுழிகளில் எவ்வித சுடு மண் பொருள்களும் கிடைக்கவில்லை. இதே காலகட்டத்தைச் சார்ந்த மக்கள் உறைவிடப்பகுதியில் நடைபெற்ற அகழாய்வுகளில் சில சுடு மண் பொருள்களும், விலங்கு உருவம் பொறித்த மண் அச்சும் கிடைத்துள்ளன. ஆயினும் இப் பொருள்களில் படங்களோ அவை பற்றிய விவரங்களோ அகழாய்வு அறிக்கையில் தரப்படவில்லை.

நீலகிரிப் புதைகுழிகளிலிருந்து எடுக்கப்பட்ட விலங்கினங்களில் பெரும்பாலும் மண்கல மூடிகள் மீது வனையப்பட்டவையாகும். இவற்றில் நாய், பன்றி, எருமை, யானை, சிறுத்தை (படம் 112), பாம்பு போன்ற விலங்கினங்களும் மயில்(?), மரங்கொத்தி போன்ற பறவைகளும் அடங்கும். இவற்றின் உடம்பில் வட்டப்புள்ளிகள் இடப்பட்டுள்ளன.

6.3.6.ஒட்டு உருவங்கள்

இறந்தோரைப் புதைப்பதற்காக செய்யப்பட்ட முதுமக்கள் தாழிகள், சுடு மண் தாழிப்பெட்டிகள் ஆகியவற்றின் வெளிப்புறத்தை அலங்கரிக்க உருவங்கள் சிலவற்றைச் செய்து ஒட்டியுள்ளனர். தாழிகள் சிலவற்றில் வடக்கயிறு போன்ற உருவம் தனியே செய்யப்பட்டு அதன் கழுத்துப்பகுதியில் ஒட்டப்பட்டுள்ளது. இவ் வடக்கயிறு சிலவற்றில் சாய்ந்த கோடுகளாகவும் (படம் 113) பிறவற்றில் பள்ளம் மேடுகளாகவும் செய்யப்பட்டுள்ளது. இரு முனைகளும் சேருமிடத்தில் நீண்ட கோடு இவற்றைப் பிரிக்கிறது. சில தாழிகளின் வயிற்றுப் பகுதியில் இலை வடிவத்தோடு உள்ள அலங்காரப் பட்டையும் உள்ளது.

ஆதிச்சநல்லூரில் அண்மையில் (2004) கண்டெடுக்கப்பட்ட ஈமத்தாழி ஒன்றினுள் காணப்பட்ட உடைந்த பானை ஓட்டில் பல உருவங்கள் தொடர்ச்சியாக வனையப்பட்டுள்ளன. தன் நீண்ட கைகளைப் பக்கவாட்டில் தொங்கவிட்டவாறு உள்ள நெடிய பெண் உருவத்தின் (படம் 114). வலது பக்கத்தில் முதிர்ந்த சோளக் கதிர்களும், அதன் மீது அமர்ந்துள்ள குருவி ஒன்றும் உள்ளது. மறுபக்கத்தில் பெண்ணை நோக்கியவாறுள்ள, நீண்ட நேரான கொம்புகளையுடைய மான் ஒன்றும், ஆமை போன்ற விலங்குகள் இரண்டும் படுக்கை வசத்தில் வனையப்பட்டுள்ளன. இவற்றில் படுக்கை வசத்தில் உள்ள உருவங்களில் ஒன்றை முதலையாகவும் மற்றதை பல்லியாகவும் தவறாக அனுமானித்துள்ளனர். முதலையின் நீண்ட வால்பகுதி இவ்வுருவங்களில் காட்டப்படாமல், சிறிய வால் பகுதி காட்டப்பட்டுள்ளதாலும், ஆமையின் உடல் பகுதியில் உள்ள ஓடு தனித்துக் காட்டப்பட்டுள்ளதாலும்

இவ்வுருவங்களை ஆமைகளாகக் கருதுவதே சரியாகும். மேலும், முதிர்ந்த நெல் கதிர்கள் தரையை நோக்கி வளைந்து காணப்படும். அவ்வாறில்லாமல், திரட்சியான, நிமிந்துள்ள கதிர் காட்டப்பட்டுள்ளதால் இப்பயிரைச் சோளக் கதிராகக் கருதவேண்டும். இக்கதிர் மீது அமர்ந்துள்ள பறவையை கொக்கு எனவும் தவறாகக் கருதியுள்ளனர். நீண்ட கழுத்தோடு இப்பறவை உள்ளபோதும் அதன் கால்கள் குட்டையாக வடிவமைக்கப்பட்டுள்ளன. முதிர்ந்த கதிர்களைக் கொத்த சிறு குருவிகள் வருவது இயற்கை. அவ்வகையில் இதனை ஒரு சிறு குருவியாகக் கருவதே சரி.

இவ்வுருவங்கள் யாவும் கோட்டுருவத்தில் வனையப்பட்டுள்ளது நோக்கத்தக்கது. இவ் உருவங்களை மிகுந்த திறமையோடும் அழகுணர்ச்சியோடும் செய்துள்ளனர். மண்ணை நன்கு பிசைந்து, ஒரே அளவு தடிமனுடைய கயிறுகளாகத் திரித்து அவற்றைக் கொண்டு உருவங்களைச் செய்து ஒட்டியுள்ளதாகத் தெரிகிறது. மார்பகங்களைத் தவிற முகம் மற்ற உடல் பகுதிகள் தெளிவாகக் காட்டப்படவில்லை. ஆதிச்சநல்லூரில் நிலவிய இரும்புகாலப் பண்பாட்டின் காலத்தை கி.மு. *850* முதல் *650* ஆண்டுகள் என இவ் அகழ்வாய்வை நடத்தியவர்கள் கணித்துள்ளனர்.

தருமபுரி மாவட்டம், ஊத்தங்கரையில் *(1999–2000)* கண்டெடுக்கப்பட்ட குழாய் போன்ற சுடு மண் கலத்தின் வெளிப்புறத்தில் சில உருவங்கள் ஒட்டுமுறையில் செய்யப்பட்டுள்ளன. இக்கலன் இரும்புகாலப் புதைகுழி ஒன்றிலிருந்து எடுக்கப்பட்டது; தற்போது, வாசவி கல்லூரி அருங்காட்சியகத்தில் வைக்கப்பட்டுள்ளது. செந்நிறத்தில் உள்ள இக்கலன் சுமார் *4* அடி உயரமுள்ளது. இதன் உள்பகுதி வெற்றிடமாகவும், மேல் மற்றும் அடிப்பகுதிகள் திறந்தும் உள்ளன. இதன் அடிப்பகுதி உடைபட்டுள்ளது போலத் தோன்றுகிறது. இப்பகுதியில் முன்னும் பின்னுமாக உள்ள இரண்டு உருவங்கள் உள்ளன. இவற்றில் ஒன்று, நீண்ட, கூரிய பற்களைக் காட்டியவாறு, பிளந்த வாயோடுள்ள முகம் வனையப்பட்டுள்ளது. மறுபுறத்தில் இதேபோன்ற முகம் தன் வாயை மூடியவாறுள்ளது. வாய், காதுப்

பகுதிகள் துவாரங்களோடு செய்யப்பட்டுள்ளன. இம் முகங்களையொட்டி சிறிய அளவில் பல உருவங்கள் உள்ளன. இதன் மேல்பகுதியில் மனித. விலங்கு உருவங்கள் பல உள்ளன. இக் கலத்தின் பயன்பாடு தெரிந்திலது.

இரும்பு காலப்பண்பாடு வேளாண்மை, வணிகம், தொழில் நுணுக்கம் போன்ற துறைகளில் சீரிய வளர்ச்சியைக் காட்டுகிறது. அகழாய்வுகளிலும் கள ஆய்வுகளிலும் மிகக் குறைந்த அளவு சுடு மண் உருவங்கள் கண்டெடுக்கப்பட்டுள்ளன. இவ் உருவங்கள் சிலவற்றில் நிறைவான கலையம்சமும் இல்லை. கண்டெடுக்கப்பட்ட உருவங்கள் சிலவாக உள்ளதால், இவற்றைக் கொண்டு, இக்காலக் கலையின் சிறப்புத் தன்மைகளை விரிவாக அறிய இயலாது.

6.4.1.வரலாற்று ஆரம்ப காலம்

இரும்பு பண்பாட்டுக் காலத்தின் பின் பாதியில் தமிழக வரலாற்றில் பல மாற்றங்கள் ஏற்பட்டன. இவற்றில் முக்கியமான ஒன்றாக அரசுகள் நிலைப்படுத்தப்பட்டதைக் குறிக்கலாம். இவ் அரசு உருவாக்கத்தின் விளைவாக, சேரர், சோழர், பாண்டியர் ஆகிய முடி மன்னர்களும், சிற்றரசர்கள் பலரும் தமிழ்நாட்டின் பல பகுதிகளை ஆண்டனர். வணிகப் பொருளாதாரம் வளர்ச்சியுற்று உள்ளூர், அயல் நாட்டு வணிகத்தொடர்புகள் மிகுந்தன. இலங்கை, மேற்கு ஆசியா, உரோம் மற்றும் தென்கிழக்கு ஆசியா ஆகிய நாடுகளோடு வணிக உறவுகள் ஏற்பட்டன. வணிகப் பின்னலின் மற்றொரு விளைவாக வணிக நகரங்களும், துறைமுக நகரங்களும் சிறப்போடு திகழ ஆரம்பித்தன. தமிழகத்துக்கு வடபகுதியில் நிலவிய பண்பாடுகளின் தாக்கமும் தமிழகத்தில் வெகுவாக உணரப்பட்டது. பெரும்பாலான சங்க இலக்கிப் பாடல்கள் இக்காலகட்டத்தில் இயற்றப்பட்டன. இக் காலகட்டத்தை வரலாற்று ஆரம்ப காலம் என்றும், ஏறக்குறைய கி.மு. முதல் நூற்றாண்டிலிருந்து மூன்றாம் நூற்றாண்டுவரை நிலை பெற்றதெனவும் வரலாற்றாசிரியர்கள் குறிப்பர். இம் மூன்று நூற்றாண்டுகளைச் சார்ந்ததாகக் கருதப்படும் சுடு மண் உருவங்கள் கிழே விவரிக்கப்பட்டுள்ளன.

6.4.2.அகழாய்வுகள்

இக் காலத்தில் சேரர், சோழர், பாண்டியர் அரசுகளின் தலைநகரங்களும் பிற முக்கிய நகரங்களும் அகழாய்வுக்கு உட்படுத்தப்பட்டன. சங்க காலச் சோழர்களின் வணிக முக்கியத்துவம் வாய்ந்த கடற்கரைப் பட்டினமான காவி ரிப்பூம்பட்டினம் இரண்டு முக்கிய நிறுவனங்களால் அகழாய்வு செய்யப்பட்டது. முதலில் இந்திய அரசின் தொல்பொருள் பரப்பாய்வுத் துறையினரால் 1962–63 முதல் 1977–78 வரை தொடர்ச்சியாக இல்லாமல் விட்டு விட்டு அகழாய்வுகள் செய்யப்பட்டன. பின்னர் தமிழக அரசின் தொல்லியல் துறையினர் (1994–95, 1997–98) மீளாய்வு செய்தனர். சோழர்களின் தலைநகரான உறையூர் இன்றைய திருச்சிராப்பள்ளி மாநகராட்சியின் ஒருபகுதியாக உள்ளது. அங்கு சென்னைப் பல்கலைக்கழகத்தின் பண்டைய வரலாறு மற்றும் தொல்லியல் துறையினர் 1965 முதல் 1968 வரை அகழாய்வு செய்தனர்.

பாண்டிய நாட்டின் தலைநகரமான மதுரையில் முக்கிய அகழாய்வுகள் ஏதும் நடத்தப்பெறவில்லை. இப்பகுதியின் முக்கிய வணிக நகரமும் துறைமுகப் பட்டினமும் கொற்கை ஆகும். இன்றைய அளவில் இவ்வூர் கடற்கரையிலிருந்து சில கிலோமீட்டர்கள் தள்ளியுள்ளது. முதலில் கால்டுவெல் 1876 இல் இவ்விடத்தை அகழ்ந்தார். பின்னர், தமிழக அரசின் தொல்லியல் துறையினரால் 1968–69 இல் அகழாய்வுகள் மேற்கொள்ளப்பட்டன. தென்பாண்டி நாட்டின் மற்றுமொரு முக்கிய துறைமுக நகரம் அழகன்குளம் ஆகும். இவ்விடத்திலும் தமிழக அரசின் தொல்லியல் துறையினர் 1986–87 இலிருந்து 1997–98 வரை விட்டு விட்டு அகழாய்வுகளை நடத்தினர். சேரர் தலைநகராகக் கருதப்படும் கரூரில் 1973–79, 1994–95 ஆம் ஆண்டுகளில் தமிழக அரசின் தொல்லியல் துறை அகழாய்வு நடத்தியது.

தமிழ்நாட்டின் வடபகுதியில் அமைந்த முக்கிய நகரான காஞ்சிபுரம், மூன்று நிறுவனங்களால் அகழாய்வு செய்யப்பட்டது. முதலில் இந்திய அரசின் தொல்பொருள் பரப்பாய்வுத் துறையினர் 1953–54, 1962–63 ஆகிய

ஆண்டுகளில் இந் நகரத்தின் இரு பகுதிகளை அகழ்ந்தனர். பின்னர் சென்னைப் பல்கலைக் கழகம், 1966-67 முதல் 1975-76 வரை தொடர்ந்து பல பகுதிளில் அகழாய்வுகளை நடத்தியது. தமிழக அரசின் தொல்லியல் துறையினர் 1970-71 இல் காஞ்சிபுரத்தின் ஒரு பகுதியை அகழ்ந்தனர். இக்காலத்தில் தமிழகத்தை ஆண்ட சிற்றரசர்களின் முக்கிய நகரங்கள் சிலவும் அகழாய்வுக்கு உட்படுத்தப்பட்டன. தகடூரை ஆண்ட அதியமானின் தலைநகராகக் கருதப்படும் அதியமான்கோட்டை (1981-82) சென்னைப் பல்கலைக் கழகத்தால் அகழாய்வு செய்யப்பட்டது. மலையமான்களில் தலைநகராகக் கருதப்படும் திருக்கோவிலூர் தமிழக அரசின் தொல்லியல் துறையினரால் 1994 இல் அகழப்பட்டது.

தென்னிந்தியாவின் முக்கிய வணிக மற்றும் துறைமுக நகரமாக அறியப்பட்ட அரிக்கமேடு புதுச்சேரியில் அமைந்துள்ளது. இங்கு பிரான்சு நாட்டு ஆய்வாளர்களால் முதலில் 1941, 1947-48 ஆகிய ஆண்டுகளில் அகழாய்வுப் பணிகள் நடந்தன. பின்னர், 1945 ஆம் ஆண்டில், இந்திய அரசின் தொல்லியல் பரப்பாய்வுத் துறையினரால் அகழாய்வு செய்யப்பட்டது. அண்மையில் சென்னைப் பல்கலைக் கழகமும் அமெரிக்காவின் பென்சில்வேனியா பல்கலைக் கழகமும் இணைந்து 1990-92 ஆகிய ஆண்டுகளில் அகழாய்வுகள் மேற்கொண்டனர்.

மேற்கண்ட முக்கிய தொல் ஊர்களில் நடத்தப்பெற்ற அகழாய்வுகளேயன்றி வரலாற்று முக்கியத்துவம் பற்றி இலக்கியங்களில் ஏதொரு குறிப்பும் காணப்படாத சிற்றூர்கள் பலவற்றிலும் அகழாய்வுகள் நடத்தப்பட்டுள்ளன. இங்கெல்லாம் பல சுடுமண் பொருள்கள் கண்டெடுக்கப்பட்டுள்ளன. இவ்வகையில் சென்னைப் பல்கலைக் கழகத்தின் பண்டைய வரலாறு மற்றும் தொல்லியல் துறையினர் அவர்களது கள ஆய்வுகள் மூலம் அடையாளம் காணப்பட்ட தொன்மையான ஊரிருக்கைப் பகுதிகளில் அகழாய்வுகள் மேற்கொண்டு, அவ் ஊர்களின் தொன்மையும், வரலாற்று முக்கியத்துவத்தையும் வெளிக்கொணர்ந்தனர். திருக்காம்புலியூர் (1962-64), அழகரை (1964), அப்புக்கல்லு (1977-79), மல்லப்பாடி (1978),

குட்டூர் (1983–84), குடிகாடு (1988–89), பாலூர் (2001–05) போன்ற ஊரிருக்கைப் பகுதிகள் இவர்களால் அகழப்பட்டன. தமிழக அரசின் தொல்லியல் துறையினரும், வசவசமுத்திரம் (1970), போளுவாம்பட்டி (1979–80), பேரூர் (1970–71), மாங்குடி (2001–02), ஆண்டிப்பட்டி (2004–05), மோதூர் (2004–05), போன்ற தொல் ஊரிருக்கைப் பகுதிகளில் அகழாய்வுகளை நடத்தினர். தமிழ்ப் பல்கலைக் கழகத்தின் கல்வெட்டு மற்றும் தொல்லியல் துறையினர் வல்லம் (1984), கொடுமணல் (1985–90) பொருந்தல் (திண்டுக்கல் மாவட்டம்) போன்ற இடங்களில் அகழாய்வுகளை மேற்கொண்டனர். கொடுமணலில் தமிழக அரசின் தொல்லியல் துறை மீண்டும் (1992–93, 1994–95) அகழாய்வுகளை நடத்தியது.

அண்மையில் இந்தியத் தொல்லியல் பரப்பாய்வுத் துறையின் அகழாய்வுப் பிரிவினரால் மதுரைக்கு கிழக்கே வைகை நதியின் தெற்கே அமைந்த கீழடி (சிவகங்கை மாவட்டம்) என்ற தொல் ஊரில் அகழாய்வுகளை மேற்கொண்டது. இவ்வகழாய்வுகள் மூன்று காலகட்டங்களாக 2014 முதல் 2017 வரை நடத்தியது. நான்காம் கட்ட அகழாய்வை 2017இல் தமிழ் நாட்டு அரசின் தொல்லியல் துறையினர் மேற்கொண்டனர். இதனைக் தொடர்ந்து மேலும் பல கட்ட அகழாய்வுகள் 2023 வரை நடத்தப்பட்டன. இதன் பயனாக இங்கே சேகரிக்கப்பட்ட கரிம மாதிரிகளின் காலக் கணிப்பீட்டின் படி கீழடியில் சுமார் கி.மு. 600 ஆம் ஆண்டு வாக்கில் பழம் பண்பாடு நிலவியதாகத் தெரிகிறது.

இதுவரை இந் நிறுவனங்களால் நடத்தப்பெற்ற களமேற்பரப்பு ஆய்வுகளாலும், அகழாய்வுகளாலும் இரும்பு காலம், வரலாற்று ஆரம்பகாலம், வரலாற்றுக் கால பண்பாட்டுப் படிவுகள் அவ்விடங்களில் வெளிக்கொணரப்பட்டன. இதுவரை கி.மு 1–3 ஆம் நூற்றாண்டுகளுக்கு முற்பட்ட சுடு மண் பொருள்களும் உருவங்களும் கண்டெடுக்கப்பட்டன என்றாலும் அவற்றின் காலக்கணிப்பீடு முறையாக செய்யப்பட்டிருக்கவில்லை. ஆனால் கீழடி அகழாய்வு முடிவுகளின் படி மிகத் தொன்மையான சுடுமண் உருவங்களை கி.மு. ஆறாம்

நூற்றாண்டு காலகட்டத்தைச் சார்ந்ததெனக் கணிப்பதற்கு கரிமக் காலக் கணக்கீடு துணை செய்துள்ளது.

அகழாய்வுகளை நடத்திய நிறுவனங்கள் தம் பணிகள் குறித்த முழு விவர அறிக்கைகளை வெளி யிட்டுள்ளன. அரிக்கமேடு, திருக்காம்புலியூர், உறையூர், காவிரிப்பூம்பட்டினம், கொடுமணல், வசவசமுத்திரம், பேரூர், மாங்குடி, ஆண்டிப்பட்டி, மோதூர், போன்ற இடங்களில் நடைபெற்ற அகழாய்வுகள் பற்றிய அறிக்கைகள் வெளியிடப்பட்டுள்ளன. இவ் அறிக்கைகளில் சுடு மண் உருவங்களைப் பற்றிய விரிவான குறிப்புகள் உள்ளன. ஆயினும் அகழாய்வு நடைபெற்ற இடங்களின் பலவற்றின் அறிக்கைகள் இன்னமும் வெளியிடப் படவில்லை என்பதால் சுடு மண் பொருள்களின் முழு விவரங்கள் தற்பொழுது கிட்டவில்லை.

தொல்லியல் ஆர்வமுள்ள தனியார் சிலரும் களமேற்பரப்பு ஆய்வுகளை மேற்கொண்டு சுடு மண் உருவங்கள் பலவற்றைக் கண்டுபிடித்து இவை பற்றிய செய்திகளையும் விவரங்களையும் வெளியிட்டுள்ளனர். ஆயினும் கண்டெடுத்த மண் பொருள்கள் பற்றிய விவரங்களை ஆய்வாளர்களிடம் பகிர்ந்துகொள்வதில் இவர்களில் பலர் தயங்குவதால் இப் பொருள்களைப் பற்றிய முழு விவரங்களும் நமக்குக் கிடைக்கப் பெறவில்லை. மேலும் இம் மண் பொருள்களைச் சரியாக காலவரையரை செய்ய இயலாததும் ஒரு பெரும் குறையாகும்.

6.4.3. பொதுத் தன்மைகள்

தமிழ் நாட்டு அகழாய்வுகளில் கிடைத்த இக்காலத்தைச் சார்ந்தனவாகக் கருதப்படும் சுடு மண் பொருள்களில் ஆண், பெண் உருவங்கள், குழந்தை உருவங்கள் மற்றும் விலங்கினங்களும் அடங்கும். சில உருவங்கள் பானைகளின் வெளிப்புறத்தே ஒட்டப்பட்டுள்ளன. இவ் உருவங்கள் முழுமையாக இல்லாமல் உடைபட்ட உருவங்களே பெருமளவில் கிடைத்துள்ளன. இதனால் இவ் உருவங்களின் கலைத் தன்மையை முழுவதுமாக நம்மால் அறிய இயலவில்லை.

இவ் உருவங்கள் எவ்வாறு பயன்படுத்தப்பட்டன என்பது பெரும்பாலும் ஊகத்தின்பாற்பட்டதே.

இக்காலகட்டத்தில் காணப்பட்ட பெண் உருவங்களில் சில கரடு முரடாக, தொன்மையான கலை நுணுக்கத்தோடு வனையப்பட்டவை ஆகும். கழுத்திலிருந்து கால் வரை ஒரே அளவாக எவ்வித ஏற்ற இறக்கமுமின்றி செய்யப்பட்டுள்ளன. ஆரம்பகால உருவங்களில் சில இயல்பான உருவ அளவுகளுக்கு உட்படாமல் செய்யப்பட்டுள்ளன. முக்கியமாக மார்பகங்கள், பின் பகுதிகள் மிகுந்த திரட்சியோடு செய்யப்பட்டுள்ளன. இத்தன்மை மக்கட்பேற்று வளமைச் சடங்கின் அடையாளமாகக் கருதலாம். இப்பொருள்கள் மிக நேர்த்தியோடு செய்யப்படவில்லை. பொதுவான செயல் திறமைகளைக் கொண்டே இவை செய்யப்பட்டுள்ளன. இவற்றில் முக்கியமாகக் கருதப்படவேண்டியது, கிள்ளல் அல்லது சுரண்டல் முறை கலைப்பாணியாகும். அதாவது, ஏற்கெனவே திட்டமாகச் செய்யப்பட்டு, அதிகமாக இடப்பட்ட மண்ணைலிருந்தே கொஞ்சம் கொஞ்சமாகக் கிள்ளி அல்லது சுரண்டி உடல் உறுப்புக்களை வடிவாக்குதல். இக்காலகட்டத்தில் ஒட்டு முறையிலும் சுடு மண் உருவங்களைச் செய்துள்ளனர். கைகள் கால்கள், மார்பகங்கள் போன்ற உடல் உறுப்புகள் தனியே செய்யப்பட்டு உடலோடு பொருத்தப்படும். இதனையே ஒட்டுப்பணி என்பர்.

கி.மு. முதல் நூற்றாண்டளவிலேயே அச்சுகளைப் பயன் படுத்தி உருவங்களை ஆக்கியுள்ளனர். இவ் அச்சுகள் முதலில் மண்ணால் செய்யப்பட்டு சுடப்படும். பிறகு மண்ணை இவ் அச்சுகளில் திணித்து, உருவங்களைப் பிரித்தெடுப்பர். இவ் உருவங்கள் பின்னர் சூளையில் இட்டு சுடப்படும். முதலில் ஒரு அச்சைக் கொண்டு செய்தனர். பின்னர் முன்பக்கத்திற்கு ஒரு அச்சும் பின்பக்கத்திற்கு மற்றொரு அச்சும் பயன் படுத்தப்பட்டன. ஒரு அச்சைக் கொண்டு உருவாக்கப்பட்ட உருவங்களின் முன்பக்கம் உறுப்புகள் நன்கு காணப்படும். பின்பக்கம் தட்டையாக விடப்படும். இரட்டை அச்சுகளில் செய்யப்பட்ட உருவங்களின் இரு பக்க உறுப்புகள் தெளிவாகக் காட்டப்பட்டிருக்கும்.

6.4.4. பெண் உருவங்கள்

இக்காலத்தைச் சார்ந்ததெனக் கருதப்படும் பெண் உருவங்கள் அதிக அளவில் கிடைத்துள்ளபோதும் முழுமையாக உள்ள உருவங்கள் மிகச் சிலவேயாம். இவ் உருவங்களில் நின்றவாறு சிலவும், அமர்ந்த நிலையில் பிறவும் உள்ளன. குழந்தையை ஏந்திய தாய் உருவங்களும் உள்ளன. உடைபட்ட தலையோடும், தலையற்ற உடல் பகுதியோடும், கால் எனத் தனி உறுப்புகளோடும் சிதைந்த பல உருவங்களும் கிடைத்துள்ளன.

பெண் உருவங்களில் மிகத் தொன்மையானதாகக் கருதப்படும் உருவம் அப்புக்கல்லு அகழாய்வில் வெளிக் கொணரப்பட்டுள்ளது (படம் 115). கரடு முரடாக, கையால் வனையப்பட்ட, கருமை நிறமுடைய புடைத்த மார்பங்களோடு நின்றவாறுள்ள இவ் உருவத்தின் தலை, கை மற்றும் இடுப்புக்குக் கீழேயுள்ள கால்பகுதிகள் யாவும் முழுமையாக உடைபட்டுள்ளன. இதன் உடல், முதலில் நீண்ட உருளையாக செய்யப்பட்டு, பின்னர் தலை, மார்பகங்கள், கைகள், மற்றும் கால்கள் யாவும் தனியே செய்யப்பட்டு உடலோடு ஒட்டப்பட்டுள்ளன. எவ்வித அழகுணர்ச்சியுமில்லாத, தொன்மையான பாமரக் கலை நுணுக்கங்களோடு செய்யப்பட்டுள்ளது. இதனால் இப் பெண் உருவத்தை மிகத் தொன்மையானது என்றும், புதிய கற்கால செய்நுணுக்கங்கள் உள்ளன எனவும் கருதலாம். ஆயினும் இப்பொம்மை காணப்பட்ட மண் அடுக்கில் புதிய கற்காலத் தடயங்கள் ஏதும் காணப்படவில்லை.

இதேபோன்று கரடு முரடாக வடிவமைக்கப்பட்ட, நின்றவாறுள்ள பெண் உருவம் ஒன்று உறையூரில் காணப்பட்டுள்ளது (உறையூர், ப. 25-3). சொரசொரப்பாகச் செய்யப்பட்ட, நீள் உருளை போன்றுள்ள உடல் பகுதியில் குச்சிகளைப் போன்ற இரண்டு கால்கள் உள்ளன. இதன் இரு கைகளும், தலையும் உடைபட்டுள்ளன. வனப்பற்ற இரண்டு கோளங்களாக மார்பகங்கள் காட்டப்பட்டுள்ளன.

திருக்காம்புலியூரில் கண்டெடுக்கப்பட்ட சுடு மண் உருவங்களில் ஒரு பெண் உருவம் மிகத் தொன்மையான

கலைப் பாணியில் செய்யப்பட்டுள்ளது (படம் 116). முழுவதும் கையால் வனையப்பட்ட இவ் உருவம், குறுகிய இடுப்பு, குச்சிக் கால்கள் ஆகியவற்றோடு தலையற்ற உடல் பகுதியைக் கொண்டுள்ளது. இதன் இடது கால், துடையோடு உடைபட்டுள்ளது. குறுகலான வயிற்றுப்பகுதியின் நடுவே பள்ளமாகத் தொப்புள் வரையப்பட்டுள்ளது. இடுப்பில் அணிந்துள்ள அலங்கார இடைப் பட்டை வட்டப் புள்ளிகள் பலவற்றால் உருவாக்கப்பட்டுள்ளது. இவ் இடைப்பட்டை பின்புறத்திலும் வரையப்பட்டுள்ளதை நோக்கில், முப்பரிமாணமாக வனைதற்கு முனைந்துள்ளனர் எனத் தோன்றுகிறது. குறுகிய இடை, அலங்கார இடைப்பட்டை, நளினமாக நிற்கும் தோரணை ஆகியவற்றை நோக்கி, இவ் உருவம் பெண் உருவம் எனச் சரியாகக் கணிக்கலாம். தொன்மையான கலைப்பாணியில் செய்யப்பட்ட இதே போன்ற பெண் உருவங்கள் வட இந்தியாவில், அகிச்சத்திரா போன்ற தொன்மையான நகரங்களில் கண்டெடுத்துள்ளனர். அங்கெல்லாம் கி.மு. 300–200 ஆம் ஆண்டுகளில் இவ்வகைப் பெண்ணுருவங்கள் செய்யப்பட்டிருக்க வேண்டும் எனக் கருதுகின்றனர். இந்த அனுமானத்தை ஒட்டி திருக்காம்புலியூர் பெண் உருவத்தையும் அகிச்சத்திரா பெண் உருவம் உருவாக்கப்பட்ட காலத்திற்குச் சற்று பிற்பட்டதாகக் கருதலாம்.

இக்காலகட்டத்தில் காணப்பட்ட பெண் உருவங்களில் முழுமையான உருவம் ஒன்று மோதூரில் கிடைத்துள்ளது (படம் 117). கனமாகச் செய்யப்பட்டுள்ள இவ் உருவம், சற்றே உடலை முன்புறம் வளைத்து நின்ற நிலையில் வடிக்கப்பட்டுள்ளது. முன்பகுதி உறுப்புக்கள் சிறந்த வேலைப்பாடோடுள்ள போதிலும் பின்புறத்தில் எவ்வித வேலைப்பாடும் இல்லாமல் தட்டையாக விடப்பட்டுள்ளது. வட்ட முகத்தில் நீண்டு தொங்கும் காது மடல்களோடும், அவற்றில் தொங்கும் கனமான காதணிகளோடும், முன்னங் கைகளில் நிறைய வளையல்களை அடுக்கியும் அழகோடு காட்சியளிக்கிறாள். இப் பெண் உருவத்தின் மற்ற உறுப்புக்கள் மிகச் சிறந்த முறையில், உடல்வாகுக்கு

ஏற்ற அளவில் செய்யப்பட்டுள்ளன என்றாலும் வயிற்றுப் பகுதிகள் சரியாக வனையப் படவில்லை. தலைமயிர் ஒழுங்குற வாரிவிடப்பட்டு தட்டையான கொண்டையாகத் தலை உச்சியில் முடியப்பட்டுள்ளது. முன்னந்தலையை பெரிய வட்டு ஒன்று அலங்கரிக்கிறது. இவ் உருவத்தின் வலது கரம் சற்றே உடைந்துள்ளது; இடது கரம் இடது இடுப்பில் ஊன்றியுள்ளது. இப்பெண் உருவம் ஆடை அணிந்துள்ளது போல் தெரியவில்லை. இப்பெண் உருவத்தைப் வழிபாட்டுக்குறிய தாய்த் தெய்வமாகக் கருதுகின்றனர். ஆயினும் தாய்தெய்வமாகக் கருதுவதற்கு ஏற்ற கடவுள் சின்னங்கள் ஏதும் இவ்வுருவத்தில் காணப்படவில்லை. இவ் அழகான பெண் உருவம் கோவிலுக்கு அளிக்கப்பட்ட உருவங்களில் ஒன்றாகக் கருதலாம்.

மார்பளவுள்ள சுடு மண் உருவங்கள் பல கண்டடுக்கப்பட்டுள்ளன. கையால் வனையப்பட்டதும் நன்கு அலங்கரிக்கப்பட்ட தலையலங்காரத்துடன் உள்ள பெண் உருவம் ஒன்று அப்புக்கல்லுவில் கிடைத்துள்ளது (படம் 118). இவ் உருவத்தின் மீது செந்நிறக் காவி பூசப்பட்டுள்ளது. பின்னந்தலையிலிருந்து தொங்கும் சடையோடும் நல்ல வனப்புடன் கூடிய முகப் பகுதிகளோடும் உள்ளது. வளைவுக் கீற்றுகள் இரண்டால் கண்கள் தீட்டப்பட்டுள்ளன. நீண்டு தொங்கும் காது மடல்கள், செழிப்பான மார்பகங்கள், மற்றும் கழுத்தணிகளுடனும் உள்ளது. இரண்டு கைகளும், வயிறு மற்றும் அதன் கீழ் பகுதிகளும் உடைந்துள்ளன.

காவிரிப்பூம்பட்டினத்தில் கிடைத்த பெண் உருவங்களில் ஒன்று பின்னமான தலையோடுள்ளது (படம் 119). நெளிந்த கூந்தல் அலங்காரத்தின் ஒருபகுதி தோளுக்கு மேல் தென்படுகிறது. கனமான குழைகளைக் காதில் அணிந்தும், கழுத்தில் மாலைகளும் அணிந்துள்ளது. கழுத்தில் அணிந்துள்ள மாலைகளில் ஒன்று மார்பகங்களுக்கிடைய தாழ்வாகத் தொங்குகிறது. முக உறுப்புக்கள் தேய்ந்துபோயுள்ளன என்றாலும் மிக அழகாக இவ் உருவம் செய்யப்பட்டுள்ளது புலனாகிறது. இவ் உருவம், சுங்க–குசான கலைப்பாணியை ஒத்துள்ளதாகக் குறிப்பிடுவர் கே. வி. சௌந்தரராஜன்.

இங்கே காணப்பட்ட மற்றொரு பெண் உருவம் சற்று மோசமான வேலைப்பாட்டுடன் செய்யப்பட்டுள்ளது. தோள் வளையங்கள், கழுத்து மாலைகள், அவற்றில் தொங்கும் வட்டுகள் போன்ற அணிமணிகளால் இதன் மேனி அலங்கரிக்கப்பட்டு உள்ளது. இவ்வணிகளில் சுவஸ்திக குறிகள் பொறிக்கப்பட்டுள்ளன. உடல் பகுதிகள், கைகள் ஆகியன திரட்சியாகச் செய்யப்பட்டுள்ள போதும், நளினமாக வளைந்துள்ள முன்கையில் வைத்துள்ள பொருளைச் சரியாக அடையாளம் காணமுடியவில்லை. கழுத்தில் அணிந்துள்ள தொங்கட்டான்கள் நாகார்சுனகொண்டா கலையம்சங்களை நினைவு கூர்வனவாக உள்ளன என்றும், பிதல்கோராவில் உள்ள இயக்கர் உருவங்களோடு ஒப்பிடத்தக்க கலைப்பாணியில் செய்யப்பட்டுள்ளது எனவும் கருதுவார் கே. வி. சௌந்தரராஜன்.

திண்டுக்கல் மாவட்டம் பொருந்தலில் இரண்டு பெண் உருவங்களும் உடலற்ற பெண் தலை ஒன்றும் கிடைத்துள்ளன. இவை, கி.பி. முதல் நூற்றாண்டைச் சேர்ந்த மண்படிவுகளில் இருந்து எடுக்கப்பட்டவை என்பதால் அக்காலகட்டத்தில் செய்யப்பட்டவை எனக் கருதலாம். மேலும் இவைகள் பாசி மணிகளை மெருகேற்றும் தொழில் கூடத்திலிருந்து எடுக்கப்பட்டன என்பதும் குறிப்பிடத்தக்கது. முதல் பெண் உருவம் (10 செ.மீ. நீளம்) கனமாகவும், தட்டையாகவும் ஆக்கப்பட்டுள்ளபோதும் மிக நேர்த்தியாக கையால் வனையப்பட்டுள்ளது. குறுகிய கால்களோடும் உடைபட்ட கைப்பகுதிகளோடும் உள்ள இவ்வுருவத்தின் உடல் பகுதிகள் ஓரளவு அளவாகச் செய்யப்பட்டுள்ளன. நீண்ட கூரிய மூக்கும் அகலமான காதுகளும் கிள்ளல் முறையில் வடிக்கப்பட்டுள்ளன. வாய்ப்பகுதி சிறு கீற்றாக காட்டப்பட்டுள்ளது(படம் 120). இரண்டாவது பெண் உருவம்(படம் 121) மிகச் சிறியதாக (3 செ.மீ.) உள்ளது. இதன் முக உறுப்புகள் மற்றும் உடல் பகுதிகள் சரியாக வடிவமைக்கப்படவில்லை. இங்கே கிடைத்த மற்றொரு பெண் உருவம் நீண்டு தொங்கும் காது மடல்களோடுள்ள பெண்ணின் தலைப்பகுதியாகும். இதன் உடல் பகுதிகள் கிடைக்கவில்லை. இதன் முக உறுப்புகள் தேய்ந்துபோயுள்ளன அல்லது

மெலிதாக வடிவமைக்கப்பட்டுள்ளது. பின்னல் போன்ற தலைமுடியலங்காரம் மிக அழகுற செய்யப்பட்டுள்ளது.

கை கூப்பியபடி உள்ள பெண் உருவம் ஒன்று, பேரூரில் கண்டெடுக்கப்பட்டுள்ளது. இதன் வலப்பகுதி முகம், தோள், மற்றும் வயிறுக்குக் கீழேயுள்ள உடற்பகுதிகள் யாவும் உடைந்துள்ளன. கூப்பிய கைகளில் வளையல்கள் பலவற்றை அணிந்துள்ளாள். மிக அழகாகச் செய்யப்படாவிடினும் நல்ல கலை அம்சத்தோடு உள்ளது. இப் பெண் உருவத்தை வழிபாட்டுப் பெண் உருவமாக அடையாளம் கண்டுள்ளனர்.

காஞ்சிபுரத்தில் கண்டெடுக்கப்பட்ட மார்பளவுள்ள பெண் உருவம் இரட்டை அச்சில் மிக நன்றாக வடிவமைக்கப்பட்டுள்ளது (படம் 122). இதன் முகம் மற்றும் மார்புகள் இயல்பான முறையில் அழகுணர்ச்சியோடு செய்யப்பட்டிருப்பினும் இதன் முகப்பகுதி பின்னமடைந்துள்ளது. முகத்தின் நடுவே வட்டமான சிறு பள்ளம் ஒன்று காணப்படுகிறது. இப்பள்ளம், சூளையில் இடுவதற்கு முன்பே தவறுதலாக ஏற்பட்டிருக்கவேண்டும். இரண்டு சிறிய வளைகோடுகளாகக் கண்கள் காட்டப்பட்டுள்ளன. இதன் இரண்டு கைகளும் உடைபட்டுள்ளன. நீண்டு தொங்கும் காது மடல்களில் குழைகளும், கழுத்தில் மாலைகளோடும் இப் பெண் அலங்கரிக்கப்பட்டுள்ளாள்.

தலையற்ற பெண் உருவங்கள் பலவும் இக்காலக் கலைப்பாணியைப் புலப்படுத்துவதாக உள்ளன. சற்றுக் கரடுமுரடாக செய்யப்பட்ட தலையில்லாத பெண் உருவம் ஒன்று கீழடியில் கண்டெடுக்கப்பட்டுள்ளது(படம் 123). கால் முட்டிக்குக்கீழே உள்ள பகுதி உடைபட்டுள்ளது. இரண்டு கைகளின் முன்கைப் பகுதிகள் சரியாக வடிவமைக்கப்படாமல் பட்டையாக உள்ளன. ஆடையற்றும், சிறுத்த மார்பகங்களோடும் உள்ள இவ்வுருவம் பாமரக் கலைநுணுக்கத்தோடு வடிவமைக்கப்பட்டுள்ளது நோக்கற்பாலது.

உறையூரில் காணப்பட்ட பெண் உருவம் ஒன்று கனமாகச் செய்யப்பட்டுள்ளது (படம் 124). இதன்

தலைப்பகுதியும் இடது கையும் உடைந்திருந்த போதும் வடிவமைப்பிலும் செயல் நேர்த்தியிலும் சிறந்த கலைத்திறனைக் காண்கிறோம். சிறு சிறு சதுரத் தொங்கட்டான்கள் கோர்த்த மாலையோடுள்ளது. இரண்டு கீற்றாக வரையப்பட்டுள்ள மேலாடை, இடது தோளிலிருந்து மார்புக்குக் குறுக்காகச் சென்று வலது இடுப்பைச் சுற்றியவாறுள்ளது. ஒல்லியான ஆயினும் சதைப்பற்றுள்ள மார்புகள், மற்றும் பக்கவாட்டில் தொங்குமாறுள்ள அழகான வலது கையும் இதன் நளினத்தை மிகைப் படுத்துவன.

மாங்குடியில் கிடைத்த பெண் உருவத்தின் (படம் 125) தலைப்பகுதி, கைகள் மற்றும் இடுப்புக்குக் கீழேயும் உடைந்துள்ளது. இருப்பினும் இவ்வுருவம் மிக அழகாக வடிவமைக்கப்பட்டு கழுத்தணிகள் காதணிகள் ஆகியவற்றால் நன்கு அலங்கரிக்கப்பட்டுள்ளது. காதணிகள் தோள்பட்டை வரை தொங்குமளவுக்கு மிகுந்த பளுவானவையாக சித்தரிக்கப்பட்டுள்ளன. அவளது கீழாடை அழகான மடிப்புகளோடு காட்டப்பட்டுள்ளது. வளையல்கள் அணிந்துள்ள இடது கை தொங்கவிடப்பட்டுள்ளது. வலது கைப் பகுதி உடைபட்டிருந்தபோதும், குழந்தையை ஏந்தியுள்ளதாக அனுமானிக்கலாம்.

அரிக்கமேடு அகழாய்வுகளில் கண்டெடுக்கப்பட்ட இரண்டு சுடு மண் உருவங்கள் தொன்மையானதாகக் கருதப்படுகிறது. அரிடைன் என்ற உரோம நாட்டு மண்பாண்டங்கள் தமிழகத்தை வந்தடைவதற்கு முன்பும் பின்புமுள்ள காலகட்டத்தில் இவைகள் வனையப்பட்டவை. எனவே இவ் உருவங்கள், எறக்குறைய கி.மு. முதல் நூற்றாண்டிலிருந்து கி.பி. முதல் நூற்றாண்டு வரையான காலகட்டத்தில் செய்யப்பட்டவையாகக் கருதப்படுகின்றன. முதல் பெண் உருவம் (படம் 126) தலையற்ற உடல் பகுதியோடு, நின்றவாறுள்ள இவ் உருவம் கனமாகச் செய்யப்பட்டுள்ளது. இடது இடுப்பில் கூடை ஒன்றை அணைத்துக் கொண்டு, வலது கையை தொங்கவிட்ட நிலையில் உள்ளது. கூடையில் உள்ள பொருள்கள் யாதெனச் சரியாக கணிக்க இயலவில்லையென்றாலும் அவை விதைகள்

அல்லது பழங்களாக இருக்கலாம் என ஊகித்துள்ளனர். அவள் அணிந்துள்ள சேலை இடுப்பைச் சுற்றி இருக்கமாக இழுத்து சொருகப்பட்டுள்ளது. சேலையின் மடிப்புகள் மிக அழகாக காட்டப்பட்டுள்ளன. இங்கே கிடைத்த மற்றொரு பெண் உருவமும் (படம் 127) தலையற்ற உடல் பகுதியைக் கொண்டது. இதன் கைகள் மற்றும் கால்கள் உடைபட்டுள்ளன. முன்புறமும் பின்புறமும் அழகாக வடிவமைக்கப்பட்டுள்ளது. இப் பெண் அணிந்துள்ள ஆடை, அழகான மடிப்புகளோடு காட்டப்பட்டுள்ளது. இதே போன்ற தலையற்ற பெண் உருவம் ஒன்று 1945க்கு முற்பட்ட அகழாய்வில் கிடைத்துள்ளது. இவள் அணிந்துள்ள ஆடை, அழகான மடிப்புகளோடு காட்டப்பட்டுள்ளது.

சற்றே முன் துருத்திய அழகான வயிற்றுப்பகுதியும், திரட்சியான கால்களோடுமுள்ள அழகான பெண் உருவம் (படம் 128) ஒன்று காவிரிப்பூம்பட்டினத்தில் கிடைத்துள்ளது. நளினமாக வனையப்பட்ட துடை, கால் பகுதிகள் தெரியும் வண்ணம் மெல்லிய ஆடையை இப்பெண் உருவம் அணிந்துள்ளது. ஆடை மடிப்புகள் மிக அழகாகக் காட்டப்பட்டுள்ளன. இவ்வுருவத்தின் கலையம்சத்தைக் கணித்து குஷான–குப்த கலைப்பாணியோடு ஒத்திருக்கலாம் என்பர்.

கையால் செய்யப்பட்டதும், அமர்ந்த நிலையில் வனப்புடன் செய்யப்பட்ட பெண் உருவம் ஒன்று அப்புக்கல்லுவில் கண்டெடுக்கப்பட்டுள்ளது (படம் 129). கீழிரண்டு பாதங்களை ஒருசேர வைத்துக்கொண்டும், இடது கையை இடது துடையில் வைத்துக் கொண்டுள்ள இப்பெண் உருவம் கழுத்தணி மற்றும் கால் அணிகளோடு உள்ளது. இளஞ் சிவப்பு நிறத்தில் உள்ள இவ் உருவம் தட்டையான பீடம் ஒன்றின் மேல் அமர்ந்துள்ளது. இதன் இடது கையும், வயிற்றுப்பகுதியும் உடைந்துள்ளது. பாமரக் கலையம்சத்தோடுள்ள இதன் உடல் பகுதிகள் மெருகூட்டப்படாமல் சொரசொரப்புடன் உள்ளன.

பாலூரில் (காஞ்சிபுரம் மாவட்டம்) கி.பி. முதல் நூற்றாண்டைச் சேர்ந்த சுடுமண் உருவங்கள் சில கள

ஆய்விலும் அகழாய்விலும் கண்டெடுக்கப்பட்டுள்ளன. இங்கே காணப்பட்ட தலையற்ற பெண் உருவம் ஒன்று கால்களை மடித்து அமர்ந்த நிலையில் வடிவமைக்கப்பட்டுள்ளது. உடலில் எவ்வித வளைவுமின்றி நேராக நிமிந்த நிலையில் உள்ளவாறு செய்யப்பட்டுள்ளது. வலது கையை மார்பகத்துக்கு அருகில் வைத்துக்கொண்டுள்ள இவ்வுருத்தின் இடது கை உடைபட்டுள்ளது. கழுத்திலும் கையிலும் அணிகலன்கள் அணி செய்கின்றன. பெண்தெய்வத்துக்கான இயல்புகள் இவ்வுருவத்தில் தென்படாவிட்டாலும் பெண் தெய்வமாக இருக்கலாம் என்று அனுமானித்துள்ளனர்.

குழந்தையை இடுப்பில் ஏந்தியவாறுள்ள தாய் உருவங்கள் பல இக்காலத்தில் வடிவமைக்கப்பட்டுள்ளன. கரடு முருடாக வனையப்பட்ட பெண் உருவம் ஒன்று பேரூரில் கிடைத்துள்ளது. இது வட்டமுகத்தோடும், குறுகிய உடலோடும் உள்ளது (உயரம் 3 செ.மீ.). கூர்மையான மூக்கும், தடிமனான உதடுகளும், சடைமுடியோடும் உள்ளது. இடுப்பில் குழந்தையொன்றை ஏந்தி அமர்ந்த நிலையில் உள்ள இப் பெண் உருவத்தைத் தாய்த் தெய்வம் என அடையாளம் காண்பர். ஆயினும் இவ்வுருவத்தை தாய்த் தெய்வமாகக் அனுமானிக்க வேண்டியதில்லை. தாய் சேய் உருவங்களாக இனம் காண்பதே சரியாகும். இவ்வாறான தாய் சேய் உருவங்கள் நேர்த்திக்கடனுக்காக விடப்பட்ட உருவங்களாகும். முக்கியமாக குழந்தை பெற்ற தாய்மார்களால் இவ் உருவங்கள் அளிக்கப்படுவன.

இரட்டை அச்சுகளில் செய்யப்பட்ட பெண்ணின் தலையற்ற உடற்பகுதி ஒன்று மல்லப்பாடியில் கிடைத்துள்ளது. குழந்தையொன்றைத் தன் இருகைகளால் ஏந்தி பாலூட்டும் தாய் உருவமாகும். இவள் தன் கழுத்தில் சிறிய மாலையொன்றை அணிந்துள்ளாள். இப்பொம்மை சிறப்பான கலைப்பாங்கோடும் வனப்போடும் வடிவமைக்கப்படவில்லை.

உயர்ந்த தலையணியுடனும், அலங்கார நெற்றிப்பட்டையோடும் அழகாக வனையப்பட்டுள்ள

பெண்ணின் தலைப்பகுதி ஒன்று காவிரிப்பூம்பட்டினத்தில் காணப்பட்டுள்ளது (படம் 130). நீண்ட சாய் கோடுகளால் இவளது தலையணி ஆக்கப்பட்டுள்ளது. இதன் மூக்கு மற்றும் வாய்ப்பகுதிகள் உடைபட்டுள்ளன. ஆயினும், சற்றே நீண்டுள்ள பெரிய கண்கள் மிக அழகாக வனையப்பட்டுள்ளது இதன் முகப்பொலிவைக் கூட்டுமாறு அமைந்துள்ளது. இவ் உருவத்தை முதலில் ஆய்ந்த கே. வி. சௌந்தரராஜன் ஆண் தலை எனக் கருதினார். ஆயினும், காதில் கனமான குழைகளை அணிந்துள்ளதாலும் மிக நளினமான கண்களோடும் உள்ளதால் இவ் உருவத்தைப் பெண்ணாகக் கருதலாம். இவரே இக்ஷுவாகு பாணி சுடு மண் கலை அம்சங்கள் இவ் உருவத்தில் உள்ளதாகத் தெரிவிப்பர்.

அச்சில் செய்யப்பட்ட இரண்டு பெண் உருவங்கள் உறையூரில் கிடைத்துள்ளன. முதல் பெண் உருவம் (படம் 131) செங்காவி நிறப்பூச்சோடுள்ள மெருகூட்டப்பட்ட முகப்பகுதியாகும். மிகுந்த முகப்பொலிவோடுள்ள இவ் உருவம் நன்கு உருண்டு திரண்ட கன்னக் கதுப்புகளோடும், சற்றே பின்தள்ளிய பட்டையான நெற்றியோடும் செய்யப்பட்டுள்ளது. கண் பாவைகள் சிறு வட்டக் கீற்றுகளாகக் காட்டப்பட்டுள்ளது. நீண்டு தொங்கும் வலப்புறக் காது மடல் வனப்புறும் வண்ணம் ஆக்கப்பட்டுள்ளது. புன்முறுவலுடன் உள்ள இப்பொம்மையின் தலையலங்காரம் பெரும்பாலும் உடைந்துள்ளதால் அதன் தன்மையை அறியமுடியவில்லை.

இங்கே மிகப் பெரிய அளவிலான பெண் உருவத்தின் முகம் ஒன்றும் கண்டெடுக்கப்பட்டுள்ளது (படம் 132). இதன் முக உறுப்புகள் மிக அழகாக வடிவமைக்கப்பட்டுள்ளது. இப்பொம்மை அச்சில் இட்டுச் செய்யப்பட்டது. கண் உறுப்புகள் யாவும் ஆழமான கோடுகளால் காட்டப்பட்டுள்ளன. இப்பொம்மையின் மூக்கு முனை சற்றே உடைந்துள்ளது. இது அணிந்துள்ள நெற்றிப்பட்டையின் சிறு பகுதி ஒன்று மட்டும் உச்சியில் காணப்படுகிறது. புன் சிரிப்புடன் உள்ள தடித்த உதடுகளோடுள்ள இம் முகத்தை ஒரு பெண்ணின் முகமாக அனுமானிக்கலாம். இவ் உருவங்கள் இரட்டை அச்சுகளால் செய்யப்பட்டன.

தலையற்ற பெண் உருவங்கள் மூன்று காஞ்சிபுரத்தில் (படம் 133) கண்டெடுக்கப்பட்டன. இவைகள் யாவும் அச்சில் வார்க்கப்பட்ட அழகான, மிகச் சிறிய பெண் உருவங்கள். இவற்றின் மார்புப்பகுதிகள் மட்டுமே கிடைத்துள்ளன. கைகள், இடுப்பு மற்றும் அதன் கீழ்பட்ட பகுதிகள் காணப்படவில்லை. இவைகள் அழகான கழுத்தணிகளோடு உள்ளன. இப் பெண் உருவங்கள் நேர்த்திக்கடனுக்காக அளிக்கப்பட்ட பொம்மைகளாக இருக்கலாம்.

6.4.5.ஆண் உருவங்கள்

ஆண் உருவங்கள் தலையலங்காரத்துடன் வனையப்பட்டுள்ளன. உறையூரில் கிடைத்த ஆண் உருவங்களில் மார்பளவுள்ள ஆண் உருவம் மிகுந்த கலை நுணுக்கத்தோடு செய்யப்பட்டுள்ளது (படம் 134). இவ் உருவம் அச்சினைக் கொண்டு செய்யப்பட்டுள்ளது. புன்னகைபூத்த முகத்தோடுள்ள இவ் உருவத்தின் இடது தோள், மார்பு ஆகியன உடைந்துள்ளன. நீண்டு தொங்கும் காதுமடல்களோடுள்ள இதன் மீது செங்காவி வண்ணம் பூசப்பட்டுள்ளது. முக உறுப்புகள் மிக நன்றாக வடிவமைக்கப்பட்டுள்ளன. கழுத்தில் மாலை ஒன்று அணிசெய்கிறது. கண்கள் அரைவட்ட வடிவில் சிறு கீற்றாக உள்ளன.

காவிரிப்பூம்பட்டினத்தில் கண்டெடுக்கப்பட்ட ஆண் உருவம் (படம் 135) சரியாக வடிவமைக்கப்படவில்லை. இவ் உருவத்தின் தலை, கைகள், கால்கள் யாவும் உடைபட்டுள்ளன. போர் வீரன் போலுள்ள இவன் முதுகில் அம்புறாத்தூணி ஒன்றைச் சுமந்தபடியுள்ளான். கழுத்தில் மாலைகள் அணிசெய்கின்றன. சந்நவீரம் போன்ற குறுக்குப் பட்டையை மார்பில் அணிந்துள்ளான்.

இக்காலகட்டத்தைச் சார்ந்த ஆள் தலைகள் கண்டெடுக்கப்பட்டுள்ளன. இவைகள் யாவும் ஒரே மாதிரி தோற்றத்தைப் புலப்படுத்தினாலும் பல விதமாக வடிவமைக்கப்பட்டுள்ளன. இவற்றின் முக உறுப்புகளும், தலை அலங்காரங்களும் மாறி மாறி உள்ளன. இவ் ஆள் தலைகள் யாவும் ஆண் உருவத்திலிருந்து உடைபட்ட தலைகளாக

இருக்கலாம். சில உருவங்கள் பெண்மையின் நளினத்தைக் காட்டியவாறுள்ளன. தலை அலங்காரங்களும் வியப்பூட்டும் வகையில் அமைக்கப்பட்டுள்ளன. எனவே இவற்றில் சில பெண் உருவத்துக்கு உரியதாகலாம். கழுத்துக்குக் கீழ்பட்ட உடல் பகுதிகள் கிடைக்கப்பெறாததால் பெண் உருவத் தலைகள் என உறுதிபடக் கூற இயலாது.

கீழடியில் காணப்பட்ட தலை உருவம் சற்றே பாமரத்தனமாக வடிவமைக்கப்பட்டுள்ளது. தலைக்குக் கீழ்பட்ட பகுதிகள் தென்படவில்லை. முன் துருத்திய புடைத்த மூக்கு, அழகாக வடிவமைக்கப்பட்ட வாய்ப்பகுதி, கீற்றுக் கோடுகளால் வரையப்பட்ட கண்களோடு தலையில் பட்டையாக தலைப்பட்டை அணிந்துள்ளது.

ஆள் உருவத்தலைகள் பல உறையூரில் கண்டெடுக்கப்பட்டுள்ளன. இவற்றில் ஒன்று, வெளிர் பழுப்பு நிறத்தோடுள்ளது (படம் 136). கையால், கனமாக வனையப்பட்டு, சற்றே நீள்வட்ட முகத்தோடுள்ளது. அலங்காரமில்லாமல் சாதாரணமாக வாரிவிடப்பட்ட தலைக் கேசம் தட்டைக் கொண்டையாக உச்சியில் முடியப்பட்டுள்ளது. இதன் தலைமுடி நெற்றிப்பட்டை ஒன்றால் அலங்கரிக்கப்பட்டுள்ளது. முக உறுப்புகள் தெளிவாக வனையப்படவில்லை. கீற்றுக் கோடுகள் இரண்டால் கண்கள் வரையப்பட்டுள்ளன. இங்கே கண்டெடுக்கப்பட்ட இரண்டாவது ஆண் தலை அழகாகவும், கனமாகவும் செய்யப்பட்டுள்ளது (படம் 137). தலைக் கேசம் ஒழுங்காக வாரிவிடப்பட்டு, இருபுறமும் தொங்குமாறுள்ள கொண்டையாக உச்சியில் முடியப்பட்டுள்ளது. இக்கொண்டையின் நடுப்பகுதியில் துளை ஒன்றிடப்பட்டுள்ளது. காது வரை நீண்டுள்ள கண்கள் ஆழமான அரைவட்டக் கீற்றுகளாகக் காட்டப்பட்டுள்ளன. நீண்டு தொங்கும் காதுமடல்களோடு கூரிய முகவாயையும் இவ் உருவம் பெற்றுள்ளது. இங்கே கிடைத்த மூன்றாவது உருவம், முன் விவரித்த உருவங்களோடு ஒத்துள்ளது. ஆயினும் முக உறுப்புகள் மிகவும் தேய்ந்துபோயுள்ளதால் தெளிவாகப் புலனாகவில்லை. இங்கு கண்டெடுத்த மற்ற இரண்டு ஆள்த்

தலைகளும் மேற்கண்ட உருவங்களோடு ஒப்பிடத்தக்கவை. இவ்விரண்டு உருவங்களிலும் தலையணிகள் சற்று மாறுபட்டு உள்ளன. முக உறுப்புகள் தெளிவாகக் காட்டப்படவில்லை.

காஞ்சிபுரத்தில் கண்டெடுக்கப்பட்ட நான்கு ஆள்த் தலைகளில் ஒன்று மிக வனப்புற வடிவமைக்கப்பட்டுள்ளது (படம் 138). இது அச்சில் செய்யப்பட்டுள்ளது; அதன் பின்பகுதி சற்று உடைபட்டுள்ளது. நீள் வட்ட முகமும், முன் தூக்கிய தாடையோடும் உள்ளது. கண்கள் இரண்டு வளைகோடுகளாக காட்டப்பட்டுள்ளன. தலைக் கேசம் அழகுற வாரிவிடப்பட்டு, சிறு பட்டையால் கட்டப்பட்டு, பின்னர் விசிறி போல் தூக்கி முடியப்பட்டுள்ளது. புடைத்த நாசியோடும், புன்னகை பூத்த நளினமான இதழ்களோடும் மிகக் கவர்ச்சியாகக் காட்சியளிக்கிறது. மற்ற மூன்று ஆள் தலைகளும் புன்னகை பூத்த முகத்தோடு இவ்வாறே அணி செய்யப்பட்டுள்ளன. நீண்டு தொங்கும் காது மடல்கள் இவ் உருவங்களில் தெளிவாகப் புலப்படுகின்றன. சிலவற்றில் அவ்விடம் பின்னப்பட்டதால் காது மடல்களும் அவற்றில் உள்ள அணிகளும் தெரியவில்லை. இவ் உருவங்களில் தலை அணிகளில் சிற்சில மாற்றங்களைச் செய்துள்ளனர்.

இதே போன்ற விசிறி போல் தூக்கி முடியப்பட்ட தலைக் கேசத்துடன் உள்ள ஆள் தலை ஒன்று திருக்காம்புலியூரில் கிடைத்துள்ளது (படம் 139). இத் தலை கையால் வனையப்பட்டது. நன்கு செய்யப்பட்டிருப்பினும் இதன் உடைபட்ட மூக்கு இதன் அழகை குறைத்துவிட்டது. கண்களைக் காட்ட வளைவுக் கோடுகள் இட்டுள்ளனர். காது மடல்கள் மிக மெலிந்தும் உள்ளடங்கியவாறும் செய்யப்பட்டுள்ளன. தலைக்கேசம் நெளி நெளியாக வரைந்து காட்டப்பட்டு, தலைப்பட்டை ஒன்றால் கட்டப்பட்டு விசிறி போல் விரிந்த கொண்டையாக முடியப்பட்டுள்ளது. இப்பொம்மை மீது வெளிர் சிவப்பு வண்ணத்தாலான சுண்ணாம்புக் கலவை பூசப்பட்ட தடயங்கள் உள்ளன. இப்பொம்மையின் கலை நுணுக்கம் குப்தர் காலக் கலைப்பாணியை நினைவூட்டுவதாக உள்ளது எனக் கருதுவர் திருக்காம்புலியூரில் அகழாய்வுகளை நடத்திய தே. வெ. மகாலிங்கம்.

மேற்கண்ட உருவங்களுக்குச் சற்று மாறுபட்ட தலை அலங்காரங்களுடன் சில உருவங்கள் காஞ்சிபுரத்தில் உள்ளன. இவ்வுருவங்கள் இரட்டை அச்சுகளில் செய்யப்பட்டன. அதாவது முன் பக்கத்திற்கு ஒரு அச்சும் பின்பக்கத்திற்கு மற்றொரு அச்சும் கொண்டு செய்யப்பட்டன. இவ்வுருவங்களில் முக உறுப்புகள் யாவும் மிக நன்றாக செய்யப்பட்டுள்ளன. வட்ட முகம், குண்டு மூக்கு, நீண்டு தொங்கும் காதுமடல்கள், ஆகியவற்றோடு சிரித்த முக பாவனையோடு இவ்வுருவங்கள் வனையப்பட்டுள்ளன (படம் 140). தலைக் கேசம் இருபுறமும் ஒழுங்கான மடிப்புகளோடு வாரிவிடப்பட்டு உச்சித்தலையில் கொண்டையாக முடியப்பட்டுள்ளது. இக்கொண்டையின் நடுப்பகுதி உயர்ந்தும் பக்கப்பகுதிகள் தாழ்ந்து வளைந்து பிறைபோலக் காணப்படுகின்றன. இவ்வுருவங்கள் மீது முதலில் வெள்ளை வண்ணம் தீட்டப்பட்டு அதன் மேலே சிவப்பு வண்ணம் பூசப்பட்டுள்ளது.

மிகுந்த தலை அலங்காரத்துடன் காணப்படும் மற்றுமொரு ஆள் தலை (படம் 141) இரட்டை அச்சில் செய்யப்பட்டிருப்பினும் இதன் உள்பகுதி வெற்றிடமாக உள்ளது. அழகான முக அமைப்போடுள்ள இதன் தலையில் ஒரு நெற்றிப்பட்டை உள்ளது. இப்பட்டையின் நடுவே சிறிய வட்டத் தட்டு உள்ளது. இதன் தலையணி அழகான உயர்ந்த மகுடம் போலுள்ளது. இங்கே கிடைத்த மற்றொரு ஆள் தலை உருவமும் (படம் 142) மிகச் சிறந்த முறையில் வனையப்பட்டுள்ளது. இப்பொம்மையின் தலையின் ஒருபகுதி, மூக்கு மற்றும் காதுப்பகுதிகள் உடைபட்டுள்ளன. ஆழமான கோடுகளைக் கீறி கண்கள் வரையப்பட்டுள்ளன. தலைக்கேசம் மிகுந்த அழகாக நீளமான சிறு பிரிவுகளாக கோடிட்டுக் காட்டப்பட்டுள்ளது.

இக்காலச் சுடு மண் உருவங்களில் மிகச் சிறியதும் சிறந்ததுமாகக் கருதவேண்டியது நீண்ட கழுத்தோடுள்ள சிறிய தலை உருவமாகும். இவ் உருவம் உறையூரில் கண்டெடுக்கப்பட்டது. இதன் தலை நீள்வட்டவடிவில் அச்சினால் வடிவமைக்கப்பட்டுள்ளது. இவ்வுருவம் கூரிய மூக்கோடும் சற்றே பின்தள்ளிய நெற்றியோடும், சிறிய

ஆழமாகக் கீறப்பட அரைவட்டக் கண்களோடும் உள்ளது. கண் பாவைகள் வட்டமிட்டுக் காட்டப்படுள்ளன. கோடுபோன்ற உதடுகள் கொண்ட வாய்ப்பகுதியும் கூரிய முகவாயுமாக இதன் தலை வடிவமைக்கப்பட்டுள்ளன. இதன் நீண்ட கழுத்து அதன் பயன்பாட்டைக் கருதியே வடிவமைக்கப்பட்டிருத்தல் வேண்டும். எனவே வாசனைத் திரவியங்கள் அல்லது மருந்துப் பொடி போன்ற பொருள்களைச் சேமித்துவைக்கும் சிறுகுடுவையின் வாய்ப்பகுதியை மூடுவதற்காக இப்பொம்மையின் கழுத்துப்பகுதி மிக நீளமாகச் செய்யப்பட்டிருக்கலாம் என்று அகழாய்வாளர்கள் கருதுகின்றனர்.

அச்சில் உருவாக்கப்பட்ட மார்பளவுள்ள ஆண் உருவம் ஒன்றும் பாலூரில் கண்டெடுக்கப்பட்டுள்ளது. இதன் தலை, கைகள் மற்றும் கால் பகுதிகள் உடைபட்டுள்ளன.

கொடுமணலில் கள ஆய்வில் காணப்பட்ட ஆள்த் தலை உரோமானிய வீரனை (?) ஒத்துள்ளது எனக் கருதுகின்றனர். ஒடுங்கிய முகத்துடன் நன்கு வெட்டப்பட்ட தாடி மீசையுடன் இவ் உருவம் உள்ளது (படம் 143). அணிந்துள்ள தலைக் கவசத்தில் சற்றே உயர்ந்த நடுத் திண்டும், முள் போன்ற வட்ட ஆணிகளும் மேல்பகுதியில் அமைக்கப்பெற்றுள்ளன. இவ் உருவம் நீண்ட கழுத்துப்பகுதியைக் கொண்டுள்ளது. இவ் உருவத்தின் அமைப்பை நோக்கி கிரேக்க-உரோமானியப் பண்புகள் இவ் உருவத்தில் உள்ளதாகக் கருதுவர். ஆயினும் இவ் அனுமானம், மற்றும் அதன் காலம், செய்யப்பட்ட இடம் ஆகியன மீண்டும் ஆய்வுசெய்யப்படவேண்டுவன.

6.4.6. குழந்தை உருவங்கள்

கைகளால் வடிவமைக்கப்பட்ட குழந்தை உருவங்கள் பல உள்ளன. இவைகளில் சில மிகுந்த வனப்புடன் காணப்படுகின்றன. நன்கு வடிவமைக்கப்பட்ட முக உறுப்புகளோடு சில உருவங்கள் செய்யப்பட்டுள்ளன. மற்ற சில உருவங்கள் சொரசொரப்பாக உள்ளன. வட்டமுகம் கொண்ட அழகான குழந்தையின் தலைப்பகுதி திருக்காம்புலியூரில் கிடைத்துள்ளது (படம் 144). புருவங்கள்

துருத்திக் கொண்டுள்ள இரண்டு பெரிய கண்களும் அதன் மத்தியில் உள்ள பாவை வட்டமாகக் காட்டப்பட்டுள்ளது. சற்றே தொங்கியவாறும் முன்பிதுக்கியவாறு உதடுகள் உள்ளன. இதனால் இவ் உருவம் தொன்மையான நீக்ரோ இன மக்களின் பண்புகளைப் பிரதிபலிக்கின்றதாக அகழாய்வுகளை நடத்திய தே. வெ. மகாலிங்கம் கருதுகின்றனர்.

காஞ்சிபுரத்தில் கண்டெடுக்கப்பட்ட இரண்டு குழந்தை உருவங்கள் அமர்ந்த நிலையில் உள்ளன. இவற்றின் கைகளும் கால்களும் சற்று உடைந்துள்ளன. இவற்றில் ஒன்று கனமாகவும், மிகுந்த வனப்புடனும் கலைநயத்தோடும் செய்யப்பட்டுள்ளது (படம் 145). அச்சில் செய்யப்பட்ட இதன் தலைப்பகுதி உடைபட்டுள்ளது. பின்புறத்தில் எவ்வித வேலைப்பாடும் இல்லை. திரட்சியான துடைகளைக் கொண்ட கால்களை நீட்டி அமர்ந்துள்ள இக் குழந்தை அழகான அரைஞாணை இடையில் அணிந்துள்ளது. மற்றொரு தலையற்ற குழந்தையின் உருவம் இரட்டை அச்சில் செய்தது. அதன் உள்பக்கம் வெற்றிடமாக உள்ளது. நெடிய உடலோடும் கழுத்தில் மாலையோடும் உள்ளது.

கீழடியில் காணப்பட்ட தலையற்ற ஆள் உருவம் அமர்ந்த நிலையில் மிகுந்த வனப்போடு செய்யப்பட்டு உள்ளது. இதன் கைகளும் கால்களும் உடைபட்டுள்ளன. அரைஞாண் தவிற வேறு ஆடை அணிகலன்கள் அணிந்துள்ளது போலத் தெரியவில்லை. மற்ற இடங்களில் காணப்படும் சிறுவர் உடலமைப்பையே இவ்வுருவமும் பெற்றுள்ளதால் இவ்வுருவத்தை குழந்தை வடிவமாகக் கருதலாம்.

உடலின் கீழ்ப்பகுதிகளைக் கொண்ட சுடு மண் உருவங்கள் பல கண்டெடுக்கப்பட்டுள்ளன. இவையாவும் குழந்தையின் உடைபட்ட கீழ்ப்பகுதிகள். காஞ்சிபுரத்தில் கண்டெடுக்கப்பட்ட ஒரு உருவம், பெண் குழந்தையின் (படம் 146) இடுப்பு மற்றும் கால் பகுதியாகும். மிகுந்த கலைநயத்துடன் இரட்டை அச்சில் இது செய்யப்பட்டுள்ளது. இதன் குறுகிய இடைப்பகுதி, மற்றும் தொப்புளோடு அதன் பெண்ணுறுப்பும் காட்டப்பட்டுள்ளது. சிறு முத்துக்களால் கோர்க்கப்பட்ட தடித்த அரை நாணை இடுப்பில்

அணிந்துள்ளது. இவை வழிபாட்டின் போது வழங்கப்பட்ட நேர்த்திக்கடன் உருவங்களாகும்.

உடலின் கீழ்ப்பகுதிகளைக் கொண்ட இரண்டு சுடு மண் உருவங்கள் உறையூரில் கண்டெடுக்கப்பட்டுள்ளன. இவற்றில் இரண்டு கால்களும் இடுப்புப் பகுதி மட்டுமே உள்ளன. இவற்றில் ஒரு உருவத்தின் கால்கள் மிக நேர்த்தியாக செய்யப்பட்டுள்ளன (படம் 147). மற்றொன்று (படம் 148) எவ்வித கலை நேர்த்தியுமின்றியும் உடலமைப்புக்கு ஏற்ற அளவீட்டிலும் செய்யப்படவில்லை. கால் விரல்கள் தனித்தனியாகக் காட்டப்படாமல் தட்டையாக ஒன்று சேர்ந்தாற்போல் உள்ளன. இதனால் இவ்வுருவத்தில் கலை நுணுக்கத்தைக் காணவியலாது. இவையாவும் அமர்ந்த நிலையில் உள்ள சிறு குழந்தைகளின் உடைந்துபோன கால் பகுதிகளாகும். இவை கோவிலுக்கு அளிக்கப்பட்ட நேர்த்திக்கடன் உருவங்களாகும்.

பேரூரில் கண்டெடுக்கப்பட்ட ஒரு குழந்தை உருவத்தை இயக்கன் உருவமாக அனுமானித்துள்ளனர். ஆயினும் இவ் அனுமானம் சரியன்று. இக் குழந்தையின் தலைப்பகுதி மட்டும் கிடைத்துள்ளது. கண் இமைகள், தலையணி ஆகிய பகுதிகள் எவ்வித பாதிப்புமின்றியுள்ளன. தலையணி மிக அழகுற வடிவமைக்கப்பட்டுள்ளது.

தவழும் நிலையிலுள்ள சிறு குழந்தையின் உருவம் ஒன்று அப்புக்கல்லுவில் கண்டெடுக்கப்பட்டுள்ளது (படம் 149). இக்குழந்தையின் உடல் பகுதிகளும், தொடைகளும் திரட்சியாக வடிவமைக்கப் பட்டுள்ளன. இடையில் அணிந்துள்ள கச்சையில் குறுவாள் ஒன்று சொருகப்பட்டுள்ளது குறிப்பிடவேண்டியதாகும். ஆயினும் அதன் தலை மற்றும் முழங்காலுக்குக் கீழான கால் பகுதிகள், முன்கை பகுதிகள் யாவும் கிடைக்கப்பெறவில்லை. பொதுவாக தவழ்நிலையில் உள்ள இச் சுடு மண் பொம்மைகளைக் கிருஷ்ணர் அல்லது பாலகிருஷ்ணர் படிமம் என்று கருதுவர். இவ்வாறு எல்லா உருவங்களையும் கருதத் தேவையில்லை. தவழும் குழந்தை உருவங்கள் தாய்மார்களால் கோவிலுக்கு வேண்டுதலாக

அளிக்கப்படுபவை. குழந்தை பெற்றபின்னர் நேர்ந்துகொண்ட தாய்மார்களால் குழந்தை உருவ பொம்மைகளை கோவிலுக்கு அளிப்பது வழக்கம். அவ்வாறு தாயால் அளிக்கப்பட்ட குழந்தை உருவ பொம்மைகளில் ஒன்று இதுவாகும்.

திருக்காம்புலியூரில், 2.5 செ.மீ உயரமும் 1.3 செ.மீ அகலமும் உள்ள உருளை வடிவுடைய உருவம் ஒன்று கண்டெடுக்கப்பட்டுள்ளது (திருக்காம்புலியூர், ப. 14-2). இதன் தலையில் வளைந்த ஐந்து தலை நாகம் போன்ற உருவம் உள்ளது. இதன் உடல் பாம்பின் உடலால் நான்கு சுற்றுகள் சுற்றப்பட்டுள்ளது என்றும், இதனால் நாக இலிங்கம் என தெ.வெ. மகாலிங்கம் கருதுகிறார். ஆயினும் இக்கருத்து தவறு. இது குழந்தை உருவம் ஒன்றின் உடைபட்ட கைவிரல் பகுதியேயாகும்.

தலையற்ற குழந்தை உருவம் ஒன்றும் பாலூர் அகழாய்வில் கண்டெடுக்கப்பட்டுள்ளது. இதன் இடுப்பு மற்றும் கால்களின் துடைப்பகுதி மட்டும் கிடைத்துள்ளது. திரட்சியான உடலமைப்போடுள்ள இவ்வுருவம் அச்சில் வடிவமைக்கப்பட்டுள்ளது.

6.4.7. விலங்கினங்கள்

இக்காலத்தைச் சார்ந்ததாகக் கருதப்படும் விலங்கின உருவங்கள் பல கண்டெடுக்கப்பட்டுள்ளன. இவற்றில், யானை, காளை போன்ற விலங்கினங்கள் உள்ளன. இவை யாவும் கரடு முரடாகச் செய்யப்பட்டுள்ளன. இவற்றில் ஏதொரு கலை நுணுக்கங்களையும் காணுதல் இயலாது. சிறுவர் சிறுமியர் விளையாடுவதற்காக இப்பொம்மைகளைச் செய்திருக்கலாம்.

உறையூர் அகழாய்வில் உடைந்துபோன யானையின் கால்பகுதி மட்டும் கிடைத்துள்ளது. கையால் வனையப்பட்ட இவ் உருவம் சிவந்த நிறத்தில் உள்ளது. இதன் பாதத்தில் உள்ள விரல் பகுதிகள் காட்டப்பட்டுள்ளன. கொம்புள்ள காளை ஒன்றை, மாங்குடியில் கண்டெடுத்துள்ளனர். இதன் விவரங்கள் சரியாகத் தரப்படவில்லை.

ஆண்டிப்பட்டியில் கண்டெடுக்கப்பட்டவற்றில் உடைந்த யானையின் தலை, காளை (?) மற்றும் எலி உருவங்களைக் குறிப்பிடலாம். இங்கு கண்டெடுக்கப்பட்ட விலங்கின உருவங்களில் காளை (படம் 150) உருவம் சிறப்பானது. இதன் வயிறு கோள வடிவத்தில் பானைபோன்று செய்யப்பட்டுள்ளது. அதன் தலையில் இரண்டு சிறு கொம்புகள் நீட்டிக்கொண்டுள்ளன. அதன் முதுகில் சிறிய திமில் புடைத்துக் கொண்டுள்ளது. அதன் கால்கள் திரட்சியாக குழாய் போன்று வடிவமைக்கப்பட்டுள்ளன. இக்கால்கள் பெருங்கற்காலப் பண்பாட்டைச் சார்ந்த சுடு மண் பெட்டிகள், மற்றும் மண்பாண்டங்களில் உள்ள கால்களைப் போல் உள்ளது. இதன் பின் புறத்தில் சிறிய துளை ஒன்று இடப்பட்டுள்ளது. இப் பொம்மையை காளை என அடையாளம் காண்பதில் எவ்விதத் தயக்கமும் இல்லை. இப்பொம்மையின் தன்மைகளை அகழாய்வாளர்கள் விவரிக்கின்ற போது இறந்தோரைச் சுட்ட பின் கிடைக்கப்பெறும் சாம்பல் எலும்புகள் ஆகியவற்றைச் சேகரித்து வைக்கும் கலமாக இது இருக்கலாம் எனக் கருதினர். ஆயினும் இப்பொம்மை கிடைத்த இடம் புதைகுழியாக இல்லை என்பதும் இப்பொம்மையின் உள்ளே சாம்பல், எலும்புகள் ஏதும் இல்லை எனவும் அகழாய்வாளர்கள் கூறியுள்ளது நோக்கத்தக்கது. எனவே இப்பொம்மை சாம்பல் எலும்புகள் ஆகியவற்றைச் சேமித்து வைக்கும் கலமல்ல என்பதும் காளை பொம்மையாகவே கருத வேண்டும் என்பதும் புலப்படும். இப்பொம்மையின் பின்புறத்தில் இடப்பட்ட துளை பொம்மை செய்யும் போது மண்கலைஞர்களால் இடப்பட்டது. சூளையில் இட்டுச் சுடும் போது உள்ளிருக்கும் காற்று சூடாகி இத்துளை வழியாக வெளியேறுவதற்கே இத்துளை இடப்பட்டது. துளை ஏதுமின்றி சுடப்பட்டால் வெப்பக்காற்றால் பொம்மையின் உடலில் வெடிப்புகள் ஏற்படலாம் அல்லது உடைபடலாம். கோவிலுக்கு அளித்த நேர்த்திக்கடன் பொம்மையாக இதனைக் கருதலாம். இவ்வகையான பெரிய பொம்மைகள் பலவற்றை கோவிலுக்கு அளிக்கும் வழக்கம் தமிழ் நாட்டில் பன்னெடுங்காலமாக இருந்து வந்துள்ளது. இன்றும் பல

கோவில்களில் யானை, குதிரை போன்ற விலங்கினங்களை அளிக்கும் வழக்கத்தைக் காண்கிறோம்.

கீழடியில் கிடைத்த விலங்கினங்களில் ஒன்றைக் குதிரையின் தலையாக குறித்துள்ளனர். மற்றொன்றைக் காளையின் முகமாக (படம் 151) அடையாளப்படுத்தியுள்ளனர். இவ்விரண்டும் முக்கோண வடிவ முகத்தைக் கொண்டுள்ளன. காளையின் தலைப்பகுகுதியில் கொம்பு காணப்படவில்லை. பொருந்தலிலும் திமில் உள்ள காளையின் உருவம் ஒன்று கிடைத்துள்ளது.

6.4.8. ஒட்டுருவங்கள்

திருக்காம்புலியூரில் கிடைத்த ஒட்டு உருவங்களில் பானையின் வெளிப்புறத்தே வனையப்பட்டுள்ள மார்பளவுள்ள ஓருருவத்தைக் குறிக்கலாம் (திருக்காம்புலியூர், ப.16–5). இவ்வுருவம் கரடுமுரடாக வனையப்பட்டுள்ளது. முக உறுப்புகள் இயல்பான வடிவில் இல்லை. பெரிய காதுகளோடு, கீற்றாக வரைந்த கண்களோடும் பிளந்த வாயோடுமுள்ளது. இதன் தோள்கள், மார்புப் பகுதிகள் மட்டும் காணமுடிகிறது. மற்ற பகுதிகள் உடைபட்டுள்ளன. இருபுறமும் விரிந்து தொங்கும் இதன் கொண்டை மேலப்பெரும்பள்ளப் பெண் உருவங்களோடு ஒப்பிடத்தக்கது. கீழடியில் காணப்பட்ட ஒட்டு உருவம் இருகைகளையும் விரித்து நின்ற நிலையில் வடிவமைக்கப்பட்டுள்ளது. முக உருப்புகள் சரியாக செய்யப்படவில்லை(படம் 152). ஆண்டிப்பட்டியில் காணப்பட்ட விலங்கு உருவம் அச்சில் செய்யப்பட்டது. இவ் ஒட்டுருவம் வட்டப் பீடத்தில் வனையப்பட்டுள்ளது (படம் 153). இதன் அடிப்பகுதி உடைந்துள்ளது. யானைகள் வரிசையாகச் செல்லும் வண்ணம் உருவங்கள் உள்ளன.

எகிப்திய அல்லது உரோமானிய படைப்பாகக் கருதப்படத்தக்க ஒட்டுருவம் ஒன்று, அழகன்குளத்தில் காணப்பட்டுள்ளது. வணிகத்தின் பொருட்டு வந்தவர்கள் விட்டுச் சென்ற பானைகளில் ஒன்றாக இதனைக் கருதலாம். சுற்றிலும் இடப்பட்ட வட்டப்புள்ளிகளுக்கு நடுவே இரண்டு பொண்ணுருவங்கள் உள்ளன. கீழாடையும்

வளையல்கள் அணிந்துமுள்ள ஒரு பெண் சிறு குவளையைத் தாங்கியுள்ளாள். மற்றொரு பெண் உருவம் வடி தட்டுபோன்ற பொருளைக் கையில் வைத்துள்ளது. இவ் உருவங்கள் தமிழ்நாட்டுப் பெண்ணுருவங்களல்ல என்பது தெளிவு. பண்டைய எகிப்து அல்லது உரோமானியக் கலை வடிவங்களாக இதைக்கருதலாம்.

காவிரிப்பூம்பட்டினத்திற்கு அருகே அமைந்துள்ள மேலப்பெரும்பள்ளத்தில் (சீர்காழி வட்டம், நாகபட்டினம் மாவட்டம்) மூன்று ஒட்டுருவங்கள் களஆய்வில் கிடைத்துள்ளன. அவற்றுள் ஒன்றை முதல் நூற்றாண்டைச் சார்ந்ததாகவும் மற்ற இரண்டும் நான்காம் நூற்றாண்டைச் சார்ந்ததாகவும் இவற்றைக் கண்டெடுத்த தமிழகத் தொல்லியல் துறை கருதுகிறது. ஆயினும் இம் மூன்று உருவங்களையும் 1–3 ஆம் நூற்றாண்டு வடிவங்கள் எனக் கருதலாம். முதலாவது பெண் உருவம் தாழியின் வாய்ப்பகுதியில், தன் இரு கரங்களை நீட்டியவண்ணம் உள்ளது. முக உறுப்புகள் சரியாக வனையப்படவில்லை. இடது காதில் கனத்த குழைகளோடுள்ளது. இரண்டாவது பெண் உருவம் பானையின் வெளிப்புறத்தை அலங்கரிக்கிறது(படம் 154). நின்றவாறுள்ள இப் பெண்ணுருவத்தின் துடைக்குக் கீழ்பட்ட பகுதிகள் உடைந்துபோயுள்ளன. திரட்சியாக வடிவமைக்கப்பட்ட உடல் பகுதிகள், வனப்போடுள்ள மார்பகங்கள் உள்ள இப் பெண் தனது இடது கரத்தை இடுப்பில் ஊன்றிக்கொண்டு நின்றுள்ளது. வலது கை முட்டிக்குக்கீழ் உடைந்துள்ளது. இருபக்கமும் துருத்திக்கொண்டுள்ள கொண்டை அலங்காரத்தோடு உள்ள இவ்வுருவம் மெல்லிய இடையாடை அணிந்துள்ளது. இங்கே காணப்பட்ட மூன்றாவது பெண் உருவம் (படம் 155), நின்ற நிலையில், வலது கரத்தைத் தொங்கவிட்டும், இடது கரத்தை தொடையில் ஊன்றிய வண்ணமும் உள்ளது. அணிந்துள்ள மெல்லிய கீழாடை இடுப்பில் உருட்டி முடியப்பட்டுள்ளது. சரிந்து தொங்கும் மார்பங்கள், இப்பெண்ணை முதிர்ந்தவளாகக் காட்டினாலும் திரட்சியான உடல் உறுப்புக்களும், நிற்கும் பாங்கும், இளம் பெண்ணாக அடையாளம் காட்டும். இப்பெண் உருவங்கள் மண் கலன்கள் அல்லது தாழிகளின்

வெளிப்புறத்தை அலங்கரிக்கப் பயன்படுத்தப்பட்டபோதும் வேறு காரணங்களும் இருக்கலாம். இவைபற்றி தற்போது சரியாக அறிய இயலவில்லை.

6.4.9. மண் அச்சுகள்

மோதூர் அகழாய்வில் கண்டெடுக்கப்பட்ட ஒரு பெண் உருவம் அச்சு ஆகும். இதன் ஒருபக்க முகப்பகுதி மட்டுமே கிடைத்துள்ளது. ஓரளவு வனப்புடன் செய்யப்பட்ட இவ் அச்சில் நீண்டு தொங்கும் காதுமடலோடு, அழகான தலைக்கேசம் உள்ளது. இதன் மூலம் கலன்களின் மீது அழுத்தி உருவத்தைப் பதிவு செய்யலாம். இவ் உருவத்தைச் சிவபெருமானாக அடையாளப்படுத்துவர். ஆயினும் அவ்வாறு கருதுவதற்கு ஏற்ற உருவத்தோற்றம் இதில் இல்லை. இதேபோன்ற மண் அச்சு கீழடியில் காணப்பட்டுள்ளது. தலையலங்காரத்தோடுள்ள முகம் இவ்வச்சில் உள்ளது.

7. இடைக்கால உருவங்கள்

7.1. அகழாய்வுகள்

சங்க காலத்திற்கு பிற்பட்ட தமிழக வரலாறு பல்லவர், பாண்டியர் எழுச்சியோடு தொடர்கிறது. சுமார் 300 ஆண்டு கால ஆட்சியின் முடிவில், சோழர்கள் தம் பேரரசை கி.பி. 850 இல் நிறுவி, 1279 வரை ஆண்டார்கள். தென் தமிழ்நாட்டை பாண்டியர்களும் 14 ஆம் நூற்றாண்டு ஆரம்பம் வரை ஆண்டனர். இக்காலத்தில் குடைவரைக் கோயில்கள் குடையப்பட்டும், செங்கல், கல் கட்டுமானங்களில் கோவில்கள் எடுக்கப்பட்டன. தனிக் கலைப் பாணிகளும் தோற்றுவிக்கப்பட்டு, சிறப்பான செம்புக் கலை வார்ப்பில் ஏராளமான படிமங்களும் ஆக்கப்பட்டன.

இக்காலகட்டத்தைச் சார்ந்த முக்கிய ஊர்கள் பலவற்றிலும் அகழாய்வுகள் நடத்தப்பெற்றுள்ளன. சோழர் வணிக நகரமான காவிரிப்பூம்பட்டினத்தில் இந்திய அரசின் தொல்பொருள் பரப்பாய்வுத் துறையினர் அகழாய்வுகளை நடத்திய போது, கி.பி. 4 முதல் 13ஆம் நூற்றாண்டுகளைச் சார்ந்த பண்பாட்டுப் படிவுகளை அடையாளம் கண்டனர். இங்கெல்லாம் இக்காலகட்டத்தைச் சார்ந்த சுடு மண் உருவங்கள் பலவற்றைக் கண்டெடுத்தனர். பேரரசுச் சோழர் தலைநகராகக் கருதப்படும் கங்கை கொண்ட சோழபுரம்

தமிழக அரசின் தொல்லியல் துறையால் அகழப்பட்டது. மற்றொரு தலைநகராகக் கருதப்படும் பழையாறையும் இவர்களால் அகழாய்வு செய்யப்பட்டது.

பல்லவர் தலைநகரான காஞ்சிபுரத்தில் இந்திய அரசின் தொல்பொருள் பரப்பாய்வுத் துறையினர், சென்னைப் பல்கலைக்கழகம், மற்றும் தமிழ் நாடு அரசு தொல்லியல் துறையும் வெவ்வேறு காலகட்டங்களில் பல ஆண்டுகளாக அகழாய்வுகளை நடத்தினர். கி.பி 4 முதல் 13 ஆம் நூற்றாண்டு வரையிலான காலகட்டத்தைச் சார்ந்த பண்பாட்டுப் படிவுகள் அடையாளம் காணப்பட்டன. இக்காலகட்டத்தைச் சார்ந்த சுடு மண் பொருள்கள் அதிகம் கிடைத்தில.

இந்திய அரசின் தொல்பொருள் பரப்பாய்வுத் துறையினர், அண்மையில் சாளுவன்குப்பத்தில் (மாமல்லபுரம்), அகழாய்வுகளை மேற்கொண்டனர். தமிழ் நாட்டு அரசின் தொல்பொருள் ஆய்வுத்துறையினரால் போளுவாம்பட்டி, பேரூர், திருக்கோயிலூர், ஆண்டிப்பட்டி போன்ற பலவிடங்களில் அகழாய்வுகள் நடந்தன. தமிழ்ப் பல்கலைக் கழகத்தின் கல்வெட்டு மற்றும் தொல்லியல் துறையினர் வல்லத்தில் தம் அகழாய்வுகளை மேற்கொண்டனர்.

புதுச்சேரி அரிக்கமேட்டில் பிரான்சு நாட்டு அகழ்வாராய்ச்சியாளர்களாலும், இந்திய அரசின் தொல்லியல் துறையினராலும் பின்னர் சென்னைப் பல்கலைக் கழகத்தாராலும் அகழாய்வுகள் நடத்தப்பட்டன. இக் காலத்தைச் சார்ந்த சுடு மண் உருவங்கள் பல கண்டெடுக்கப்பட்டன.

தமிழ் நாட்டு அகழாய்வுகளில் கண்டெடுக்கப்பட்ட பிற்காலச் சுடு மண் பொருள்கள் பலவகையானவை. சங்க கால மண் உருவங்களிலிருந்து சற்று மாறுபட்டுள்ளன. புதிய வகை உருவங்களும் இக்காலகட்டத்தில் செய்யப்பெற்றுள்ளன. இச் சுடு மண் உருவங்களில், கி.பி.4–9 நூற்றாண்டுகள் என கணிக்கப்பட்டவை, பல்லவர்–பாண்டியர் காலத்தைச் சார்ந்ததெனவும், கி.பி.10–13 நூற்றாண்டுகளுக்கு உட்பட்டவை பேரரசுச் சோழர் காலத்தைச் சார்ந்தவை என வரையறை செய்யப்பட்டுள்ளன.

7.2.1.பல்லவர்–பாண்டியர் காலம் (கி.பி.4–9 நூற்றாண்டுகள்)

பல்லவர்–பாண்டியர் காலத்திற்கு முன்பாக, சுமார், நான்கு மற்றும் ஐந்தாம் நூற்றாண்டைச் சார்ந்த சுடு மண் உருவங்களை அடையாளம் காண்பதில் சிக்கல்கள் உள்ளன. இதனால் இக்காலத்தைச் சார்ந்த உருவங்கள் பற்றிய விவரங்கள் தெளிவாக்கப்படவில்லை. கி.பி. ஆறாம் நூற்றாண்டும் அதற்குப் பிற்பட்ட கால உருவங்கள் யாவற்றின் காலநிர்ணயம் ஊகத்தின்பாலும், கல் சிற்பக் கலைப் பாணியை ஒப்பிட்டு நோக்கியுமே தரப்பட்டவை. இவ்வுருவங்களில் முக்கியமானதாக போளுவாம்பட்டியில் கண்டெடுத்த முத்திரைப் பிரதி மற்றும் சாளுவன்குப்பத்தில் எடுக்கப்பட்ட சிற்பத்தட்டு ஒன்றினைக் குறிக்கலாம். ஆண், பெண் உருவங்கள், குழந்தை உருவங்களும் இக்காலகட்டத்தில் செய்யப்பட்டுள்ளன. இக்காலத்தில் இந்து மற்றும் புத்த கடவுள் உருவங்களும் ஆக்கப்பெற்றுள்ளன. மண் கலன்களின் வெளிப்புறத்தே ஒட்டுப்பாணியில் ஒட்டப்பட்ட உருவங்களும் இக்காலத்தில் புனையப்பட்டன.

7.2.2.முத்திரைப் பிரதி

போளுவாம்பட்டி அகழாய்வில் கண்டெடுக்கப்பட்ட மண் முத்திரைப் பிரதியைச் சிறப்பானதாகக் கருதவேண்டும். இம் முத்திரையின் நடுவில், நெடிய நடுத்தண்டுடன் உள்ள விளக்கின் வலதுபுறம் அமர்ந்த நிலையில் ஒரு புலியும், இடப்புறம் வில் ஒன்றும், இவற்றின் அடியில் படுத்தவாக்கில் மீன் ஒன்றும் உள்ளது. இவற்றைச் சுற்றி கி.பி. 6–7 ஆம் நூற்றாண்டைச் சார்ந்ததாகக் கருதப்படும் கிரந்த எழுத்துக்களில் பொறிக்கப்பட்ட வாசகம் உள்ளது. அவ் வாசகத்தின் சில பகுதிகள் தெளிவற்றுள்ளதால் சரியாக வாசிக்கவும் பொருள் காணவும் இயலவில்லை. ஆயினும் "வர்மந்" என்ற சொல் உள்ளதாகக் குறிப்பிட்டுள்ளனர். இம்முத்திரையில் உள்ள எழுத்துக்கள் இயல்பான நிலையில் உள்ளதால் மூல முத்திரையின் சுடு மண் பிரதியாகக் கருதவேண்டும். வணிகப்பொருள் கட்டுக்கள் மீது மூல முத்திரையால் இடப்பட்ட களிமண் பிரதியாகும் இம்முத்திரை.

7.2.3.சிற்பத்தட்டு

ஏறக்குறைய ஆறாம் நூற்றாண்டாகக் கருதப்படத்தக்க பெண் உருவங்களைக் கொண்ட சுடு மண் தட்டு சாளுவன்குப்பத்தில் கண்டெடுக்கப்பட்டது (படம் 156). இவ்வூர் மாமல்லபுரத்திற்கு சற்று வடக்கே அமைந்த புலிக்குகைக்கு அணித்தே உள்ளது. மத்திய அரசின் தொல்லியல் பரப்பாய்வுத் துறையினரில் அகழாய்வுகளில் (2004–05) இத் தட்டு கண்டெடுக்கப்பட்டது. இத் தட்டு கையால் வனையப்பட்டது ஆகும். ஐந்து பெண்கள் ஒருவர் தோளில் மற்றவர் கை வைத்து ஆடும் நாட்டிய வடிவம் வனையப்பட்டுள்ளது. இச்சுடு மண் உருவம் மிக நேர்த்தியாகவும் நல்ல சிவப்பு வண்ணத்திலும் செய்யப்பட்டுள்ள போதிலும் அப் பெண்களின் முகப் உறுப்புகள், அணிகலன்கள் மற்றும் கீழாடை யாவற்றிலும் கலையம்சமும் செயல் நேர்த்தியும் காணப்படவில்லை. இதன் பின்புறம் தட்டையாக்கப்பட்டுள்ளது. தட்டில் காணப்படும் நாட்டியப் பாங்கு, பொதுவாக ஆதிக்குடிகளோடு தொடர்புடையது என்றாலும், பழந்தமிழ்நாட்டில், குறிப்பாகச் சங்க காலத்தில் முருகக் கடவுள் முன்பு மக்கள் ஆடிய குரவைக் கூத்தின் வடிவமாகக் கருதலாம். இச் சுடு மண் சிற்பத்தட்டினைச் சங்க காலக் கலைப் பொருளாகக் கருத இன்னும் சிறப்பான சான்றுகள் தேவை. இத்தட்டின் பயன்பாடு பற்றியும் சரியாக அனுமானிக்க இயலவில்லை. ஆயினும் பழங்கோவில் சுவர்களை அலங்கரிக்க இத்தட்டு பயன்பட்டிருக்கலாம்.

7.2.4.பெண் உருவங்கள்

பெண் உருவங்கள் பல இக்காலத்தில் காணப்பட்டுள்ளன. இவற்றில் தலை மட்டுமுள்ள உருவங்களும், மார்பளவுள்ள உருவங்களும் உள்ளன. காவிரிப்பூம்பட்டினப் பல்லவனீச்சுரத்தில் கிடைத்த பெண் உருவங்களில் சில பிற்காலக் குப்தர் கலைப்பாணியை (கி.பி. 5ஆம் நூற்றாண்டு) ஒத்துள்ளது. இங்கே எடுக்கப்பட்ட அழகாக வடிவமைக்கப்பட்ட தலை ஒன்றில் வேயப்பட்ட கொண்டை சிறு பட்டைபோலக்

கட்டப்பட்டு, மணிகளால் அலங்கரிக்கப்பட்டுள்ளது. மலர்ச்சியோடுள்ள முகத்தின் வளைந்த நெற்றியும், நீண்டு வளைந்த கண் புருவங்களும், வாயிதழ்களும் மிக அழகாக வடிக்கப்பட்டுள்ளன. இதன் தலைக்கேசத்தின் மேல்பகுதி உடைபட்டுள்ளது. இவ்வுருவத்தின் கலை நயம் பிற்காலக் குப்தர் கலைப்பாணியை ஒத்துள்ளதாகக் குறிப்பர் கே. வி. சௌந்தரராஜன்.

எட்டாம் நூற்றாண்டைச் சார்ந்த பெண் உருவங்கள் பல இக்காலத்தில் செய்யப்பட்டுள்ளன. அவற்றுள், மார்பளவுள்ள மூன்று பெண் உருவங்கள் பனையகுளத்தில் கள ஆய்வில் கண்டெடுக்கப்பட்டுள்ளன. இவற்றில் ஒரு உருவத்தை கி.பி. இரண்டாம் நூற்றாண்டில் செய்யப்பட்டதாகவும் மற்றிரண்டை எட்டாம் நூற்றாண்டில் செய்யப்பட்டதாகவும் குறித்துள்ளனர். ஆயினும், இவ் உருவங்களைக் கண்டெடுத்த பகுதிகளில் அக்காலத்தைச் சார்ந்த பழம் கலன்கள், தொன்மையான பிற பொருள்கள் ஏதும் எடுக்கப்படவில்லை என்பதால் கி.பி. 8 ஆம் நூற்றாண்டையொட்டி இவை செய்யப்பட்டிருக்கலாம் எனக் கருதலாம்.

மூன்று உருவங்களில், இடுப்புப் பகுதியோடுள்ள உருவத்தின் வலது கை உடைபட்டுள்ளது (படம் 157). நல்ல கலை நுணுக்கங்களோடு செய்யப்பட்டுள்ள இவ்வுருவம் தனது இடது கையை வயிற்றுப்பகுதியில் வைத்துள்ளது. தலையணி கழுத்தணிகளோடு அலங்கரிக்கப்பட்டு உள்ளது. இங்கு கண்டெடுக்கப்பட்ட இரண்டாவது பெண் உருவம் (படம் 158) மிகுந்த செய்நேர்த்தியோடு வனையப்பட்டுள்ளது. சிறுகற்கள் கூட இல்லாமல் மிகநன்றாகக் குழைத்த சிறந்த களிமண்ணைக்கொண்டு நேர்த்தியாக இவ்வுருவம் செய்யப்பட்டுள்ளது. தலை முடி ஒழுங்காக சிறு சிறு சடைகளாக ஆக்கப்பட்டு கொண்டையாக முடியப்பட்டுள்ளது. அதன் ஒரு பகுதியும் உடைந்துள்ளது. நீண்டு தொங்கும் காது மடல்களோடு கழுத்தணிகளை அணிந்துள்ளது. செந்நிறத்தால் இதன் உடல் வண்ணந் தீட்டப்பட்டுள்ளது. இடுப்பும் அதன் கீழ்ப் பகுதியும் உடைபட்டுள்ள போதும் கண்களும் உதடுகளும் மிக நன்றாக

வடிவமைக்கப்பட்டுள்ளன. இடது கை உடைபட்டுள்ளது என்றாலும் முன்பக்கமாக நீட்டப்பட்டுள்ள வலது கை விரல்கள் யாவும் தனித்தனியாக காட்டப்படாமல் ஒரு பந்து போல் செய்யப்பட்டுள்ளதை நோக்கில் இவ் வடிவங்களை ஆக்குதற்குறிய சிறப்பான கலைப்பயிற்சியற்ற கலைஞனால் ஆக்கப்பட்டதாகத் தெரிகிறது. உடைந்த நிலையில் உள்ள மூன்றாவது பெண் உருவம் (படம் 159) முன் விவரிக்கப்பட்ட உருவங்களையொத்து உள்ளது. முக உறுப்புகள், மார்புகள், மற்றும் அதன் இரு கைகள் யாவும் உடைந்துள்ளன. இதே காலகட்டத்தைச் சார்ந்த பெண் உருவம் குட்டூரில் கிடைத்துள்ளது. இப்பெண் உருவம் நீண்ட மூக்குடன் அழகாக வரையப்பட்ட கண்களுடனும் உள்ளது.

காவிரிப்பூம்பட்டினத்து வெள்ளையன்இருப்பில் கண்டெடுக்கப்பட்ட மார்பளவுள்ள பெண் உருவம் ஒன்பதாம் நூற்றாண்டைச் சார்ந்ததாகக் கருதலாம். அழகான விழிகளோடும், வாரிவிடப்பட்ட கூந்தலோடும் கனத்த குழைகளோடுள்ளது.

சுடு மண்ணால் செய்யப்பட்ட பெண் தலைகள் சில களஆய்வுகளில் காணப்பட்டுள்ளன. தருமபுரி மாவட்டம் குளகத்தூரில் தமுக்கமேடு என்ற பழங்கால மேட்டிலிருந்து இரண்டு சுடு மண் தலைகளைக் கண்டெடுத்தனர். அவை கையால் வனையப்பட்டவை. ஏறக்குறைய கி.பி. 8 ஆம் நூற்றாண்டைச் சார்ந்தனவாகக் கொள்ளலாம். ஒரு பெண் உருவத்தின் (படம் 160) தலைப்பகுதி மிக நேர்த்தியாக செய்யப்பட்டுள்ளது. ஆயினும் அதன் பின்பகுதியில் எவ்வித வேலைப்பாடும் இல்லை. அழகாக வடிவமைக்கப்பட்ட முகத்தில் நீண்ட கண்களும் புன்னகை பூத்த வாயிதழ்களோடும் உள்ளது. தலைமுடி ஒழுங்காக வாரிவிடப்பட்டு சிறு சடைகளாகப் பிரிக்கப்பட்டு அவற்றின் இடையே சிறு சிறு மணிகளைக் கோர்த்து அலங்கரிக்கப்பட்டுள்ளது. எனினும் கேசத்தின் மேல்பகுதி சற்று உடைந்துள்ளது. இப்பொம்மை மீது செந்நிற வண்ணம் தீட்டப்பட்டுள்ளது. இங்கே கிடைத்த, கையால் வனையப்பட்ட மற்றொரு பெண் உருவத்தின் (படம் 161) தலையின் முக உருவங்கள்

நன்றாக வடிவமைக்கப்பட்டுள்ள போதிலும் முகவாய்ப் பகுதி உடைபட்டுள்ளது. தலைக்கேசம் ஒழுங்காக வாரிவிடப்பட்டு சிறு கொண்டையாகப் பின்புறத்தில் முடியப்பட்டுள்ளது.

முழுமையாக வடிவமைக்கப்பட்ட உடற்பகுதிகளைக் கொண்ட இரண்டு பெண் உருவங்களின் தொடை மற்றும் அதற்குக் கீழ்பட்ட பகுதிகள் அரிக்கமேட்டில் கிடைத்துள்ளன. இவை 1945க்கு முன்னர் நடைபெற்ற அகழாய்வில் கண்டெடுக்கப்பட்டவை. நீண்டு நெகிழ்ந்து தொங்கும் கீழாடையின் அடியில் கால் விரல்கள் மட்டும் தெரியும் வண்ணம் இவ்வுருவங்கள் தனிப் பீடங்களின் மேல் நின்றுள்ளன. இரண்டு உருவங்களிலும் ஆடை மடிப்புகள் அழகுறக் காட்டப்பட்டுள்ளன. இவை 8–9 ஆம் நூற்றாண்டு வாக்கில் செய்யப்பட்டிருக்கலாம்.

7.2.5.உடைபட்ட உறுப்புகள்

உடைபட்ட உடல் உறுப்புகள் பலவும் காணப்பட்டுள்ளன. இவற்றில் உடைந்த கை, கால், உறுப்புகள் பல இடங்களில் கிடைத்துள்ளன. காவிரிப்பூம்பட்டினத்துப் பல்லவனீச்சுரத்தில் கிடைத்த உடைபட்ட வலது கால்பாதம் ஒரு குழந்தையுடையது. இது ஆறாம் நூற்றாண்டைச் சார்ந்ததாகும். ஐந்து கிண்கிணிகள் கொண்ட சலங்கையால் இப்பாதம் அலங்கரிக்கப்பட்டுள்ளது. பெரிய பொம்மை ஒன்றின் உடைபட்ட பாதப் பகுதியாகும். முழுமையான இப்பொம்மையின் உடல் பகுதியின் உயரம் சுமார் 20 செ.மீ. எனக் கணக்கிடப்பட்டுள்ளது. இவ்வாறு பெரிய உருவங்களை வனையும் வழக்கம் பிற்காலத்தில், குறிப்பாக மகாயான புத்த சமயத்தின் இறுதிக் காலகட்டத்தில் தோன்றி யிருக்கலாம் எனக் கருதுவர் கே. வி. சௌந்தரராஜன்.

எட்டாம் நூற்றாண்டைச் சார்ந்த, உடைபட்ட கைப்பகுதி ஒன்று அரிக்கமேட்டில் கிடைத்துள்ளது. உயர்த்திய கையில் வளையல்கள் அணிந்து மலை ஒன்றை ஏந்தியுள்ளது. இதே காலகட்டத்தைச் சார்ந்த உடைபட்ட கால் பாதம் ஒன்று திருக்கோயிலூரில் கிடைத்துள்ளது. இவ் வலது பாதத்தின் விரல்கள் அழகாகச் செய்யப்பட்டுள்ளன.

7.2.6.குழந்தை உருவங்கள்

கால்களை முன்னே நீட்டி அமர்ந்தவாறுள்ள குழந்தை உருவங்கள் இக்காலத்தில் செய்யப்பட்டுள்ளன. இவற்றை இயக்கர், திருமால், குழந்தைக் கண்ணன் (பாலகிருஷ்ணர்) எனக் கருதுகின்றனர். இவற்றில் பல எட்டாம் நூற்றண்டைச் சார்ந்தவை. திருக்காம்புலியூரில் காணப்பட்ட ஒரு குழந்தை உருவம் (படம் 162) கனமாகச் செய்யப்பட்டுள்ளது. தன் இரண்டு கைகளை முன்னே நீட்டியவாறு அமர்ந்துள்ள இக்குழந்தையின் உடல்பகுதிகள் மிக இயல்பாகவும் வனப்பாகவும் வடிவமைக்கப்பட்டுள்ளன. இதன் தலையும், இடது கையின் பெரும்பகுதியும் உடைந்துள்ளது. உயர்த்திய நிலையில் உள்ள வலது கரம் முழுமையாக உள்ளது. கழுத்தில் தடிமனான வட்ட கழுத்தணியை அணிந்துள்ளது. இப்பொம்மையை திருமால் என தே. வெ. மகாலிங்கம் கருதுவது சரியன்று. இவ்வடிவத்தில் திருமால் உருவங்கள் ஏதும் இதுவரை கிடைத்திடவில்லை.

இங்கே கண்டெடுக்கப்பட்ட இரண்டாவது குழந்தை உருவம் (படம் 163) வட்ட முகத்தோடு, முழுதாகவும் கனமாகவும் பெரிதாகவும் செய்யப்பட்டுள்ளது. இவ் உருவம் குறுகிய கழுத்தோடும் அகலமான தோள்களோடும் நீண்டுதொங்கும் காது மடல்களோடும், கவர்ச்சியான கண்களோடும் புடைத்த மூக்கோடும் வடிவமைக்கப்பட்டுள்ளது. விரிந்த கண்கள் மிக நன்றாகவும் ஆழமான கோடுகளால் தீட்டப்பட்டுள்ளது. காது மடல்களில் ஓட்டைகள் உள்ளன. இதனால் இவ்வுருவத்தின் காதுகளில் காதணிகளை அணிவித்து அழகு செய்திருப்பர் எனக் கருதலாம். தலைக் கேசம் சிறு சுருள் சுருளாக வரையப்பட்டுள்ளது. அதன் தலையில் சிறு கொண்டையொன்று அழகு செய்கிறது. இக்கொண்டையின் நடுவே சிறு துவாரம் இடப்பட்டுள்ளது. இப்பொம்மையின் மீது கருப்பு வண்ணம் தீட்டப்பட்டுள்ளது. இப்பொம்மையை நன்கு ஆரய்ந்த பின்னர் இப்பொம்மை புத்த, சமண சமயத்தைச் சார்ந்த ஆசாரியர் அல்லது பாலகிருஷ்ணர் ஆக இருக்கலாம் எனக் கருதுவர். ஆயினும் இப்பொம்மையை இவ்வாறு அடையாளம் காண்பது சரியல்ல. இவ்வுருவம் சிறு குழந்தையினுடையது என்பதில் எவ்வித ஐயமுமில்லை.

போளுவாம்பட்டியில் கண்டெடுக்கப்பட்ட சுடு மண் உருவங்களில் முக்கியமானதாகக் கருதப்படவேண்டியது கி.பி. 8 ஆம் நூற்றாண்டைச் சார்ந்ததாக கணிக்கப்பட்டதும், இயக்கன் என்று அடையாளம் காணப்பட்டதுமான குழந்தை உருவமாகும் (படம் 164). இவ்வுருவம் மிக வனப்புடனும், செய் நேர்த்தியாகவும் வடிவமைக்கப்பட்டுள்ளது. கால், கைகளை நீட்டி அமர்ந்த நிலையில் உள்ள இச் சிறு குழந்தை ஆடையின்றியுள்ள போதும், தலையில் அழகான தலையணியை அணிந்துள்ளது. பட்டையாக உள்ள இத் தலையணியின் முகப்பில் நேர்த்தியான விசிறி மடிப்புகள் அமைக்கப்பெற்றுள்ளன. மிகத் தடிமனாக அமைந்த தலையணிப் பட்டையில் எவ்வித அலங்காரமுமில்லை. புன்னகைபூத்த முகத்துடன் உள்ள குழந்தையின் உருவம் நல்ல மெருகுடன் உள்ளது. கழுத்தை இறுக்கிய மாலையோடும், மார்பு வரை நீண்டு தொங்கிய குண்டலங்களுடைய காதுமடல்களோடும் உள்ளது. பெரிய மணிகள் கட்டிய அழகான அரைப் பட்டிகையை அணிந்துள்ளது. இக்குழந்தையின் இரண்டு முன்கைகளும், வலது இடுப்பும் இடது காலும் உடைபட்டுள்ளன.

இக்குழந்தை உருவத்தை இயக்கன் என்று அடையாளப்படுத்த வேண்டுவதில்லை. முதலாவதாக இயக்கனுக்குறிய ஏதொரு அடையாளமும் இவ் உருவத்தில் தெளிவாகக் காட்டப்படவில்லை. மேலும் இம்மாதிரியான இயக்கன் உருவங்கள் கல் அல்லது உலோகச் சிற்பங்களில் இதுவரை காணப்படவில்லை. மேலும் இயக்கன் உருவங்களை மண்ணில் செய்யும் வழக்கம் பற்றி ஏதொரு குறிப்புமில்லை. எனவே இயக்கன் எனக் கருதாமல் சிறு குழந்தைக்குறிய பண்புகளைக் கொண்ட இவ்வகை உருவங்களைக் குழந்தை என அறிவது பொருத்தமாகும். குழந்தை பெறுவதற்கு வேண்டிக்கொண்ட தாய்மார்கள் குழந்தைப்பேறு எய்திய பின்னர், குழந்தை உருவத்தை வழிபாட்டுருவமாகக் கோவிலுக்கு அளிக்கும் வழக்கம் இன்றும் உள்ளது. இவ்வழக்கத்தின்படி நேர்ந்துகொண்ட தாய்மார்களில் யாராவது இவ்வுருவத்தைக் கோவிலுக்கு அளித்திருக்கலாம். மிக அழகாக கலையம்சத்தோடு

வடிவமைக்கப்பட்ட இவ்வுருவத்தை சிறந்த கலைஞன் ஒருவனே உருவாக்கியிருக்கவேண்டும்.

திருக்கோயிலூர் கள ஆய்வில், வட்ட முகத்துடனும் சிவப்பு நிறப்பூச்சோடும் உள்ள குழந்தை உருவம் கிடைத்துள்ளது (படம் 165). இதுவும் எட்டாம் நூற்றாண்டைச் சார்ந்தது. கையால் கனமாக வனையப்பட்டுள்ள இதன் முக உறுப்புகள் தேய்ந்துபோயுள்ளதால் முக அமைப்பு தெளிவாகப் புலப்படவில்லை. தலையில் நெற்றிப்பட்டை ஒன்றை இக் குழந்தை அணிந்துள்ளது. தோள்கள் வரை தொங்கும்படியுள்ள கனத்த காதணிகளோடும், கழுத்தணிகளோடும் உள்ளது. இடது கை உயர்த்தியுள்ளது; வலது கை உடைந்துள்ளது.

7.2.7.கடவுள் உருவங்கள்

இக்காலகட்டத்தில் கடவுள் உருவங்கள் சுடு மண்ணால் ஆக்கப்பெற்றன. முக்கியமாக இந்து, புத்தர் கடவுள் உருவங்கள் பல கண்டெடுக்கப்பட்டுள்ளன. இந்துக் கடவுள் உருவங்களில் வாராகியின் இரண்டு உருவங்கள் கிடைத்துள்ளன. இவை இரண்டும் கி.பி. 6 ஆம் நூற்றாண்டைச் சார்ந்தனவாகக் கருதலாம். காவிரிப்பூம்பட்டினத்து பல்லவனீச்சுரத்தில் கிடைத்த ஒரு பெண் உருவம் வாயில் மீன் ஒன்றைக் கடித்தபடி உள்ளது (படம் 166). இவ்வுருவம் வாராகியாகும். வட இந்தியப் பகுதிகளில் இம்மாதிரியான பெண் உருவங்களை வாராகியாகக் கருதி மக்கள் வழிபடுகின்றனர் என அறிவிப்பார் கே. வி. சௌந்தரராஜன்.

ஆண்டிப்பட்டியில் கி.பி. 6 ஆம் நூற்றாண்டைச் சார்ந்ததாகக் கருதப்படும் மார்பளவுள்ள வாராகியின் உருவம் காணப்பட்டுள்ளது (படம் 167). மிக நேர்த்தியாக இவ் உருவம் வனையப்பட்டுள்ளது. (10 செ.மீ உயரம், 8 செ.மீ. அகலம்). கனமாகச் செய்யப்பட்ட இப்பெண் உருவத்தில் வயிறு மற்றும் அதற்குக் கீழ்பட்ட பகுதிகள் கிடைக்கவில்லை. இதன் தலை, முகம், கைகள், உடல் பகுதிகள் மிக நன்றாக வடிவமைக்கப்பட்டுள்ளன. தடிமனான தலைப்பட்டையோடு தலையலங்காரம்

சிறப்புற அமையப்பெற்றுள்ளது. காதுமடல்கள் நீண்டு தோள்பட்டைக்கும் கீழே தொங்குகிறது. கழுத்தில் மாலையும், கைகளில் வளையல்களும் அலங்கரிக்கின்றன. வாய்ப் பற்கள் சற்றே முன்புறம் நீண்டும், இடது கையில் சிறிய மீன் ஒன்றைப் பிடித்தபடியும் இவ் உருவம் உள்ளது. இதற்குச் சற்று மாறுதலான அமைப்புடன் உள்ள வாராகியின் உருவம் காவிரிப்பூம்பட்டின அகழாய்வில் கிட்டியுள்ளது. அங்கே கிடைத்த பெண் உருவம் தன்வாயில் மீனைக் கடித்தவாறுள்ளது. கே.வி. சௌந்தரராஜன், இப்பெண் உருவத்தை வாராகி என அடையாளம் காட்டுவார். எனவே ஆண்டிப்பட்டியில் கிடைத்த இவ்வுருவதை வாராகி எனக் குறிப்பிடலாம்.

இக்காலகட்டத்தில் புத்த பகவானின் பல தோற்றங்கள் சுடு மண் படிமங்களாகப் படைக்கப்பட்டுள்ளன. இவ் உருவங்கள் யாவும் ஆறாம் நூற்றாண்டு வாக்கில் செய்யப்பட்டிருக்க வேண்டும். இக்காலகட்டத்தில் பெரிய புத்தர் சிலைகளை வடிக்கும் பாணி வழக்கத்தில் வந்திருக்கவேண்டும். பெரிய உருவங்களை வனையும் வழக்கம் பிற்காலத்தில், மகாயான புத்த சமயத்தின் இறுதிக் காலகட்டத்தில், குறிப்பாகக் காவிரிப்பூம்பட்டினத்தில் தோன்றியிருக்கலாம் எனக் கருதுவர் கே. வி. சௌந்தரராஜன். காவிரிப்பூம்பட்டினத்துப் பல்லவனீச்சுரத்தில் கிடைத்துள்ள கடக முத்திரையில் உள்ள கை உருவம் புத்தப்படிமத்தின் உடைபட்ட பகுதியாகும். இதன் விரல்கள் மிகவும் உணர்ச்சிபூர்வமாக வடிக்கப்பட்டுள்ளது. வளைந்த சுட்டுவிரல் பெருவிரலோடு பொருந்தி நிற்க, மற்ற நடுவிரல்கள் இரண்டும் மெலிதாக வளைந்து உள்ளங்கையைத் தொட்டும், கடைசிவிரல் அவற்றோடு ஒட்டியவாறுள்ளது. இம் முத்திரையின் பாணியை நோக்குங்கால், புத்தர் சிலைகளில் காணப்படும், தருமக் கொள்கையை விளக்குவதாக அமைந்த தர்மசக்ரப் பிரவர்த்தந முத்திரையோடு பொருந்துவதாக அமையும். இங்கேயே சிறிய அளவிலான மற்றொரு பாதமும் கண்டெடுக்கப்பட்டுள்ளது. இவ் வலது பாதம், ஒரு பீடத்தின் மீது நிலைகொண்டுள்ளது. இதன் உள்பகுதி வெற்றிடமாக உள்ளது, இரட்டை அச்சில் இப்பாதம் செய்யப்பட்டிருக்கலாம். இப்பாதம் புத்தர் அல்லது போதிசத்துவர் படிமத்தின் கால்

பகுதியாகலாம். இவ் உருவங்கள் யாவும் ஆறாம் நூற்றாண்டு வாக்கில் செய்யப்பட்டிருக்கலாம்.

போளுவாம்பட்டியில் கள ஆய்வில் கண்டெடுக்கப்பட்ட மற்ற சுடு மண் பொம்மைகளில் ஆண் தலை உருவத்தைப் புத்தர் தலை எனக் குறிப்பிடுவர் (படம் 168). கழுத்துக்குக் கீழே உள்ள உடல் பகுதிகள் கிடைக்கப்பெறவில்லை. இப்பொம்மை சிறந்த களிமண்ணைக்கொண்டு செய்யப்பட்டுள்ளது. சாந்தமான முகபாவனையோடுள்ள இதன் கண்கள் தவ நிலையில் சற்று மூடியவண்ணம் உள்ளன. இதன் காதுகள் அளவாக வடிவமைக்கப்பட்டுள்ளன. தலைக் கேசம் வட்ட வட்டமாக அலங்கரிக்கப்பட்டுள்ளது. இக் கேச அலங்காரம் புத்தர் தலையலங்காரத்தை ஒத்துள்ளதால் இக்குழந்தை பொம்மை புத்த பகவானாக இருக்கலாம் எனக் கருதுவர் ஸ்ரீதரன்.

காவிரிப்பூம்பட்டினத்து வெள்ளையன் இருப்பில் கண்டெடுக்கப்பட்ட ஒன்பதாம் நூற்றாண்டு உருவங்களில் கருடன் உருவம் ஒன்றுள்ளது (படம் 169). தலையில் முடியலங்காரத்தோடும் குழைகளோடுமுள்ள முகத்தில் அதன் கூரிய மூக்கு உடைபட்டுள்ளது.

7.2.8.ஒட்டு உருவங்கள்

முற்காலத்தில் செய்யப்பட்டதைப் போன்றே இக்காலத்திலும் மண் கலன்களின் வெளிப்பக்கங்களில் மண் உருவங்களை ஒட்டி அழகு படுத்தியுள்ளனர். இவ்வகைப்பட்ட சுடு மண் உருவம் ஒன்று திருக்கோயிலூர் அகழாய்வுகளில் கண்டெடுக்கப்பட்டுள்ளது. இரண்டாம் பண்பாட்டுக் காலத்தைச் சார்ந்ததும் சுமார் 8 ஆம் நூற்றாண்டாகக் கருதப்படத்தக்க பெரிய மண் சாடியின் வெளிப்புறத்தே இப் பெண் உருவம் ஒட்டப்பட்டுள்ளது. கையால் வனையப்பட்ட இப்பெண் உருவத்தின் இடுப்புக்குக் கீழ்பட்ட பகுதிகள் உடைபட்டுள்ளன. காதணிகளும் கழுத்தணிகளும் இவ்வுருவத்தை அலங்கரிக்கின்றன. இப்பெண்ணின் இரண்டு கைகளும் அகல விரிக்கப்பட்டுள்ளது. ஆயினும் கைகளில் பிடித்துக்கொண்டுள்ள பொருள்கள் யாவை என சரியாக

அடையாளம் காண இயலவில்லை.

ஒட்டு உருவங்களில் திருக்காம்புலியூரில் கிடைத்த ஒரு உருவத்தை (உ. 11.7 செ.மீ) விருக்சதேவதை என அடையாளப்படுத்துவர் தே.வெ. மகாலிங்கம். மரத்தினைப்பிடித்துத் தொங்கிக்கொண்டிருக்கும் இவ்வகைப் பெண் உருவங்கள் சுங்க–கண்வர் காலங்களில் வெகு பிரசித்தம் என்றும் குறிப்பிடுவர். வட இந்தியாவில் சாஞ்சி தூபத்தில் இவ்வகைப் பெண் உருவங்கள் அதிகம் காணப்படுகின்றன. ஒரு கையில் மரக்கிளையைப் பிடித்துக்கொண்டு ஆடையற்ற பெண் உருவம் ஒன்று தொங்குவதாக உள்ளது என்பர். மேலும் இவ்வுருவத்தின் மீது மைகா கலந்த வண்ணப்பொடி தூவியுள்ளதால் இவ்வுருவம் மினுமினுக்கச் செய்கிறது. இவ்வுருவத்தைத் தருமங்கை அல்லது விருக்சதேவதை என்பதை மீளாய்வு செய்யவேண்டுவது நலம்.

7.2.9. விலங்கினங்கள்

பல்லவர்-பாண்டியர் காலத்தின் தொடக்கத்தில் செய்யப்பட்ட பறவை உருவங்கள் பல திருக்காம்புலியூர் அகழாய்வில் கண்டெடுக்கப்பட்டுள்ளன. இவற்றில் பறவைத் தலைகள் மட்டுமே கிடைத்துள்ளன; கழுத்துக்குக் கீழ்பட்ட பகுதிகள் கிடைக்கவில்லை. அதன் கூரிய மூக்கு உடைபட்டுள்ளது. இவைகள் கரடு முரடாகச் செய்யப்பட்டுள்ளன. செம்மண் சாந்து பூச்சுக் கூட பூசப்படவில்லை. இவற்றில் கண்களைக் காட்ட இரு வட்டங்கள் இடப்பட்டுள்ளன. இப்பறவை பொம்மைகள் மண் கலன்களின் கைப்பிடியாக அல்லது சிறுவர்களின் விளையாட்டுப் பொம்மைகளாகவும் இருக்கலாம்.

மோதூர் அகழாய்வில் (படம் 170) கண்டெடுக்கப்பட்ட விலங்கினம் ஒன்று கையால் செய்யப்பட்டது. இது சிறிய மூக்கோடும், உருண்டையான உடம்போடும் தடித்த குழாய் போன்ற கால்களோடும் வடிவமைக்கப்பட்டுள்ளது. இப்பொம்மையை ஆடு என அடையாளம் கண்டுள்ளனர். ஆண்டிப்பட்டியிலும் விலங்கு உருவங்கள் சில கண்டெடுக்கப்பட்டுள்ளன. இவற்றில் உடைந்த யானையின்

தலை, காளை (?) மற்றும் எலி உருவங்களைக் குறிப்பிடலாம்.

கி.பி. ஆறாம் நூற்றாண்டில் செய்யப்பட்டனவாகக் கருதப்படும் விலங்கினங்களில் யானை உருவங்கள் சில கிடைத்துள்ளன. போளுவாம்பட்டி (கோயமுத்தூர் மாவட்டம்) கள ஆய்வில் கிடைத்த, தும்பிக்கையை உயர்த்தியவாருள்ள யானைத்தலையின் முக உறுப்புகள் நன்கு செய்யப்படவில்லை. இதைவிடச் சற்று அழகாக வடிக்கப்பட்ட, தட்டையான முகப்பகுதிகளைக் கொண்ட யானையின் தலை மட்டும் இண்டூரில் (தருமபுரி மாவட்டம்) கிடைத்துள்ளது. மற்ற உடல் பகுதிகள் கிடைக்கவில்லை. கலிக்கநாயக்கன் பாளையத்தில் (கோயமுத்தூர் மாவட்டம்) கிடைத்த யானை சிறியதாக உள்ளபோதும் ஏறக்குறைய முழுமையாகவும் நல்ல செய்நேர்த்தியோடும் உள்ளது. ஒரு பீடத்தின் மீது நின்றவாறுள்ள இவ் உருவம் இரட்டை அச்சுகளைக் கொண்டு செய்யப்பட்டது. அதன் உள் புறம் வெற்றிடமாக உள்ளது.

ஒன்பதாம் நூற்றாண்டைச் சார்ந்ததாகக் கருதப்படும் எலி உருவ பொம்மைகள் ஏழு, திருக்காம்புலியூர் அகழாய்வில் கிடைத்துள்ளன. இவ் எலிகள் யாவும் சிறியனவாக, 4.5 செ.மீட்டரிலிருந்து 5 செ.மீ. அளவுகளில் உள்ளன. உருண்ட கால்களோடும், நீண்ட கோள வடிவ உடலோடும் ஆக்கப்பட்டுள்ளன. உடல்பகுதிகள் சொரசொரப்பாக விடப்பட்டுச் சரியாக சுடப்படாமலும் உள்ளன. இச் சுண்டெலிகளை வினாயகருடைய வாகனமாகக் கருதலாம். இவை வழிப்பாட்டுப் பொருளாக இருந்திருக்கலாம். இவைகளில் கலைப்பாணியையும், செய்நேர்த்தியையும் காணவியலாது. மிகக் கரடுமுரடாகச் செய்யப்பட்டுள்ளன.

காவிரிப்பூம்பட்டினத்து வெள்ளையன் இருப்பு அகழாய்வுகளில் ஒன்பதாம் நூற்றாண்டு விலங்கின உருவங்கள் பல கிடைத்துள்ளன. விலங்கினங்களில் புலி, யானை, ஆடு உருவங்கள் கிடைத்துள்ளன. முகம் மற்றும் கழுத்துப் பகுதிகள் மட்டும் கிடைத்துள்ளன. யானை உருவங்களும் இங்கு கிடைத்துள்ளன. இவற்றில் சில செங்காவிப் பூச்சோடுள்ளன. ஒரு உருவம் அச்சினைக்

கொண்டு செய்யப்பட்டது. இதன் உள்பகுதி வெற்றிடமாக உள்ளது. இவற்றை விநாயகர் வழிபாட்டோடு தொடர்பு படுத்தலாம். இவையும் கோவிலுக்கு அளிக்கப்பட்ட உருவங்களாகக் கருதலாம்.

ஒரேவிதமாக உள்ள ஆடு உருவங்கள் நான்கு கிடைத்துள்ளன. இவற்றில் ஒன்றில் அதன் இரட்டைக் கொம்போடுள்ள தலை கிடைத்துள்ளது. அதன் முன்துருத்திய முகப் பகுதி உடைபட்டுள்ளது. இவ்வுருவங்களை முருகன் அல்லது கார்த்திகேயன் கோவிலுக்கு அளிக்கப்பட்ட நேர்த்திக்கடன் உருவங்களாகக் கருதலாம். சுருண்ட கொம்போடும் கோணிய கண்களோடுமுள்ள ஆட்டின் தலையும் கிடைத்துள்ளது. அதன் தலையில் நாகம் ஒன்று சுருண்டுள்ளதாகக் கருதி தக்சன் படிமமாகக் கருதலாம் என்பர் கே. வி. சௌந்தரராசன்.

பறவை உருவங்களில் கிளி, கருடன், நாக உருவங்கள் கிடைத்துள்ளன. கிளியின் தலைப்பகுதி ஒன்று கிடைத்துள்ளது. இதன் மூக்கும் உடல்பகுதிகளும் உடைபட்டுள்ளன. தட்டையான முகம், நீண்ட மூக்கு, தலையில் மகுடம், காதணிகள் ஆகியவற்றோடுள்ள பறவை உருவம் பிற்கால மண் படிவுகளில் கண்டெடுக்கப்பட்டது. இவ்வுருவம், திருமாலில் வாகனமான கருடன் எனக் கருதப்படுகிறது. இதனால் இவ்வுருவத்தை கோவிலுக்கு அளிக்கப்பட்ட நேர்த்திக் கடன் உருவமாகக் கருதலாம். நாக உருவங்கள் சிலவும் இங்கு கண்டெடுக்கப்பட்டுள்ளன. சில நாகங்கள் இரண்டு தலைகளோடுள்ளன.

7.3.1. சோழர்-பாண்டியர் கால உருவங்கள் (10–13 நூற்றாண்டுகள்)

பேரரசுச் சோழர், பிற்காலப் பாண்டியர் காலங்களைச் சார்ந்ததென அடையாளம் காணப்படும் சுடு மண் உருவங்கள் பல உள்ளன. இவை யாவும் கி.பி. 10–13 ஆம் நூற்றாண்டுகளில் வனையப்பட்டவையாகக் கருதலாம். பல்லவர்–பாண்டியர் காலத்தைச் சார்ந்த சுடு மண் உருவங்களை அடையாளம் காண்பதில் உள்ள இடர்ப்பாடுகள்

யாவும் இக்காலத்துக்கும் பொருந்தும். இவ்வகையில் இக்காலச் சுடு மண் உருவங்களைக் காலமுறைப்படுத்துவது ஊகத்தின் பாற்பட்டது. கல்சிற்பக் கலைப் பாணியை ஒப்பிட்டும் செய்நேர்த்தியைக் ஆய்ந்தும் இக்காலக் கணிப்பு ஆய்வாளர்களால் தரப்பட்டுள்ளது. இக்காலத்திலும், முந்தைய காலத்தைப் போல ஆண், பெண் உருவங்கள், குழந்தை உருவங்கள் செய்யப்பட்டுள்ளன. இந்து மற்றும் புத்த மதக் கடவுள் உருவங்களும் ஆக்கப்பெற்றுள்ளன. மண் கலன்களின் வெளிப்புறத்தே ஒட்டுப்பாணியில் ஒட்டப்பட்ட உருவங்களும் இக்காலத்தில் புனையப்பட்டுள்ளன.

7.3.2. பெண் உருவங்கள்

பல இடங்களில் பெண் உருவங்கள் கண்டெடுக்கப்பட்டுள்ளன. ஏறக்குறைய பத்தாம் நூற்றாண்டுக் கலைவடிவத்தைச் சார்ந்த பெண் உருவம் ஒன்று வெள்ளையன் இருப்பு (கீழையூர்) பகுதியில் கண்டெடுக்கப்பட்டுள்ளது. பெண் உருவத்தின் உடைபட்ட தலைப்பகுதியே கிடைத்துள்ளது. பெரிய கண்களுடனும், நீண்டு வளைந்த புருவங்களோடும், திரட்சியான வாயிதழ்களோடும் உள்ளது. இடது காதில் தடித்த காதணிகளை அணிந்துள்ளது; வலது காது உடைபட்டுள்ளதால் காதணி விவரங்கள் தெரியவில்லை. ஆயினும் இக்காதிலும் தடித்த காதணியையே அணிந்திருக்கலாம் எனக் கருதலாம். நெற்றியில் தலைக் கேசத்தை ஒட்டி நெற்றிப்பட்டை அணிந்துள்ளது. இதன் தலைமுடி பின்புறமாக ஒழுங்குற வாரி விடப்பட்டுள்ளது. இப்பொம்மையின் முதுகுப்பகுதி சரியாக வடிவமைக்கப்படாமல் தட்டையாக விடப்பட்டுள்ளது. அதாவது இம்மாதிரி பொம்மைகள் முன்பகுதி பயன்பாட்டைக் கருதியே வடிவமைக்கப்பட்டுள்ளன என்பது குறிப்பிடத்தக்கது. இக்காலத்தைச் சார்ந்த கற் சிலைகளிலும், படிமங்களிலும் முன்பகுதிப் பயனீட்டைக் கருதி வடிவமைக்கப்பட்டுள்ள சிற்பங்கள் நோக்கத்தக்கது.

பத்தாம் நூற்றாண்டைச் சார்ந்ததாகக் கருதப்படும் சுடு மண் உருவம் (நீளம் 6, அகலம் 3 செ.மீ)

ஆண்டிப்பட்டியில் கிடைத்துள்ளது. நீள்வட்ட முகத்தோடு நீண்ட காதுமடல்களையும், தலையணியையும் கொண்டு மிக அழகாக வனையப்பட்டுள்ள இவ் உருவத்தின் தலைப்பகுதி மட்டுமே கிடைத்துள்ளது. இவ்வுருவத்தைப் பெண் தெய்வமாகக் கருதுகின்றனர். திருக்காம்புலியூரில் கிடைத்தவற்றுள் ஒரு அச்சில் செய்யப்பட்ட பெண் உருவம் ஒன்று பத்தாம் நூற்றாண்டுக் கலைவடிவில் உள்ளது (படம் 171). முன் பகுதியைச் செய்ய மட்டுமே அச்சு பயன்படுத்தப்பட்டுள்ளது. இதன் முதுகுப்புறம் கையால் தட்டையாகச் செய்யப்பட்டுள்ளது. இப்பொம்மையின் தலை மற்றும் கால் உறுப்புகள் உடைபட்டுள்ளன; மார்பு மற்றும் வயிறு ஆகிய உறுப்புகள் மட்டுமே கிடைத்துள்ளன. இதன் உள்புறம் வெற்றிடமாக உள்ளது. இவ்வுருவம் கழுத்தணி, மற்றும் வயிறு பட்டை ஆகிய ஆபரணங்களை அணிந்துள்ளது. இதன் மீது செங்காவி வண்ணம் பூசப்பட்டுள்ளது. இப்பெண் உருவத்தை நடன மங்கையாகக் கருதுவர்.

வெள்ளையன் இருப்பில் (கீழையூர்) மார்புப் பகுதியோடுள்ள பெண் உருவம் அழகாக வடிக்கப்பட்டுள்ளது. ஆயினும் இதன் முதுகுப்பகுதி எவ்வித வேலைப்பாடுமின்றி தட்டையாக உள்ளது. மார்பகங்களுக்கிடையே நீண்டு புரளும் கழுத்தணியோடு பல மாலைகளை அணிந்து, மிக அழகாகவும் நளினமாகவும் வனையப்பட்ட இவ் உருவம் பதினொன்று–பனிரெண்டாம் காலச் சிறந்த கல் சிற்பங்களோடு ஒப்பிடத்தக்கதாகும்.

திருக்கோயிலூரில் 12 ஆம் நூற்றாண்டைச் சார்ந்த பெண் உருவத்தின் தலையற்ற உடல் பகுதி கிடைத்துள்ளது. இவ்வுருவத்தின் கைகளும், மார்புப்பகுதியும் சற்றே உடைந்துள்ளன. உயர்தப்பட்டுள்ள இடது கையில் உள்ள பொருள் இன்னதென்று சரியாகத் தெரியவில்லை.

7.3.3.குழந்தையை ஏந்திய தாய் உருவங்கள்

அதியமான்கோட்டையில் 10 ஆம் நூற்றாண்டைச் சார்ந்த சுடு மண் உருவங்களில் நேர்த்தியாக வனையப்பட்ட பெண்

உருவம் குறிப்பிடத்தக்கது (படம் 172). தலையணியோடுள்ள இவ்வுருவத்தின் நீண்டு தொங்கும் காதுமடல்களில் பருத்த குண்டலங்கள் உள்ளன. கழுத்தில் மாலையோடும், கைகளில் வளையல்களோடும் உள்ளது. புன்னகை பூத்த முகத்தோடுள்ள இவ்வுருவம், குறுகிய வாயிதழ்களோடும், கூர்மையான மூக்கோடும் மிகுந்த வனப்புடன் வடிவமைக்கப்பட்டுள்ளது. உயர்த்திய நிலையில் உள்ள இரண்டு கைகளின் விரல் பகுதிகள் பின்னமடைந்துள்ளதால் அவற்றில் வைத்துள்ள பொருள்கள் எவை என அறிய இயலவில்லை. வலது தோள்பட்டையிலிருந்து கையும் உடைபட்டுள்ளது. இருந்த போதிலும் இப் பெண், தன்னுடைய கையில் சிறு குழந்தையை ஏந்தியிருக்க வேண்டும் என ஊகிக்கலாம். இவ்வாறான குழந்தையின் சிறு உருவம், தனியே செய்யப்பட்டு பின்னர் தாயின் உடலில் பொருத்தப்படும். இந்த ஒட்டுதல் சரியாக இல்லையெனில் நாளடைவில் உதிர்ந்து விழுந்துவிடும் அல்லது உடைந்துவிடும்.

பத்தாம் நூற்றாண்டு கலைவடிவில் ஆக்கப்பட்ட தாயும் சேயுமாயுள்ள உருவம் ஒன்று திருக்காம்புலியூரில் கிடைத்துள்ளது (படம் 173). சிவப்பு நிறம் பூசப்பட்டதன் அடையாளங்கள் இவ்வுருவத்தில் தெரிகிறது. அமர்ந்த நிலையில் உள்ள தாய், தனது இடது இடுப்பில் குழந்தை ஒன்றை ஏந்தி, இடது மார்பகத்தை வலதுகையால் தொட்டவாறு உள்ளாள். குழந்தையின் தலையும் வலது இடுப்பும் உடைபட்டுள்ளன. கழுத்தணியோடு, கைகளில் மெலிதான வளையல்களும் அணிந்துள்ளாள். இப்பொம்மை நேர்த்திக் கடன் நிறைவேற்ற தாயால் அளிக்கப்பட்ட உருவமாக இருக்கலாம்.

அரவக்குறிச்சியில், பத்தாம் நூற்றாண்டைச் சார்ந்த தலையற்ற பெண் உருவம் ஒன்று கிடைத்துள்ளது (படம் 174). செந்நிறமாக உள்ள பொம்மை நல்ல களிமண் கொண்டு செய்யப்பட்டது. தலையற்ற இப் பெண் உருவம், தன்னுடைய இடது கரத்தில் குழந்தை ஒன்றை ஏந்தியபடி உள்ளாள். சிறு குழந்தை அவள் இடுப்பில் அமர்ந்துகொண்டு அப்பெண்ணின் இடது மார்பைப் பிடித்தபடி உள்ளது. அப்பெண்ணின் வலது

கை, வலது கால் முட்டியைத் தொட்டுக்கொண்டுள்ளது. அணிந்துள்ள சேலையின் மடிப்புகள் அழகாகவும் ஒழுங்கான கோடுகாளாகக் காட்டப்பட்டுள்ளன.

உத்தமநாயக்கன்பாளையத்தில் கிடைத்த கைக்குழந்தையை ஏந்திய தாயின் உருவத்தில் வயிறுக்குக் கீழ்பட்ட பகுதி உடைந்துபோயுள்ளது (படம் 175). இப்பெண் தன் இடுப்பில் கைக்குழந்தை ஒன்றை ஏந்தி ஆடை ஏதுமின்றி காணப்படுகிறாள். இதன் மீது சிவப்பு வண்ணப்பூச்சு காணப்படுகிறது. இவளது உடல் உறுப்புகள் நன்கு உருவாக்கப்படவில்லை. கண்களும் புருவங்களும் நீண்டு, அகலமான புடைத்த மூக்குடனும் சற்றே திறந்த வாயோடும் தடிமனான உதடுகளோடும் இவ் உருவம் வடிவமைக்கப்பட்டுள்ளது. அவள் தலைமுடி இருக்கமாகக் கட்டப்பட்டு சிறிய கொண்டையாக முடியப்பட்டுள்ளது. கழுத்தணிகள் கை வளையல்கள் அணிந்துள்ளாள். நீண்டு தொங்கும் காதுமடல்களில் தோள்வரை தொங்குமாறு கனமாக உள்ள குண்டலங்களை அணிந்துள்ளாள். வயிற்று மடிப்புகள் பட்டையாகக் காட்டப்பட்டுள்ளன. இடுப்பிலுள்ள குழந்தை சரியாக வடிவமைக்கப்படவில்லை. கலைப்பாணி அடிப்படையில் இப்பொம்மை 11–12 ஆம் நூற்றாண்டைச் சார்ந்ததாகக் கொள்ளலாம்.

7.3.4.ஆண் உருவங்கள்

ஆண் உருவங்கள் பல இக்காலகட்டத்தில் செய்யப்பட்டுள்ளன. பத்தாம் நூற்றாண்டைச் சார்ந்த ஆடையற்ற ஆண் உருவம் ஒன்று அரிக்கமேட்டில் கிடைத்துள்ளது. இவ் உருவத்தின் தலைப்பகுதி கிடைக்கவில்லை. தொங்கிக்கொண்டுள்ள வலது கையில் வளைந்த ஆயுதமும், இடது கையில் இடுப்பை அணைத்தவாறு சரியாக அடையாளம் காணமுடியாத பொருள் ஒன்றையும் வைத்துள்ளது. கழுத்தில் தொங்கட்டான்களால் ஆன தடிமனான ஒரு மாலையையும் சிறு வட்டுக்களைப் பிணைத்த இடைக்கச்சையையும் அணிந்துள்ளது. உடைந்த தலைப்பகுதி ஒன்றும் கிடைத்துள்ளது. இது ஒரு ஆணின்

தலையாகும். காதுக்குக்கீழே தொங்கும் தலைமுடி சுருள் சுருளாக அமைக்கப்பட்டுள்ளது.

பத்தாம் நூற்றாண்டைச் சார்ந்த ஆண் தலையொன்று திருக்காம்புலியூரில் கண்டெடுக்கப்பட்டுள்ளது. இதே மண்ணுருவம் உறையூரில் கண்டெடுக்கப்பட்டதாகத் தவறாகக் குறிப்பிட்டுள்ளனர். கனமாகச் செய்யப்பட்ட இவ்வுருவம் புன்னகைபூத்த முகத்தோடுள்ளது. தட்டையான மூக்கும், பூரித்த வாயிதழ்களோடும் செய்யப்பட்டுள்ள இவ் உருவத்தின் கண்கள் வளைகோடுகளால் காண்பிக்கப்பட்டுள்ளது. சற்றே குனிந்த நிலையில் உள்ள இவ்வுருவத்தைக் கூனல் முதுகுடைய கிழவராக அனுமானித்துள்ளனர். ஆயினும் இவ் அனுமானம் தவறாகும். கால்களையும் கைகளையும் ஊன்றித் தவழ்கின்ற நிலையில் உள்ள சிறு குழந்தையின் உயர்த்திய தலையாகக் கருதுவதே சரியாகும். தலையணியற்ற மற்றொரு ஆள் தலை ஒன்று திருக்காம்புலியூரில் காணப்பட்டுள்ளது. கனமாகச் செய்யப்பட்ட இதன் உருவ அமைப்புகள் மங்கிய நிலையில் உள்ளன.

அழகரையில் கிடைத்த ஆண் தலை (படம் 176), பத்தாம் நூற்றாண்டு கலைப்பாணியைச் சார்ந்தது. உடைந்த கன்னங்கள் மற்றும் தாடையோடு அகலமான முகத்துடன் உள்ளது. வலது பக்கக் காது மடல் சிறிது பின்னப்பட்டுள்ளது. தலைக் கேசம் கலையம்சத்தோடு இல்லாவிடினும் ஒழுங்குற வடிவமைக்கப்பட்டுள்ளது. ஆயினும் கேசப்பகுதி பெரும்பாலும் உடைபட்டுள்ளது.

வட்டத்தலையுடன் உள்ள ஒரு உருவம் வெள்ளையன் இருப்பு (கீழையூர்) பகுதியில் கிடைத்துள்ளது. இது 10 ஆம் நூற்றாண்டு கலைப்பாணியில் உள்ளது. இவ்வுருவத்தில் தலைமயிர் பின் புறமாக வாரிவிடப்பட்டுள்ளது. பரந்த நெற்றியில் நெற்றிப்பட்டையும், காதணிகளையும் அணிந்துள்ளது. குறுகிய வாயிதழ்களோடும், முன்துருத்திய கண்விழிகளோடும் உள்ளது. வளைவான இரண்டு கோடுகள் புருவங்காளாகக் காட்டப்பட்டுள்ளன. இவ்வுருவத்தை முனிவர் எனக் கருதுகின்றனர். இவ்வகை உருவங்கள் உள்ளூர் பாணியில் செய்யப்பட்டன என்பதில் எவ்வித

ஐயமுமில்லை.

திருக்கோயிலூரில் ஓர் ஆளின் உடைபட்ட இடது கால் முட்டி காணப்பட்டுள்ளது. இதன் மீது சிவப்பு நிற வண்ணம் பூசப்பட்டுள்ளது. இது பதின்மூன்றாம் நூற்றாண்டில் செய்யப்பட்டதாகலாம்.

7.3.5. குழந்தை உருவங்கள்

அதியமான்கோட்டையில் கிடைத்த தவழ்கின்ற நிலையில் உள்ள குழந்தை உருவம் ஒன்று ஏறக்குறைய பத்தாம் நூற்றாண்டில் செய்யப்பட்டிருக்கலாம். இதேகாலத்துக் கலைப்பாணியில் செய்யப்பட்ட குழந்தை உருவங்கள் இரண்டு வெள்ளையன் இருப்பு (கீழையூர்) பகுதியில் கிடைத்துள்ளன. அமர்ந்த நிலையில் தன் முன்துருத்திய தொந்தியுடனும் பருத்த குறுகிய தொடையோடும் கால்களைத் தொங்கவிட்ட நிலையில் உள்ளது. இவ்வுருவத்தின் சாயலைக் கொண்டு ஆணா பெண்ணா என அடையாளம் காண முடியவில்லை. இம்மாதிரி பொம்மைகள் இயக்கர் பொம்மைகளாக இருக்கலாம் எனக் கருதுவார் கே. வி. சௌந்தரராஜன்.

இங்கே கிடைத்த மற்றொரு குழந்தையும் (படம் 177) இதே வடிவில் செய்யப்பட்டுள்ளது. இதுவும் தலையற்ற உடல் பகுதியைக் கொண்டுள்ளது. கைகளால் நன்கு வடிவமைக்கப்பட்ட இப்பொம்மை கால் கைகளை அகட்டி நீட்டியவாறு அமர்ந்த நிலையில் உள்ளது. இப்பொம்மையின் முன்கைகள் இரண்டும் உடைந்துள்ளன. முதுகுப்பகுதியும் நல்லமுறையில் வடிவமைக்கப்பட்டுள்ளது. இவ்வுருவத்தின் ஆண்குறி காட்டப்பட்ட போதிலும் அவ்விடம் உடைந்துள்ளது. இப்பொம்மையை பாசுபத–காளமுக சமயமார்க்கத்தைச் சார்ந்த லகுலீசர் உருவமாக அல்லது யோகி என அடையாளம் காண முயற்சிப்பார் கே. வி. சௌந்தரராஜன்.

7.3.6. கடவுள் உருவங்கள்

கடவுள் உருவங்கள் பல இக்காலத்தில் செய்துள்ளனர் எனத் தெரிகிறது. அரிக்கமேட்டில் 1945 க்கு முன்

நடைபெற்ற அகழாய்வுகளில் கண்டெடுக்கப்பட்ட உருவங்களில் சிவ பெருமானின் தலைப்பகுதி ஒன்றாகும் (படம் 178). இவ்வுருவம் சார்ந்த மண் அடுக்கின் விவரங்கள் தெளிவுபடுத்தப்படவில்லை. ஆயினும் பத்தாம் நூற்றாண்டைச் சார்ந்ததாகக் கருதலாம். நீள்வட்ட முகத்தோடும், அமைதிதவழும் அருள் வடிவமாக, சற்று மூடிய கண்களோடும் உள்ளது. இதன் முக உறுப்புகள் மிக நேர்த்தியாக வடிவமைக்கப்பட்டுள்ளன. நீண்ட சடைமுடியில் நாகம் சுற்றிக்கொண்டுள்ளது. முன் பகுதியில் பிறை நிலா காணப்படுகிறது.

அழகரையில் காணப்பட்ட பிள்ளையார் (படம் 179) படிவத்தின் தலைப்பகுதி உடைந்துள்ளது. ஆயினும், அவரது தும்பிக்கை, கைகள், முழுமையாக கிடைத்துள்ளன. அமர்ந்த நிலையில் உள்ள பிள்ளையாரின் இரண்டு கரங்களில் உள்ள பொருள்கள் தெளிவாகக் காட்டப்படவில்லை. சற்று உள்ளடங்கிய தொந்தியுடனும் எவ்வித ஆபரணங்களுமின்றி காட்சியளிக்கும் இப்பிள்ளையார் பத்தாம் நூற்றாண்டைச் சார்ந்ததாகக் கருதலாம். இதே காலத்தைச் சார்ந்த மாருதியின் வடிவம் ஒன்றும் அதியமான்கோட்டையில் கிடைத்துள்ளது.

ஆண்டிப்பட்டியில் கிடைத்த பெண் உருவத்தை துர்கை அம்மன் (?) எனக் கருதுகின்றனர். இதுவும் கையால் வனையப்பட்ட கனமான சுடு மண் உருவத்தை பத்தாம் நூற்றாண்டுக் கலை வடிவமாகக் கருதலாம். இதே நூற்றாண்டுக் கலைவடிவத்தில் உள்ளதாகக் கருதப்படும் பெண் உருவம் ஒன்றும் வெள்ளையன் இருப்பு (கீழையூர்) பகுதியில் கண்டெடுக்கப்பட்டுள்ளது. இவ்வுருவம் சற்று முன்துருத்திய வயிற்றுடன் அமர்ந்த நிலையில் உள்ளது. இதனால் இவ் உருவத்தைச் சேட்டை (மூதேவி) அல்லது ஹாரிதி ஆகக் கருதுகின்றனர். இப்பெண் உருவம் மணிகளால் கோர்க்கப்பட்ட கச்சை ஒன்றை இடுப்பில் அணிந்துள்ளது. முலைக் காம்புகள் வட்டமிட்டு காட்டப்பட்டுள்ளன. இடது கை சற்று வளைந்து இடுப்பைத் தொட்டவாறுள்ளது. வெள்ளையன் இருப்பில் (கீழையூர்) பத்தாம் நூற்றாண்டினதாகக் கருதப்படும் இரண்டு கால்கள்

மட்டுமே உள்ள ஒரு பீடம் கிடைத்துள்ளது. இப்பீடத்தில் நிறுவப்பட்ட படிமம் பற்றி நாம் அறிந்துகொள்ள எந்தச் சான்றுமில்லை. ஆயினும் கடவுள் உருவமாகும் என ஊகிக்கலாம்.

7.3.7. விலங்கினங்கள்

காவிரிப்பூம்பட்டினத்தில் நடத்தப்பெற்ற அகழாய்வில் பட்டை முகத்தோடுள்ள காளையின் தலைப்பகுதி மட்டும் கிடைத்தது. விரிந்த நாசித்துவாரங்களோடும் தொங்கிய நாக்குடனும் உள்ள இவ்விலங்கின் உடல் பகுதி உடைபட்டுள்ளது. கரடு முரடாகச் செய்யப்பட்டிருப்பினும், கண்கள் வளைகோடுகளாகக் காட்டப்பட்டுள்ளன. கொந்தகையில் (சிவகங்கை மாவட்டம்) கள ஆயிவில் கிடைத்த பனிரெண்டாம் நூற்றாண்டைச் சார்ந்த உருவத்தை பன்றியாகக் கருதியுள்ளனர். அகலமான காதுகளோடும் நீண்ட மூக்கோடுள்ள இதன் கழுத்தில் மாலையிட்டு அழகு படுத்தியுள்ளனர். அதன் கோரைப்பற்களைச் சொருகுவதற்கு ஏற்றவகையில் முகப்பகுதியின் இருபக்கமும் துளைகளை இட்டுள்ளனர். இவற்றையெல்லாம் நோக்கும் போது திருமாலின் அவதாரமாகக் கருதியிருக்கலாம். இவ் உருவம் கோவிலுக்கு அளிக்கப்பட்ட நேர்த்திக்கடன் படிமமாகும். பதின்மூன்றாம் நூற்றாண்டைச் சார்ந்த வளைந்த மூக்கோடுள்ள பறவைத் தலை ஒன்று பனையகுளத்தில் (தருமபுரி மாவட்டம்) கள ஆய்வில் கிடைத்துள்ளது. இதன் உடல் பகுதிகள் கிடைத்தில.

8. பிற்கால உருவங்கள்

8.1. பிற்காலத் தமிழகம்

பதின்மூன்றாம் நூற்றாண்டின் இறுதியில் பேரரசுச் சோழர் ஆட்சி முடிவுக்கு வந்தது. பதிநான்காம் நூற்றாண்டின் ஆரம்பக் காலங்களில் பாண்டியர் பேரரசு தன் வலிமையை இழந்தது. இந்நிலையில் கருநாடகத்தில், விசயநகரப் பேரரசு நிலை நிறுத்தப்பட்டு, அதே வேகத்தில் வடதமிழகப் பகுதிகளை வெற்றி கொண்டது. இவ் ஆரம்ப வெற்றிகளை அடுத்து, இரு நூற்றாண்டுகளுக்கு மேல் தமிழகத்தின் பெரும்பாலான பகுதிகளில் பேரரசு ஆட்சி நிலைபெற்றது. தமிழகப் பகுதிகள் யாவும் பேரரசுக்கு அடங்கிய சிற்றரசர்களால் ஆளப்பட்டன. இதன் விளைவாகக் கருநாடக, ஆந்திரப் பகுதி மக்கள் புலம் பெயர்ந்து தமிழகத்தின் பல இடங்களில் குடியேறினர். விவசாயம், தொழில்கள், வணிகம், ஆகியவற்றில் முன்னேற்றம் காணப்பட்டது. பின்னர் மதுரை, தஞ்சாவூர், செஞ்சி, வேலூர் ஆகிய இடங்களைத் தலைநகரங்களாக்கி நாயக்க மன்னர்கள் தம் ஆட்சியை நடத்தினர். இவர்கள் ஆட்சி 16–17 ஆம் நூற்றாண்டு வரை தொடர்ந்து நடைபெற்றது. மதுரைக்குத் தெற்கே பழம் பாண்டிய மன்னர்களின் வழிவந்தோர் திருநெல்வேலியைத் தலைநகராக்கி 18 ஆம் நூற்றாண்டு இறுதிவரை ஆண்டனர். நாயக்கர் ஆட்சியின்

இறுதிக்காலத்தில் மராத்தியர்கள் தஞ்சாவூரில் தம் ஆட்சியை நிறுவினர். இவர்கள் காலத்தில் நுண்கலைகள் வெகுவாக வளர்ச்சியுற்றன. பதினாறாம் நூற்றாண்டின் ஆரம்ப ஆண்டுகளில் வணிகத்திற்காக வந்த ஐரோப்பிய வணிகர்களின் முயற்சியால் ஆங்கில அரசு ஏற்படுத்தப்பட்டது. இந்தியா விடுதலை பெறும் வரை இவர்கள் ஆட்சி நடைபெற்றது. அக்கால ஐரோப்பியக் கலைப்பாணியின் சில கூறுகளைத் தமிழகம் ஏற்றுக்கொண்டது.

8.2. அகழாய்வுகள்

இக்காலத்தில் (14 முதல் 18 நூற்றாண்டுகள் வரை) சிறப்பு பெற்ற ஊர்களில் மிகச் சிலவற்றில் அகழாய்வுகள் நடைபெற்றுள்ளன. காடவராயர்களின் தலைநகரான, சேந்தமங்கலத்தில் 14-18 ஆம் நூற்றாண்டு கால மண்படிவுகள் காணப்பட்டன. சம்புவராயர் ஆட்சியில் தலைநகராகவும், விசயநகர ஆட்சியில் முக்கிய நகராகவும் இருந்த படவேடு அகழாய்வு செய்யப்பட்டது. நாயக்கர்களின் தலைநகரங்களான செஞ்சி, வேலூர், போன்ற ஊர்களில் உள்ள புதையுண்ட கட்டுமானங்கள் அகழாய்வு செய்யப்பட்டு வெளிக்கொணரப்பட்டன. இதே காலத்தைச் சார்ந்தாகக் கருதப்படும் சுடு மண் உருவங்கள் சில களமேற்பரப்பு ஆய்வுகளில் தொல்லியல் துறையினராலும் தொல்லியல் ஆர்வலர்களாலும் எதேச்சையாகக் கண்டெடுக்கப்பட்டன.

8.3.பொதுக் கூறுகள்

இக்காலச் சுடு மண் உருவங்களில் ஆண், பெண் உருவங்கள் பல கிடைத்துள்ளன. பொதுவாக இவை கரடு முரடாகச் செய்யப்பட்டுள்ளன. அழகுணர்ச்சி மிகக் குறைந்து காணப்படுகிறது. இவ் உருவங்கள் அரைகுறையாக வேகவைக்கப்பட்டுள்ளன. சிலவற்றில் இலேசாக வண்ணம் தீட்டியுள்ளனர். கடவுள் படிமங்களும் இக்காலத்தில் செய்யப்பட்டுள்ளன. இவை பெரும்பாலும் அய்யனார், மதுரை வீரன் போன்ற உள்ளூர் கடவுள் வடிவங்களே ஆகும். நேர்த்திக் கடனை நிறைவேற்றுவதற்காக, கடவுள் வாகனங்கள் பல, உள்ளூர்க் கோவில்களுக்கு அளிக்கப்பட்டுள்ளன.

அச்சைக் கொண்டு பலவித உருவங்கள் அதிக அளவில் உற்பத்தி செய்யப்பட்டன.

8.4. பெண் உருவங்கள்

கரூர் மாவட்டத்தில் அமைந்துள்ள மண்மங்கலத்தில், கோட்டைமேடு என்ற தொன்மையான பகுதியில் சாலைப் பணிக்காகத் தோண்டும் போது சுடு மண் உருவங்கள் சில தற்செயலாகக் கண்டெடுக்கப்பட்டன. அவற்றில் இரண்டு பெண் உருவங்கள் அமர்ந்த நிலையில், குழந்தையை இடுப்பில் ஏந்தியவாறு உள்ளன (படம் 180). இவ்வுருவங்கள் கையால் வனையப்பட்டவை எனினும் சிறந்த கலை நுணுக்கத்தோடு செய்யப்படவில்லை. இவ்விரண்டு பெண் உருவங்களும் கீழாடையை மட்டுமே அணிந்துள்ளன. மூன்றாவது பெண் உருவமும் அமர்ந்த நிலையில் உள்ளது. காதணிகளோடு கழுத்தணிகளையும் அணிந்துள்ளது. இவ்வுருவங்களை முதலில் ஆராய்ந்த அப்துல் மஜீத் இவை 11–13 ஆம் நூற்றாண்டுகளைச் சார்ந்தவையாகும் என்றார். ஆயினும் கலைவடிவம் மற்றும் செய்முறை ஆகியவற்றை நோக்கி இவை 14ஆம் நூற்றாண்டில் செய்யப்பட்டன எனக் கருதலாம். இவை யாவும் தாய்மார்களால் நேர்த்திக்கடன் தீர்ப்பதற்காக கோவிலுக்கு அளிக்கப்பட்டவையாகும்.

பதின்நான்காம் நூற்றாண்டைச் சார்ந்ததான ஆண் உருவம் ஒன்று பழையகாயலில் (தூத்துக்குடி மாவட்டம்) 1987 ஆம் ஆண்டு களஆய்வில் கண்டெடுக்கப்பட்டது. இவ்வுருவம் கண்டெடுக்கப்பட்ட இடம் மத்திய வானொலியின் தூத்துக்குடி நிலையம் அமைக்கத் தேர்ந்தெடுக்கப்பட்ட பகுதியாகும். பின்னர் இதே பகுதி அணு நிலைய அலுவலர் குடியிருப்புக்கு ஒதுக்கப்பட்டது. இவ்விடத்தில், 14–16 ஆம் நூற்றாண்டைச் சார்ந்த சீனப் பீங்கான்களைப் பேராசிரியர் நொபுரு கராசிமாவின் குழுவினர் கண்டெடுத்தனர். எனவே இவ்வுருவம் 14ஆம் நூற்றாண்டைச் சார்ந்ததாகக் கொள்ளலாம். கால்களை முன்விரித்து அமர்ந்த நிலையில் உள்ள இவ் உருவத்தின் தலை கைப்பகுதிகள் உடைபட்டுள்ளன (படம் 181).

கரங்கள் இரண்டும் முன்னோக்கி நீட்டப்பட்டுள்ளனவாகத் தெரிகிறது. செம்மண்பூச்சு உடலெங்கும் காணப்படுகிறது. மாலைகளை கழுத்தில் அணிந்தும் இடுப்பில் அரைஞாணும் அணிந்துள்ளது. ஆயினும் இவ் அரைஞாண் இரு கோடுகளாக பின் புறத்தில் வரையப்பட்டுள்ளது. இவ் உருவத்தில் இனஉறுப்புக்கள் ஏதும் காட்டப்படவில்லை. அவ்விடம் உடைந்துள்ளதும், பெண் குழந்தைக்குறிய அழகுணர்ச்சியேதுமில்லை என்பதால் இக் குழந்தையை ஆணாகக் கருதலாம்.

8.5.ஆண் தலைகள்

தஞ்சாவூர் மாவட்டம் ராஜாளிவிடுதியில் களஆய்வு செய்தபோது ஐந்து சுடு மண் உருவங்கள் கண்டெடுக்கப்பட்டன. இவ்வுருவங்கள் கி.பி. 17 ஆம் நூற்றாண்டுவாக்கில் செய்யப்பட்டிருக்கலாம் எனக் கருதுவர். இவ் ஐந்தும் ஆண் உருவங்கள். இவற்றின் தலைகள் மட்டுமே கிடைத்துள்ளன; உடற் பகுதிகள் கிடைத்தில. இப்பொம்மைகள் யாவும் கையால் செய்யப்பட்டவை; எவ்விதக் கலை நுணுக்கத்தோடும் உருவாக்கப்படவில்லை. இவற்றில் முதல் வகைப் பொம்மைகள் (படம் 182) முன்துருத்திக் கொண்டுள்ள கண் விழிகளோடும், தடித்த மூக்குகளோடும், நன்கு வாரி விடப்பட்ட தலைக் கேசத்தோடும் செய்யப்பட்டுள்ளன. தலைக் கேசம் விசிறி மடிப்புள்ள சிறு கொண்டையாக தலை உச்சியில் முடியப்பட்டுள்ளது. காதில் கனமான குண்டலங்கள் அணிசெய்கின்றன. இரண்டாம் வகை ஆண் தலைகளில் (படம் 183) மேற்கண்ட அம்சங்கள் உள்ளன என்றாலும் வாயும் கண்களும் மிக அதிகமாக நீட்டப்பட்டு ஆழமான கோடுகளால் காட்டப்பட்டுள்ளன. கழுத்தோடு ஒட்டிய பட்டை போல கழுத்தணி அணிந்துள்ளது. மூன்றாம் வகை பொம்மை (படம் 184) சற்று அழகுற செய்யப்பட்டிருப்பினும் இப்பொம்மையின் முக அவயவங்கள் தேய்ந்துபோயுள்ளன. தலையில் உள்ள கொண்டை மட்டுமே நன்றாகத் தெரிகின்றது.

தஞ்சாவூரின் ஒரு பகுதியான சீனிவாசபுரத்தில் (செக்கடி

மேடு) தமிழக அகழாய்வுத் துறையால் கள ஆய்வில் 18–19 ஆம் நூற்றாண்டைச் சார்ந்த சுடு மண் உருவங்கள் 1989 இல் கண்டெடுக்கப்பட்டன. இவற்றில் பிள்ளையார், ஓராளின் உடைபட்ட கால்பகுதி, மேல்சட்டை அணிந்த தலையற்ற ஆள் உருவம், ஆகியன உள்ளன. தலையற்ற ஆள் உருவம் தன் இரு கரங்களையும் தொங்கவிட்ட நிலையில் உள்ளது. கரங்களின் கீழ்ப்பகுதிகள் உடைபட்டுள்ளன. பிள்ளையார் உருவத்தில் இடப்பக்கம் வளைந்த தும்பிக்கையோடுள்ளார். மார்புக்குக்கீழ்ப்பட்ட பகுதிகள் உடைபட்டுள்ளன. முகப்பகுதிகள் ஓரளவு கலைப்பாங்குடன் செய்யப்பட்டுள்ளன.

8.6.1.கடவுள் வடிவங்கள்

பத்தொன்பது–இருபதாம் நூற்றாண்டுக் கோவில்களில் சுடு மண் படிமங்கள் அமைக்கப்பட்டு வழிபாட்டில் இருந்துள்ளன. ஓயிட் ஹெட் என்பார் தம்முடைய கிராமக் கடவுள்கள் என்ற நூலில் இக்காலக் கோவில்களில் வழிபாட்டில் இருந்த சுடு மண் கடவுள்களைப் பற்றி விரிவாகக் குறிப்பிடுகிறார். தேவனாம்பட்டினத்துக் கடற்கரையில் இருந்த மீனாட்சியம்மன் கோவிலில் சுடு மண் கடவுள் உருவங்கள் அமைக்கப்பெற்றிருந்தன. இக்கோவிலுக்கென்று கட்டுமானம் ஏதுமில்லாமல் வானம் பார்த்த கோவிலாக இருந்துள்ளது. இக்கோவிலின் முதன்மைக் கடவுளர்களாக சுமார் ஓரடி உயரமே உள்ள ஆண் பெண் படிமங்கள் இருந்துள்ளன. இப்படிமங்களுக்கு இரு புறமும் மீன்களின் மீதமர்ந்த, மதுரைவீரன், மீனாட்சி மண் உருவங்கள் அமைக்கப்பெற்றுள்ளன. ஏழு கன்னிமார் படிமங்களும் இக்கோவிலில் சுடு மண்ணால் செய்யப்பட்டுள்ளன. மேலும் இவர்களின் வாகனங்களாக, சுடு மண்ணாலான யானை, குதிரை உருவங்களும் வைக்கப்பட்டுள்ளன.

8.6.2.கடவுள் வாகனங்கள்

கடவுள் வாகனங்களும் இக்காலத்தில் மண்ணால் செய்யப்பட்டு கோவில்களுக்கு அளிக்கப்பட்டுள்ளன. முக்கியாமாக கிராமக் கோவில்களில் இவ்வாகனச் சிலைகளைக் காணலாம். பெரிய குதிரைச் சிலைகள் மண்ணால்

செய்யப்பட்டு வெட்டவெளியில் நிறுத்தப்பட்டுள்ளன. இவ்வுருவங்கள் அரைகுறையாகச் சுடப்பட்டவையா யினும், பெரும்பாலும் கண்ணைப்பறிக்கும் அளவில் வண்ணப்பூச்சுக்களோடு உள்ளன. ஐயனார் கோவில்களில் முன்நிறுத்தப்பட்டுள்ள அவரது வாகனமான யானை, குதிரைகள் சுடு மண்ணால் ஆனவை. கல்லாலும் சுதையாலும் செய்யப்பட்ட வாகனங்கள் இருந்தபோதும் சுடு மண் வாகனங்களும் செய்யப்பட்டுள்ளன.

பக்தர்கள் தம் காணிக்கையாகச் செலுத்தும் பல வாகனங்கள் பலவும் இக்கிராமக் கோவில்களில் காணலாம். இவ்வாகனங்கள் ஐயனார், மதுரைவீரன், மற்றும் அக்கிராமத்தில் பரவலாக எல்லா மக்களாலும் வழிபடப்பெறும் கிராமக் கடவுள் கோவில்களில் காணப்படும். குதிரைகள், யானைகள், நாய்கள் என இவ்விலங்குகள் அதிகம் காணப்பெறும். இவ்விலங்குகள் தவிற ஆடு, மாடு போன்ற கால்நடைகளும் கூட பக்தர்களால் காணிக்கைப் பொருளாகச் செலுத்தப்படுவன. இவ்வுருவங்களில் உடல் உறுப்புகள் அளவாகச் செய்யப்படுவதில்லை. முக உறுப்புகள் சில சமயம் அடையாளம் காண இயலாவண்ணம் ஒன்று போலச் செய்யப்பட்டிருக்கும். கொம்புகள் காதுகள் தெளிவாகக் காட்டப்பட்டிருப்பினும் மற்ற உறுப்புகளை அடையாளம் காண்பது சற்றுச் சிரமமாகவே உள்ளது. உடல் பகுதி நீண்டோ அல்லது குறுகியோ காணப்படும். உடல் உறுப்புகள் செய்யப்பட்ட பின்னர், நீண்ட உருளைகளைப் போன்று கால்கள் செய்யப்பட்டு உடலோடு பொருத்தப்படும். இதனால் இவ்வுருவங்கள் காணப்படும் இடங்களில் எல்லாம் உடைபட்ட கால்களை மட்டும் தனியாகக் காணலாம். இவ்வுருவங்கள் சிலவற்றின் மீது செங்காவிப்பூச்சு தீட்டப்பட்டிருக்கும். சில சுண்ணாம்பு பூச்சோடு காணப்படும். இவ்வுருவங்கள் யாவும் உள்ளூர்க் குயவர்களால் செய்யப்படுவன. உள்ளூரில் செய்வதற்கு வாய்ப்பு இல்லையெனில் அருகமைந்த ஊர்களில் செய்து விற்கப்படும் உருவங்களை வாங்கி வந்து கோவிலில் நிறுவுவர்.

இவ் உருவங்களில் சில சமயம் கழுத்தில் மாலையோடும்

செய்யப்பட்டிருக்கும். இவ்வாறு வாகனங்களைக் கிராமக் கோவில்களுக்கு பக்தர்கள் அளிக்கும் வழக்கம் மிகத்தொன்மையானதாகலாம். 18-19 ஆம் நூற்றாண்டுக் கோவில்கள் பலவற்றில் இவ்வழக்கத்தைக் கண்டதாகப் பலரும் தம் நூல்களில் எழுதியுள்ளனர். இருபதாம் நூற்றாண்டிலும் தற்காலத்திலும் இவ்வழக்கம் தொடர்கிறது. இன்றும் பல கோவில்களில் இவ்வழக்கத்தைக் காணலாம். பழவேற்காட்டுக் குப்பத்தைச் சார்ந்த கிராமக் கோவிலின் முன்னே நிறைய வாகனங்களின் அணிவகுப்பைக் காணலாம். திருவள்ளூர் மாவட்டத்தில் அமைந்துள்ள குடியம் என்ற குக்கிராமத்தின் குகைக் கோவிலில் மக்களால் அளிக்கப்பட்ட சுடு மண்வாகனங்களின் அணிவகுப்பைக் காணலாம். வேலூர் மாவட்டத்தில் அப்புக்கல்லு கிராமக் கோவிலுக்கு அவ்வூர் மக்கள் அளித்த வாகனங்களைக் கோவில் முன்பு காணலாம் (படம் 185).

இவ்வாகனங்களை பக்தர்கள் கோவிலுக்கு காணிக்கையாக அளிப்பதற்கு பல காரணங்கள் உள்ளன. முக்கியமாக தம் வேண்டுதல் நிறைவேறியதற்கு கடவுளுக்கு நன்றி தெரிவிக்க இவ்வாறு அளிப்பது பொதுவான காரணமாகும். ஆடு, மாடுகளை நோய் நொடி தாக்காமலிருக்கவும், தாக்கிய நோயிலிருந்து மீளவும், மீண்ட பின்னர் கடவுளுக்கு நன்றி தெரிவிக்கவும் இவ்வுருவங்கள் அளிக்கப்படுவன.

8.7. விலங்கினங்கள்

போளுவாம்பட்டி களஆய்வில் கரடு முரடாகச் செய்யப்பட்ட யானையின் (?) முகப்பகுதி கண்டெடுக்கப்பட்டுள்ளது. அதன் உயர்த்திய தும்பிக்கை முழுவதுமாக உடைபட்டுள்ளது. பதினாறாம் நூற்றாண்டில் செய்யப்பட்டதாகக் கருதுகின்றனர். எசாலத்தில் இரண்டு காளைத்தலைகள் களஆய்வில் எடுக்கப்பட்டன. முக உறுப்புகள் யாவும் கரடு முரடாகச் செய்யப்பட்டுள்ளன. சுமார் 17 ஆம் நூற்றாண்டைச் சார்ந்ததாகலாம். செக்கடிமேட்டில் (தஞ்சாவூர் மாவட்டம்) கிடைத்த தலையற்ற காளை உயர்த்திய கழுத்தோடும் திமிலற்றும் உள்ளது. அதன் முதுகில்

துணியொன்று போர்த்தப்பட்டுள்ளது. இதனால் இக்காளை சிவபெருமானின் வாகனமாக கோவிலுக்கு அளிக்கப்பட்ட உருவமாகக் கருதலாம். பதினெட்டாம் நூற்றாண்டு வாக்கில் இக்காளை செய்யப்பட்டிருக்கலாம்.

விலங்கு, பறவை உருவங்களின் பயன்பாடு பற்றிச் சரியாகத் தெரிந்திலது. ஒவ்வொரு உருவத்திற்கும் அதற்கென சிறப்பான பயனீடு அமையப்பெற்றிருக்கலாம். இவ் உருவங்களின் பயனீடு காலப்போக்கில் மாறுபட்டுமிருக்கலாம். இவற்றில் சில கடவுள் உருவங்களாகக் கருதப்பட்டிருக்கலாம். கோவில்கள், வீடுகள் மற்றும் வழிபாட்டிடங்களில் வைக்கப்பட்டு வழிபடப்பட்டுமிருக்கலாம். சில உருவங்கள் சிறுவர் சிறுமிகளின் விளையாட்டுப் பொருள்களாகப் பயன்பட்டிருக்கலாம்.

8.8. அலங்கார வட்டுகள்

பத்தொன்பதாம் நூற்றாண்டில் கட்டப்பட்ட வீடுகள், மாளிகைகள், பொதுக் கட்டிடங்கள் பலவற்றிலும் சுடு மண் பொருள்களை அமைத்து அழகுபடுத்தியுள்ளனர். மாளிகை மற்றும் பொதுக் கட்டிடங்களின் வெளிப்புறச் சுற்றுச்சுவர்களில் வட்டத்தட்டுகள் பதிக்கப்பெற்று அழகு படுத்தப்பட்டன. சென்னைப் பல்கலைக் கழகத்தின் செனட் கட்டிடத்தின் வெளிப்புறத்தே உள்ள கருங்கல் தூண்கள் மீது அமைக்கப்பட்ட வளைவுகளின் கீழ்ப் பகுதியில், ஒரே அளவான சிறுத்த பட்டை ஒன்றுள்ளது. இப்பட்டையில், சுருள்வடிவத்தில், கொடி படர்ந்துள்ளது போல அமைக்கப்பெற்றுள்ளது.

சுடு மண்ணாலான நீள் செவ்வக வடிவ அலங்காரத் தட்டுகள் சென்னையில் உள்ள சேப்பாக்கம் விளையாட்டு அரங்கத்தின் வடக்கேயுள்ள பட்டாபிராமன் நுழைவாயிலின் இருபுறத்தும் உள்ள தூண்களில் காணலாம். இத்தூண்கள் கருங்கற்களால் அமைக்கப்பட்டவை. இவற்றின் வெளியே காணப்படும் மூன்று பக்கங்களின் நடுவே அமைக்கப்பட்ட பள்ளத்தில் சுடு மண் தட்டுக்களைப் பொருத்தியுள்ளனர். இத் தட்டுகளில் நெளிநெளியாக வளைந்தோடும் கொடி

உருவங்கள் செய்யப்பட்டுள்ளன (படம் 186). தற்காலத்தில் இவ்வுருவங்கள் பலவாறும் சிதைக்கப்பட்டுள்ளன.

இவ் அரங்கத்தின் மதில் சுவரின் வடமேற்கு மூலையில் ஒரு தூண் இன்னும் அகற்றப்படாமல் உள்ளது. அத்தூணின் வடக்கு, மேற்குப் பகுதிகளின் நடுப்பகுதியில் அமைக்கப்பெற்ற சுடு மண் தட்டுக்களில் மிகச் சிறந்த உருவங்களை வடிவமைத்துள்ளனர். இவ்வித உருவப்படைப்பு மற்ற கட்டிடங்களில் இதுகாறும் காணப்படவில்லை. செழுமையான கொடியொன்றைப் பிடித்து வளைந்து சாய்ந்தவாறு நெடிய பெண் உருவம் ஒன்று கீழ்ப்பகுதியில் நின்றுள்ளது (படம் 187). வளைந்து மேல்நோக்கிச் செல்லும் கொடியால் ஆறுவட்டங்களாக மேல் பகுதி பிரிக்கப்பட்டுள்ளது. ஒவ்வொரு வட்டத்துக்குள்ளும் திருமாலின் அவதாரம் ஒன்று மிக அழகாக வடிவமைக்கப்பட்டுள்ளது. தற்பொது இவையெல்லாம் மிகவும் சிதைக்கப்பட்டுள்ளன. எனினும் அச்சுடு மண் சிற்பங்களை நம்மால் எளிதாக இனம் கண்டுகொள்ள முடியும். கீழிருந்து மேலாக உள்ள உருவங்களாவன: மச்சாவதாரம், கூர்மாவதாரம், வராகாவதாரம், வாமனாவதாரம், கிருஷ்ணாவதாரம், பலராமாவதாரம். பிற அவதாரங்கள் இவ்விடத்தில் இல்லை. இத்தூணின் மேற்குப்புறத்திலும் இதே அவதார வடிவங்கள் கொண்ட சுடு மண் தட்டுகள் பதிக்கப்பெற்றுள்ளன. ஆறாவது மேல் தட்டு முழுவதுமாக உடைபட்டுள்ளது.

சென்னையில் அமைந்துள்ள தமிழக அரசின் முக்கிய கட்டிடங்களில் சுற்றுச்சுவரில் பெரிய, அழகான வட்டத்தட்டுகள் பதிக்கப்பெற்றுள்ளன. முக்கியமாக, குறளகம், பொதுப்பணித்துறை அலுவலகங்கள், மாநிலக் கல்லூரி, ராணி மேரி கல்லூரி, மற்றும் சென்னைப் பல்கலைக்கழகம் ஆகியவற்றின் வெளிப்புறச் சுற்றுச் சுவர்களின் அடிப்பகுதி கருங்கற்களால் அமைக்கப்பட்டது. இவற்றின் பகுதிகளிலும், வாயில் தூண்களிலும் விரிந்த தாமரை இதழ்கள் உடைய வட்டத்தட்டுகள் அமைக்கப்பெற்றுள்ளன. இவைகள் யாவும் ஓரச்சில் செய்யப்பட்டு, செங்காவி வண்ணம் பூச்சோடுள்ளது. மேலும் இன்றைய சேப்பாக்கம் கிரிக்கெட் விளையாட்டு

அரங்கத்தின் சுற்றுச் சுவர்களிலும் இத்தட்டுகள் இருந்தன. இவை யாவும் விரிவாக்கத்தின்போது சிதைக்கப்பட்டுவிட்டன. சென்னை அருங்காட்சியகத்தின் சுற்றுச் சுவர்களிலும் சுடு மண்ணாலான அலங்கார தட்டுகள் பதிக்கப்பெற்றுள்ளன. இவை, செவ்வக வடிவத்தில் அமையப்பெற்றவை. சதுர, நீள் கோட்டுருவங்களால் ஆன வடிவுகள் இவற்றில் உள்ளன.

9. ஆட்டக் காய்கள்

9.1. அறிமுகம்

சுடு மண்ணால் செய்யப்பட்ட விளையாட்டுப் பொருள்களும் ஆட்டக் காய்களும் தமிழ்நாட்டு அகழாய்வுகளில் கிடைத்துள்ளன. இவைகள் பொதுவாக சமூக வரலாற்றுக்குத் துணைபுரிபவை. அக்கால மக்களின் விளையாட்டுகள் மற்றும் பொழுதுபோக்கு விவரங்களை அறிந்துகொள்ள முடியும். இவற்றால் அக்கால மக்களின் வாழ்க்கைத் தரம் மற்றும் அவர்களின் சமூக ஈடுபாடு போன்றவற்றையும் அறிய முடியும். அகழாய்வுகளில் கண்டெடுக்கப்பட்ட விளையாட்டு பொம்மைகள் மற்றும் ஆட்டக் காய்கள் பற்றியும், இவை தொடர்பான பண்டைய விளையாட்டுக்களைப் பற்றிய சரியான ஆய்வு ஏதும் இதுவரை நடைபெறவில்லை என்பது குறிப்பிடத்தக்கது.

9.2. ஆட்டச் சில்லுகள்

இதுவரை நடைபெற்ற அகழாய்வுகளில் சாதாரணமாகக் கிடைக்கும் ஆட்டக்காய்கள் மண்கலச் சில்லுகளே. உடைந்து போன மண் கலன்களின் சிறு பகுதியை எடுத்து வட்டமாக உடைத்து, உருமாற்றம் செய்யப்பட்டவையே இவ் வட்டச் சில்லுகள். சில சமயம் வட்டமாக உடைக்கப்பட்ட

அல்லது தேய்த்து வழவழப்பாக்கிய தட்டையான கற்களும் விளையாடப் பயன் படுத்தப்படும். இச்சில்லுகள் பாண்டி ஆட்டத்தில் பயன்படுத்தப்படும். தரையில் வரையப்பட்ட கட்டங்களில் ஒன்றை, இச் சில்லைக்கொண்டு தேர்ந்தெடுக்கவேண்டும். அவ்வாறு தேர்ந்தெடுக்கப்பட்ட கட்டங்கள் அவ் ஆட்டக்காரருக்கு உரிமையாகிவிடும். தேர்வு செய்யப்பட்ட கட்டத்திற்கு சென்று உரிமையை நிலநாட்ட வேண்டும். இவ்வகையான விளையாட்டுகள் இன்றும் கிராமப்புறங்களில் சிறுவர், சிறுமிகள் விளையாடுகின்றனர். பொதுவாக இச் சில்லுகளைச் செய்வதற்கு திறமையேதும் தேவைப்படாது. இவை பொதுவாக கரடுமுரடான பக்கங்களைக் கொண்டிருக்கும். இவற்றைச் செய்யும் சிறுவர் சிறுமியரின் ஈடுபாட்டால் சில சமயங்களில் மிக நன்றாக வடிவமைத்தலும் உண்டு. இதன் பக்கங்களை நன்கு தேய்த்து வழவழப்பாக்குதலும் உண்டு. ஓரிரு தடவை விளையாடிய பின்னர் அல்லது உடைபட்ட பின்னர் சில்லுகளை வீசிவிடுவர். இவ்வகைச் சில்லுகளை நினைவாக வைத்துக்கொள்ளுதலும் உண்டு.

கண்டெடுக்கப்பட்ட ஆட்டச் சில்லுகளில் சில கரடுமுரடானவை. மற்றவை நன்கு தீட்டி வழவழப்பாக்கியவை. அரிக்கமேட்டில் கண்டெடுக்கப்பட்ட ஆட்டச் சில்லு ஒன்று 3.5 செ.மீ. விட்டம் உள்ளது (படம் 188). மாங்குடியில் 5 ஆட்டச் சில்லுகள் கண்டெடுக்கப்பட்டுள்ளன (படம் 189). இவை கண்டெடுக்கப்பட்ட மண் படிவ நிலைகளைக் கொண்டு இவ் ஆட்டச் சில்லுகள் சுமார் கி.மு. 3ஆம் நூற்றாண்டிலிருந்து கி.பி. 1ஆம் நூற்றாண்டு வரையான காலகட்டத்தைச் சார்ந்தது என்பர். இவை சிவப்பு வண்ண மண் கலன்களிலிருந்து செய்யப்பட்டவை. இவ் வட்டச் சில்லுகளின் ஓரங்கள் ஒழுங்காக தேய்த்து வழவழப்பாக ஆக்கப்பட்டுள்ளன. இவைகள் 2.5 செ.மீ. முதல் 5.5.செ.மீ விட்டம் உடையனவாக உள்ளன. இவ்வகையான வட்டச் சில்லுகள் மோதூர், ஆண்டிப்பட்டு, அகழாய்வுகளிலும் எடுக்கப்பட்டுள்ளன. கீழடியில் மட்டும் 600க்கு மேற்பட்ட வட்டச் சில்லுகள் கண்டெடுக்கப்பட்டுள்ளன. இதன் மூலம் இவ்வகை ஆட்டச் சில்லுகளைப் பயன்படுத்தி விளையாடும்

விளையாட்டுகள் இப்பகுதியின் முக்கிய வழக்கமாக இருந்துள்ளது புலப்படும்.

9.3. வட்டச் சுற்றி

அகழாய்வுகளில் சாதாரணமாகக் கிடைக்கும் மற்றொரு விளையாட்டுப் பொருள் சுற்றியாகப் பயன்படும் வட்டச் சில்லு. இச்சில்லும் பொதுவாக மண்கலத்தின் உடைந்த பகுதியாகும். வட்டமாக ஆக்கியபின்னர் இவ்வட்டின் நடுவில் இரண்டு துளைகள் இடப்படும். இத்துளைகளில் நீளமான கயிறு கட்டப்படும். இக்கயிறை இருபுறமும் நன்கு சுழற்றிய பின்னர், விட்டு விட்டு இழுத்தால் இவ் வட்டு மிக வேகமாகச் சுழலும். இம்மாதிரியான வட்டச் சுற்றிகள் இரண்டு அரிக்கமேடு அகழாய்வில் கிடைத்துள்ளன (படம் 190). இவை சுமார் 3 செ.மீ. விட்டமுள்ளவை. இவற்றில் ஒன்று உடைபட்டுள்ளது. ஆயினும் இவ் வட்டச் சுற்றி சாய்கோடுகளாலும் வட்டங்களாலும் அலங்கரிக்கப்பட்டுள்ளது. நடுவில் இடப்பட்டுள்ள துளைகள் மிக லாவகமாகவும் நளினமாகவும் இடப்பட்டுள்ளன. இவ்வளவு நளினமற்ற சாதாரணமாகச் செய்யப்பட்ட வட்டச்சுற்றி ஒன்று காவிரிப்பூம்பட்டினத்தில் கிடைத்துள்ளது (படம் 191). இச்சில்லின் ஓரங்கள் கரடுமுரடாக இருந்தபோதிலும் நடுவே இடப்பட்ட துளைகள் மிக நேர்த்தியாக இடப்பட்டுள்ளன.

9.4. வட்டத் தட்டு-பம்பரம்

மற்றொரு வகையான வட்டச்சில்லுகளும் அகழாய்வுகளில் கண்டெடுக்கப்பட்டுள்ளன. இச் சில்லுகளின் நடுவே ஒரே துளை இடப்பட்டுள்ளது (படம் 192). இதனால் இவ்வகை வட்டச் சில்லுகளை விளையாட்டுக் காய்கள் எனச் சிலர் கருதுவதில்லை. மீன் பிடி வலைகளின் ஓரங்களில் கட்டித் தொங்கவிடப்படும் எடைகளாகக் கருதினர். அவ்வாறு எல்லாவிடத்தும் கருதுவது தவறாகும். இவைகள் ஆட்டக்காய்களாகவும் பயன்படுத்தப்பட்டுள்ளன. சிறுவர்கள் விளையாடப் பயன்படும் சிறு தேரின் சக்கரங்களாக இவை பயன்பட்டிருக்கக் கூடும். வண்டிச் சக்கரங்களாகப் பயன்படுத்தப்பட்ட வட்டச் சில்லுகளின்

சிலவற்றின் வெளிப்புறத்தை வண்ணக்கோடுகளால் அழகுபடுத்தியுள்ளனர். வண்ணம் தீட்டப்பட்ட வட்டச் சில்லுகள் பல அரப்பா நாகரிகம் நிலவிய ஊர்களில் கண்டெடுக்கப்பட்டுள்ளன.

இவ் வட்டச் சில்லுகள் பம்பரமாகப் பயன்பட்டிருக்கலாம். ஒரு முனை கூராகவும் மறு முனை கையால் பிடிப்பதற்கு வசதியாகவும் உள்ள நீண்ட குச்சி ஒன்றை அத் துளையின் நடுவே இறுக்கமாக இணைக்கவேண்டும். கூரான முனை தரையில் இருக்குமாறு வைத்துக்கொண்டு, மேல் முனையைப் விரல்களால் பிடித்துக்கொண்டு சுற்றிவிடவேண்டும். நாம் சுற்றிவிடும் வேகத்திற்கு ஏற்றாற்போல் அவ் வட்டு தரையில் சுழலும். இவ்வகைத் தட்டுக்கள் வேறு பொருள்களில் செய்யப்பட்டு தற்காலத்திலும் சிறுவர் சிறுமிகளால் விளையாடப்படுகிறது. இதனை பம்பரத்தின் முன்னோடி விளையாட்டுப் பொருளாகக் கருதலாம். இவ்வகை ஒற்றைத் துளையுள்ள வட்டச் சில்லுகள் அரிக்கமேடு அகழாய்வுகளில் கிடைத்துள்ளன.

9.5.தாயம்

பழங்காலத்திலிருந்து தற்காலம் வரை பயன்பாட்டில் உள்ள மற்றொரு விளையாட்டுப் பொருள் தாயக்கட்டை ஆகும். இவை நீள் செவ்வகம், கனச்சதுர வடிவங்களில் உள்ளன. இத் தாயக்கட்டைகளை உருட்டி அவற்றால் கிடைக்கும் எண்களைக் கொண்டு விளையாடுபவர் அவருக்குறிய காய்களை நகர்த்துவது பற்றி முடிவு செய்வார். பொதுவாக இரண்டு தாயக்கட்டைகளைச் சேர்த்து உருட்டி அவற்றின் கூடுதலைக் கொண்டு அடுத்த நகர்த்தல் பற்றி முடிவு செய்யப்படும். உறையூர் (படம் 193), அழகன் குளம் அகழாய்வுகளில் செவ்வக தாயக்கட்டைகள் கிடைத்துள்ளன. மோதூரில் 5 செ.மீ. நீளமும், 1.3 செ.மீ குறுக்களவும் உள்ள ஒரு தாயக்கட்டை கிடைத்துள்ளது. இத் தாயக்கட்டையில் எண்களுக்கான குறியீடுகள் இல்லை. மாங்குடியில் (படம் 194) மற்றொரு தாயக்கட்டை கிடைத்துள்ளது. இது 5 செ.மீ நீளமும் 1.5. செ.மீ குறுக்களவும் கொண்டுள்ளது.

சுடு மண்ணால் மட்டுமல்லாது தந்தம், எலும்பு போன்ற பொருள்களிலும் தாயங்கள் செய்யப்பட்டுள்ளன.

கனச்சதுர வடிவ தாயக் கட்டைகள் கீழடியில்(படம் 195) கண்டெடுக்கப்பட்டுள்ளன. இவற்றின் ஆறு பக்கங்களில் ஒன்றிலிருந்து ஆறு வரையிலான எண்களைக் குறிக்க புள்ளி யிடப்பட்டுள்ளன. ஒவ்வொரு புள்ளியையும் சுற்றி இரண்டு முழு வட்டங்கள் இடப்பட்டுள்ளன.

9.6. ஆட்டக் காய்கள்

மேலே குறிப்பிட்ட விளையாட்டுப் பொருள்கள் தவிர சுடு மண்ணால் செய்யப்பட்ட நீள் உருளை வடிவங்கள் பல தமிழ்நாட்டு அகழாய்வுகளில் கிடைத்துள்ளன. இவைகளின் அடிப்பகுதிகள் தட்டையாக ஆக்கப்பட்டு, சில வழவழப்பாகச் செய்யப்பட்டுள்ளன. சிலவற்றில் வண்ணமும் பூசப்பட்டுள்ளது. இவற்றை பொதுவாக ஆட்டக் காய்கள் என்று விவரித்துள்ளனர். சங்க இலக்கியங்கள் ஆட்டக்காய்களைப் பற்றி குறிப்பிட்டாலும் அவற்றின் வடிவம் மற்றும் தன்மை ஆகியன பற்றி அறிந்துகொள்ள இயலவில்லை.

அரிக்கமேடு அகழாய்வில் மூன்று ஆட்டக்காய்கள் கிடைத்தன. இவற்றில் ஒன்று நீண்ட குழாய் வடிவத்திலும் (4 செ.மீ 2.5 செ. மீ) மற்றொன்று கூம்புத் தலையுடனும் அவற்றின் நடுப்பகுதி சிறுத்து, உடுக்கை போன்ற வடிவத்திலும் உள்ளது (2.5 செ. மீ 3. 5 செ.மீ.). மூன்றாவது உடைபட்டுள்ளது. காவிரிப்பூம்பட்டினத்தில் இரண்டு ஆட்டக் காய்கள் கிடைத்தன. இவைகள் அரிக்கமேடு ஆட்டக் காய்களிலிருந்து சற்று மாறுபட்டுள்ளன. அவை 2 செ. மீ. உயரமும் அவற்றின் நடுப்பகுதி உடுக்கை போன்று சிறுத்தும் உள்ளன. அடிப்பகுதி தட்டையாகவும் தலைப்பகுதி அரைக்கோள வடிவிலும் உள்ளன. உறையூர் அகழாய்வில் பதினொன்று ஆட்டக்காய்கள் கிடைத்தன (படம் 196). காஞ்சிபுரம் அகழாய்வில் ஏழு ஆட்டக்காய்கள் கிடைத்தன. திருக்காம்புலியூரில் இரண்டு ஆட்டக் காய்கள் கண்டெடுக்கப்பட்டன. அதியமான்கோட்டை, அப்புக்கல்லு,

மல்லப்பாடி, கல்லேரிமலை (வேலூர் மாவட்டம்) ஆகிய இடங்களிலும் ஆட்டக் காய்கள் கண்டெடுக்கப்பட்டன. கல்லேரிமலையில் கிடைத்த இரண்டு ஆட்டக்காய்கள் தட்டையான அடிப்பகுதியையும் உருளைபோன்ற உடல் பகுதியையும் அரைக்கோளத் தலைப்பகுதியோடும் உள்ளன. மற்றொன்றின் அடிப்பகுதி, தலைப்பகுதிகள் தட்டையாகவும், உடல்பகுதி நீள் உருளை வடிவத்திலும் உள்ளன (படம் 197).

தமிழ் நாட்டு தொல்லியல் துறையின் அகழாய்வுகள் பலவற்றிலும் ஆட்டக்காய்கள் கிடைத்துள்ளன. ஆண்டிப்பட்டி அகழாய்வில் 5 ஆட்டக்காய்கள் கிடைத்துள்ளன. இக்காய்களின் உயரம், சற்றேரக்குறைய 1.5 செ. மீட்டரிலிருந்து 3.5 செ.மீட்டர் வரை உள்ளது. இவையாவற்றிலும் அடிப்பகுதி தட்டையாகவும், நீள் உருளை வடிவ உடலுடனும் உள்ளது. மோதூரில் 5 ஆட்டக்காய்கள் கண்டெடுக்கப்பட்டன. மாங்குடியில் 8 ஆட்டக்காய்கள் கிடைத்தன. இவையாவும் கனமாகவும் நீள் உருளை வடிவிலும் உள்ளன. கீழடி அகழாய்விலும் 80க்கு மேற்பட்ட பல வகையான ஆட்டக்காய்களைக் கண்டெடுத்துள்ளனர்.

பல அகழாய்வுகளில் கண்டெடுக்கப்பட்ட இவ் ஆட்டக் காய்கள் யாவும் கிறித்து சகாப்தத்தின் முதல் மூன்று நூற்றாண்டுகளைச் சார்ந்த மண்படிவுகளில் கிடைத்துள்ளன. இவ் ஆட்டக் காய்கள் கிடைத்த மண் படிவுகளில் கருப்பு–சிவப்பு பானை ஓடுகள் கண்டெடுக்கப்பட்டுள்ளன. மற்ற சான்றுகளின் அடிப்படையிலும் இவ் ஆட்டக்காய்களில் காலத்தை கி.மு. 1– 3 ஆம் நூற்றாண்டுகள் எனக் கணிக்கலாம்.

9.7. ஆட்டக் காய்களின் தன்மை

இவ் ஆட்டக்காய்களை உற்று நோக்கி ஆய்ந்தோமெனில் பல முக்கிய செய்திகள் புலனாகும். ஆட்டக்காய்கள் மிக நேர்த்தியாகக் கையால் வனையப்பட்டுள்ளன. இவற்றைச் செய்த மண் கலைஞர்கள் பொம்மை செய்வதில் திறமைபடைத்த சிறந்த கலைஞர்கள் என்பதில் ஐயமில்லை. தேர்ந்தெடுக்கப்பட்ட நல்ல களிமண்ணோடு பொடி மணலைக் கலந்து, பதமாகப் பிசையப்பட்ட திடமான

கூழில் ஆட்டக்காய்களைச் செய்துள்ளனர். இவற்றின் மேற்புறத்தை நன்கு தேய்த்து வழவழப்பாக்கியுள்ளனர். சில ஆட்டக்காய்கள் மெருகேற்றப்படாமல் அவற்றின் மேற்பகுதி சற்றுச் சொரசொரப்பாக உள்ளது. இவற்றைச் செய்த பின்னர் சிலவற்றுக்கு கருப்பு வண்ணமும் சிலவற்றுக்கு செம்மண் பூச்சும் தந்துள்ளனர். ஆட்டக்காய்களில் வண்ணப் பூச்சைக்கொண்டு மிக எளிதாக இரண்டு வகையாகப் பிரிக்கலாம். வண்ணப்பூச்சு தந்த பின்னர் ஆட்டக்காய்களைச் சூளையில் இட்டுத் தகுந்த அளவிலேயே சூடேற்றி சுட்டுள்ளனர். இதனால் இவ் ஆட்டக்காய்களில் வெடிப்புகளும் கீரல்களும் காணப்படவில்லை. இது இவர்களது செயல் திறனுக்கு ஒரு முக்கிய சான்றாகும். உறையூரில் கண்டெடுக்கப்பட்ட ஆட்டக்காய்களின் செய்நேர்த்தி மிகச் சிறப்பானதாக உள்ளது.

இவ் ஆட்டக்காய்கள் அனைத்தும் ஒரே உயரமாக இல்லை. இவைகள் 1.5 செ.மீட்டரிலிருந்து 5 செ.மீ. உயரம் வரை உள்ளன. விளையாட்டின் போது இவற்றை ஒரு இடத்திலிருந்து வேறிடத்திற்கு மாற்றி வைக்க ஏதுவாக இவ் ஆட்டக்காய்ககளின் அடிப்பகுதிகள் தட்டையாக உள்ளன. அடிப்பகுதியின் விட்டம் 1.4 செ.மீட்டரிலிருந்து 2.8 செ.மீட்டர் வரை உள்ளது. உருளையான உடற்பகுதியின் குறுக்களவும் காய்க்குக் காய் மாறுபட்டுள்ளது. உடல்பகுதியின் குறுக்களவு சுமார் 1.4 செ. மீட்டரிலிருந்து 2.8 செ. மீட்டர் வரை உள்ளது. ஆட்டக்காய்களில் சிலவற்றின் தலைப்பகுதியும் காய்க்குக் காய் மாறுபட்டுள்ளது. சிலவற்றில் தலைப்பகுதி தட்டையாகவும், சிலவற்றில் அரைக்கோள வடிவிலும், இன்னும் சிலவற்றில் கூம்பு வடிவிலும் உள்ளன. அரைக்கோள வடிவில் உள்ள சில ஆட்டக்காய்களின் தலைப்பகுதியின் கீழ்ப்பகுதி அகன்று விரிந்துள்ளது. இவ்வாறு விரிந்துள்ளதால் காய்களை நகர்த்தும்போது எளிதில் அவற்றைக் கையால் பிடித்துத் தூக்க வசதியாக உள்ளது. இவ்வாறுள்ள அடிப்பகுதியின் குறுக்களவு காய்க்குக் காய் மாறுபட்டு 1 செ. மீட்டரிலிருந்து 3 செ.மீட்டர் வரை உள்ளது.

இக்காய்கள் பல அகழாய்வுகளில் கண்டெடுக்கப்

பட்டுள்ளன என்றாலும் இவைகள் யாவிலும் ஓர் ஒற்றுமை உள்ளது கண்கூடு. இக்காய்களில் தென்படும் சில வேற்றுமைகளை ஒதுக்கிவிட்டு அவற்றை ஒட்டுமொத்தமாக ஆராய்ந்தால் பதினொன்று வகைகள் தென்படும் (படம் 198). முதல் வகையில் மிகச் சிறிதான ஆட்டக்காய்களைச் சேர்க்கலாம். இக்காய்கள் சிறிய பிரமிடு வடிவத்தில் மழுங்கடிக்கப்பட்ட தலையோடும் உள்ளன. இது சிவப்பு நிறத்தில் உள்ளது என்றாலும் செம்மண் பூச்சு தரப்படாமலும் மெருகேற்றப்படாமலும் உள்ளது. இரண்டாவது வகை ஆட்டக்காய்களும் சிறியனவாக உள்ளன. இவை கருப்பு நிறத்தில் உள்ளன. இவற்றின் உடல்பகுதி குறுகியும், அடிப்பகுதி, தலைப்பகுதிகள் தட்டையாக உள்ளன. மூன்றாவது வகை ஆட்டக்காய்களின் ஒன்று சிவப்பு நிறத்தில் உள்ளது. இதன் அடிப்பகுதி தட்டையாகவும் உடல்பகுதி சிறுத்தும் உள்ளது. இவ்வகையின் மற்றொரு ஆட்டக்காய் கருமை நிறத்திலும், அதன் தலைப்பகுதியை விட அடிப்பகுதி அகலமாகவும் வடிவமைக்கப்பட்டுள்ளது. நான்காம் வகை ஆட்டக்காய்களின் அகலமான அடிப்பகுதி தட்டையாகவும் உடல் பகுதி ஒழுங்கான உருளையாகவும் உள்ளது. தலைப்பகுதி தட்டையாக செய்யப்பட்டுள்ளது. இவைகள் செந்நிறத்தில் உள்ளன. ஐந்தாம் வகை ஆட்டக் காய்கள் நன்கு மெருகேற்கப்பட்ட கருப்பு வண்ணத்தில் உள்ளன. இதன் உடல்பகுதி குறுகியும் தலைப்பகுதி தட்டையாகவும் உள்ளது. ஆறாம் வகை ஆட்டக்காய்கள் கருப்பு வண்ணத்திலும் தட்டையான தலைப்பகுதியையும் கொண்டுள்ளன. இதன் உடல்பகுதி கீழிருந்து மேலே செல்லச் செல்ல அகன்று விரிந்துபோய் தலைப்பகுதி அரைக்கோள வடிவமாகச் செய்யப்பட்டுள்ளது. ஏழாவது வகை ஆட்டக்காய்கள் தட்டையான அடிப்பகுதியையும், நீண்டுநேரான உடல்பகுதியையும் அரைக்கோளத் தலையமைப்பையும் கொண்டுள்ளன. இதன் மற்றொரு ஆட்டக்காய் ஒல்லியான உடல்பகுதியைக் கொண்டுள்ளது. இவற்றில் முன்னே குறிப்பிடப்பட்ட காய் சிவப்பாகவும், பின்னது கருப்பு வண்ணத்திலும் உள்ளது. எட்டாவது வகையில் அடிப்பகுதி தட்டையாகவும் உடல்பகுதி குறுகியும் தலைப்பகுதி கூம்பு

வடிவிலும் உள்ளது. ஒன்பதாவது வகை ஆட்டக்காய்களின் அடிப்பகுதியும் தலைப்பகுதியும் தட்டையாகவும், கீழ்ப்பகுதி சிறுத்தும் உள்ளது. பத்தாவது வகை ஆட்டக்காய்களில் ஒன்றின் அடிப்பகுதி தட்டையாகவும் தலைப்பகுதி அரைக் கோளவடிவிலும் உள்ளது. பதினொன்றாவது ஆட்டக்காய்கள் சிவப்பு வண்ணத்தில் உள்ளது. இதன் அடிப்பகுதி தட்டையாகவும் உடல் பகுதி சிறுத்துச்சென்று கூம்புவடிவத் தலையோடுள்ளது.

இவைகள் ஆட்டககாய்கள்தாம் என்பதில் எவ்வித ஐயமுமில்லை. கையால் பிடித்து எடுப்பதற்கு வசதியாக இவற்றின் தலைப்பகுதி அமைக்கப்பட்டுள்ளது. அதேபோல் இவற்றை நகர்த்தவும் வேறிடத்தில் வைக்கவும் வசதியாக இவற்றின் அடிப்பகுதிகள் யாவும் தட்டையாக அமைக்கப்பட்டுள்ளன. இவ் ஆட்டக்காய்களைப் பயன்படுத்தி விளையாடிய ஆட்டப்பலகை அகழாய்வுகளில் கண்டெடுக்கப்படவில்லை. எனவே எவ்வகை ஆட்டம் என்பதைச் சரியாகக் குறிப்பிட இயலாது. ஆயினும் இக்காய்கள் அனைத்தும் ஒன்றுபோலிருப்பினும், வெவ்வேறு வகைகளாக இவற்றைப் பகுக்கலாம் என்று முன்னர் காட்டப்பட்டது. இவ் ஆட்டக்காய்களின் தன்மை மற்றும் வண்ண வேறுபாடுகளை நோக்கும்போது இவை சதுரங்க விளையாட்டுக்கான ஆட்டக்காய்களாக இருக்கலாம் எனத்தோன்றுகிறது. சதுரங்க விளையாட்டைப் போலொரு விளையாட்டை சங்ககால இலக்கியங்கள் குறிக்கின்றன.

9.8.சங்ககால விளையாட்டுக்கள்

சங்ககால இலக்கியங்கள் விளையாட்டுக்கள் பலவற்றை விவரிக்கின்றன. சங்ககால விளையாட்டுக்களைப்பற்றி பலரும் ஆய்வு நடத்தியுள்ளனர். ஆர். பாலசுப்பிரமணியன், ஆர். திருவிக்கிரமன், செங்கை பொதுவன் போன்றோர் தம் முடிவுகளைக் கட்டுரைகளாக வெளியிட்டுள்ளனர். இவர்களது ஆய்வுகளில் சதுரங்க விளையாட்டைப்பற்றி குறிப்புகள் ஏதும் தரப்படவில்லை. பல விளையாட்டுகளில் தன்மை அவற்றை விளையாடுவோர், எப்போது விளையாடினர் போன்ற

செய்திகளே சங்க இலக்கியங்களில் இருந்து திரட்டப்பட்டு தரப்பட்டுள்ளது.

9.9. வல்லு

சங்க இலக்கியங்களில் வல்லு, வட்டு, கவறு என்ற மூன்று முக்கிய விளையாட்டுகள் சொல்லப்பட்டுள்ளன. இவற்றில் வல்லு எனப்பட்ட விளையாட்டு வல்லுப்பலகையில் விளையாடப்படுவது. இப்பலகையின் தன்மைகள், வரைபடம் போன்றவை பற்றித் தெரிந்திலது. ஆயினும், இப்பலகை பற்றி சில விவரங்கள் இலக்கியத்தில் உள்ளன. கல்வியறிவற்ற குட்டையான மனிதனைப் போன்றது இப்பலகை எனக் குறிப்புள்ளது (கலித்தொகை, பா. 94). இக் குறிப்பு சுருக்கமாக இருப்பினும் ஆட்டப்பலகையின் வடிவத்தை அறிய இக் குறிப்பு துணை செய்யவில்லை. எனவே உரையாசிரியர்கள் பொதுவாக ஓராளின் கூனல் முதுகு போன்ற குட்டையான, வளைந்த பலகை என இத்தொடருக்கு விளக்கம் அளித்துள்ளனர்.

புறநானூற்றுப் பாடல் ஒன்றில் (பா. 52) இவ்விளையாட்டு ஆடப்பட்ட இடம், ஆட்டக்காரர்கள் பற்றிய மிகத்தெளிவான விளக்கம் உள்ளது. இவ்விளையாட்டு ஒதுக்குப்புறத்தில் முதியவர்களால் விளையாடப்படுவது என்றும் தரையில் ஆடுகளம் வரையப்பட்டு விளையாடப்படுவது என்றும் இப்பாடல் குறிப்பிடுகிறது. ஆட்டக் காய்களை (வல்லு நாய்) அடிக்கடி நகர்த்துவதால் ஆடுகளம் வரையப்பட்ட தரையில் குழிகள் விழுந்துள்ளன (அகநானூறு, பா. 377). இச் சிறு குழிகளில் காட்டுக்கோழிகள் முட்டையிட்டுள்ளன. வெறிச்சோடிக்கிடக்கும் ஓரிடத்தில் உள்ள தரைப்பகுதியில் வரையப்பட்டிருந்த ஆடுகளம் சிதைக்கப்பட்டுள்ளது குறிப்பிடப்பட்டுள்ளது (பரிபாடல், பா. 18). மற்றோரிடத்தில் இவ்விளையாட்டில் தேர்ச்சிபெற்ற ஆட்டக்காரனை வல்லுப் போர் வல்லாய் என்று போற்றிப்புகழ் பாடியுள்ளது. இப்பாடல்கள் தரும் செய்திகளை நோக்கும்போது வல்லு என்னும் இவ் விளையாட்டு ஆடுகளத்தில், ஆட்டக்காய்களைக் கொண்டு விளையாடப்படுவது என்பது

எளிதில் புலனாகும். ஆடுவதற்கு சற்று முன்பாக ஆடுகளம் வரையப்படலாம். இவ்விளையாட்டை முதியவர்கள் விரும்பி விளையாடியிருக்கலாம். இவ்விளையாட்டு போர் வகையைச் சார்ந்தது எனலாம்.

9.10. வட்டு

வட்டு எனப்பட்ட மற்றொரு விளையாட்டு வட்டு எனப்பட்ட ஆட்டக்காய்களால் விளையாடப்படுவது. வட்டின் வடிவம் பற்றி சில செய்திகளை இலக்கியங்கள் நமக்குத் தருகின்றன. விளையாடும் போது வட்டு எனப்படும் அடையாளக் காய்களை வைத்து ஆடுகளத்தில் விளையாடுவது இவ் ஆட்டம் என்பது தெளிவு. புதைக்கப்பட்ட ஆமை முட்டை வடிவத்தில் உள்ளது வட்டு என இலக்கிய வரியொன்று குறிப்பிடுகிறது (அகநானூறு, பா. 160). மற்றோரிடத்தில், நெல்லிக்காயின் விதையை ஒத்த பளிங்கு உருண்டை எனக் குறிப்பிடப்பட்டுள்ளது (அகநானூறு, பா. 5). புறநானூற்றுப் பாடல் ஒன்று இரண்டு ஆட்டக்காரர்களால் ஆடப்படும் போர் விளையாட்டு இது என்று குறிப்பிடும் (புறநானூறு, பா. 43). ஓரிடத்தில் இவ் ஆட்டம் ஆடிய ஆட்டக்காரர் மீது மற்றொரு ஆட்டக்காரர் வட்டுக் காயை கோபத்தில் எறிந்துள்ளதும் குறிப்பிடப்பட்டுள்ளது. தவறாக ஆட்டக்காயை நகர்த்தியவர் மீது மற்றவர் வட்டுக் காயை எறிந்துள்ளார். மற்றொரு பிற்கால இலக்கியத்திலும் இவ் ஆட்டம் போர் விளையாட்டு எனக் குறிப்பிடப்பட்டுள்ளது (பழமொழி, பா. 86).

இவை ஆடப்படும் இடங்கள் அல்லது ஆட்டப் பலகை இலக்கியங்களில் அரங்கு என்று பொதுவாகக் குறிப்பிடப்படுகிறது. ஆட்ட நேரத்தில் ஆடுவதற்கு ஏற்ப இவ் அரங்கு ஆடுமிடத்தில் தரையில் வரையப்படும். இவ் அரங்கைக் கல்லாத சிறுவர்களும் வரைந்துள்ளனர். இவ் அரங்கு எவ்வாறிருக்கும் என்று ஊகிப்பதற்கு ஏதுவாக இலக்கியத்தில் சில செய்திகள் சொல்லப்பட்டுள்ளன. வேப்ப மரத்தடியில் காணப்படும் கருப்பு வெள்ளை வடிவங்களைப்போல் கட்டளைகளாக உள்ளன என

ஓரிலக்கியம் குறிப்பிடும் (நற்றிணை, பா. 3). இவ்விளக்கத்தின் அடிப்படையில் இவ்விளையாட்டுக்கான ஆட்ட அரங்கு எவ்வாறுள்ளது என ஊகிக்கலாம். மரத்தின் கீழே அதன் நிழல் கருப்பு வெள்ளை போன்று கட்டங்களாகக் காணப்படும். இக்கட்டங்கள் சதுரங்கக் கட்டங்கள் போல் உள்ளன எனலாம். திருக்குறளில், கல்லாத மனிதன் அறிஞர் சபையில் ஏறுவதைப்போன்றது அரங்கு இல்லாமல் ஆட்டம் ஆடுவது என்ற விளக்கத்தைக் காண்கிறோம் (திருக்குறள், பா. 401). மற்றோரிடத்தில் வட்டு விளையாட்டு அரங்கில் விளையாடப்படுவது என் திருக்குறள் குறிப்பிடும் (பழமொழி, பா. 86). இக்குறிப்புகளை நோக்கும் போது, வட்டு விளையாட்டு, ஆட்ட அரங்கில் விளையாடுவது என்பதும் இவ்விளையாட்டை விளையாட ஆட்டக்காய்களும் தேவை என அறியலாம். மேலும் இவ்ஆட்டம் போர்க்கள விளையாட்டைச் சார்ந்தது என்பதும் புலப்படும். வட்டு எனப்படும் ஆட்டக்காய்கள் உருண்டையாக அல்லது அரைவட்ட வடிவிலோ உள்ளது எனலாம்.

9.11. கவறு

மூன்றாவதாகக் குறிக்கப்பட்ட ஆட்டம் கவறு என்பதாகும். இவ் ஆட்டத்தைப் பற்றிய குறிப்புகள் எல்லாம் பொருள் ஈட்டுவதற்காக ஆடப்படும் ஆட்டம் என்றே குறிக்கின்றன. இவ் ஆட்டம் சூதாட்டம் என்றும் விளிக்கப்படுகிறது (இன்னாநாற்பது, பா. 25). இவ் ஆட்டத்தை ஆடுவது கள் குடித்தல், மற்றும் வேற்று மாதரை விரும்புதல் போன்ற இரண்டு இழிவான செயல்களுக்கு இணையாகக் கூறப்பட்டுள்ளது (திருக்குறள், பா. 920). மற்றோரிடத்தில் காதலர்கள் தமக்குள் கவறு ஆட்டம் ஆடலாகாது என்று கூறப்பட்டுள்ளது (பழமொழி, பா. 52). எனினும் இவ் ஆட்டத்தில் அதிர்ஷ்டம் மற்றும் சரியான வாய்ப்புகள் கிடைக்கப்பெறுவது முக்கிய பங்கை வகிக்கின்றன. பொதுவாக இவ் ஆட்டத்தை ஆடுதல் இழிதன்மையானதாக இலக்கியங்களில் சொல்லப்பட்டுள்ளது. இதனால் இவ் ஆட்டத்தை சூதாட்டத்தோடு ஒப்பிடலாம்.

மேலே குறிப்பிடப்பெறும் மூவகை ஆட்டங்கள் ஆட்டக்காய்களோடு ஆடரங்கு ஒன்றில் ஆடவேண்டியவை என்பது தெளிவாகிறது. ஆட்டக்காய்கள் குறிப்பிடப் பட்டாலும் அவை சுடு மண்ணால் செய்யப்பட்டவை என்று தெளிவாகக் குறிப்பிட இயலாது. விளையாட்டுகள் பெரும்பாலும் அக்கால நிலைகளை அடிப்படையாகக் கொண்டு அமைக்கப்படுவது என்பது சமூகவியலாரின் நம்பிக்கையாகும்.

வல்லு, வட்டு ஆகிய ஆட்டங்கள் போர் விளையாட்டுகள் என்று சங்க இலக்கியங்கள் குறிப்பிடுகின்றன. இவ் ஆட்டங்கள் ஆடுகளத்தில் விளையாடப்படுவன. சங்ககால மக்கள் போர்க்குணம் கொண்டவர்கள் என்பதும் போர்களில் ஈடுபட்ட அரசர்கள், சிற்றரசர்கள் ஆகியோரின் வீரச்செயல்கள் அனைவராலும் போற்றப்பட்டுள்ளன. இவ் வீர குணங்கள் அவர்களின் விளையாட்டுக்களில் நன்கு பிரதிபலித்திடும் வண்ணம் விளையாட்டுப் பொருள்களை அவர்கள் வடிவமைத்திருக்கலாம். வல்லு என்ற ஆட்டப்பெயரில் உள்ள வல் என்ற சொல்லுக்கு வீரம், போர், வலிமை போன்று பல பொருள்கள் உண்டு. இவ் ஆட்டத்தின் முக்கிய நோக்கமாக தனக்கு எதிராக ஆடுபவரை வெல்லுதல் என்று கருதலாம். எனவே வல்லு, வட்டு ஆகிய இரண்டு ஆட்டங்களும் எதிராளியை வெற்றி கொள்ளுதல் முக்கிய நோக்கமாகும். வட்டு எனப்பட்ட ஆட்டமும் வல்லு ஆட்டத்தைப்போன்றே ஆடுகளத்தில் விளையாடுவது. வட்டு எனப்பட்ட ஆடுகாயின் துணையோடு ஆடுவதாகும். தாயக்கட்டை போன்று ஆட்டக்காய்களையும் பயன் படுத்தியிருக்கலாம். முன்னே குறிப்பிடப்பெற்ற சுடு மண் ஆட்டக்காய்கள் இவ் ஆட்டங்களில் பயன் படுத்தியிருக்கலாம். இவற்றையே அக்காலத்தில் வட்டு எனவும் அழைத்திருக்கலாம். இதனால், சங்க காலத்திலேயே சதுரங்கம் போன்றதொரு விளையாட்டை மக்கள் விளையாடியிருக்கலாம். முன்னே விவரிக்கப்பட்ட சுடு மண் காய்கள் சதுரங்க ஆட்டக்காய்களின் முன்னோடி என்று நம்பலாம்.

10. தொழில்நுட்பம்

10.1. முக்கியப் பண்புகள்

சுடு மண் உருவங்கள் மிக எளிமையான கலைப் படைப்புகள். இவற்றை ஆக்குதற்கு சிறந்த கற்பனைத் திறனும் தொழில்நுட்ப அறிவும் வாய்க்கப்பெற்றிருக்க வேண்டும். முற்கால இலக்கியங்களில் மண் உருவங்களின் செய்முறை, மற்றும் நுணுக்கம் ஆகியன பற்றிய குறிப்புகள் ஏதுமில்லை. இக்கலை பற்றி சிற்பநூல்களில் காணப்படும் குறிப்புகள் மிக எளிமையானவை. கல், செம்பு, மரம், தந்தம் ஆகிய பொருள்களில் கலைவடிவங்களைச் செய்வதிலிருந்து, இம்மண்கலைப் படைப்புகள் முற்றிலும் வேறானவை. இவை யாவும், திடமாக உள்ள கடினப் பொருள்களைச் செதுக்கி ஆக்கப்படுவன. இதற்கு மாறாக, இளகிய நிலையில் உள்ள மண் கூழில் கலைப் படைப்புகள் ஆக்கப்பெறுகின்றன. எனவே மண்கலை தொழில் நுணுக்கம் முற்றிலும் வேறானது. சுடு மண்கலையின் தொழில் நுட்பம் காலந்தோறும் அதிக மாற்றம் பெற்றிடவில்லை என்றபோதும் கலைஞர்களின் இயல்புக்கு ஏற்றவண்ணம் கலைப் பாணிகள் மாறுபட்டுவந்துள்ளன. கரடுமுரடாகச் செய்யப்பட்டுள்ள பழங்காலப் உருவங்கள் போல தற்காலத்திலும் செய்யப்படுகின்றன. சுடு மண் உருவங்களைச் செய்வதற்கான தொழில் நுணுக்க நூல்கள் இதுவரை நமக்குக் கிடைக்கவில்லை. எனவே இதுவரையில்

கண்டெடுக்கப்பட்ட கலைப் படைப்புகளை ஆராய்ந்து தொழில் நுணுக்கங்களை அறிய வேண்டியுள்ளது.

இக் கலையின் தொழில் நுணுக்கங்களை அறிவதற்கு முன்பு அவற்றின் இரண்டு முக்கிய பண்புகளைப் புரிந்துகொள்வது அவசியம். தொழில்நுட்ப அறிவு, மற்றும் செய்நுட்பம் என அவற்றைக் குறிக்கலாம். பொதுவாகச் சுடு மண் உருவங்களை ஆக்கும் முறை பற்றிய அடிப்படை விவரங்களைத் தொழில்நுட்பமாகக் கருதலாம். இவற்றில் தரமான மண்ணைத் தேர்ந்தெடுத்தல், பக்குவப்படுத்தல், பாதுகாத்தல் போன்ற விவரங்கள் அடங்கும். பல வித மண் பொருள்கள் அல்லது உருவங்களைச் செய்யும் அடிப்படை அறிவை இதன் மற்றொரு பகுதியாகக் கருதலாம். சுடுவதற்கு முன்னர் இடப்படவேண்டிய செம்மண் பூச்சு, உலரவைக்கப்படத்தக்க சரியான கால அளவு, சூளையில் எவ்வாறு நிலைநிறுத்துதல், எவ்வளவு காலம் சூளையில் வேகவைக்கப்படவேண்டும் போன்றனவெல்லாம் தொழில்நுட்ப விவரங்களாகக் கருதப்படவேண்டியவை.

இவற்றில் முக்கியமாகக் கருதப்படவேண்டியது, உருவங்களைச் செய்யத் தேவையான களிமண்ணைப் பெற்றபின், அதனைப் பக்குவப்படுத்துதல். மண்ணிலுள்ள பருங்கற்கள், கட்டிகள், வேர் போன்ற வேற்றுப் பொருள்களை அகற்றி உலர்த்தவேண்டும். பின்னர், அளவாக நீர்விட்டுக் கலந்து, மிதித்தும், மட்டையால் அடித்தும் கூழாக்கித் தேவவையான அளவு ஈரப்பதம் உள்ளவாறு செய்துகொள்ளவேண்டும். அவ்வப்போது நீர் தெளிக்கப்பட்டு, தேவையான ஈரப்பதம் குறையாமல் இக்கூழ் நிழலில் பாதுகாக்கப்படும். இதன் பிறகு தேவையான மண்கூழை எடுத்துக்கொண்டு பொம்மை அல்லது உருவங்கள் செய்வதற்கு முற்படுவர்.

இரண்டாவதாகச் சொல்லப்பட்ட செயல்யுக்தி அல்லது செயல்நேர்த்தி, செய்யப்படுகின்ற பொருளினை நன்றாக வடிவமைக்கும் திறனாகும். இத்திறன் எல்லோருக்கும் எளிதில் வாய்ப்பதல்ல. பலகாலம் பொருள்களைச் செய்து வந்த பயிற்சியினாலும், கைப்பணித் திறமையாலும், உள்ளார்ந்த கலை உணர்வினாலுமே இத்திறனை

எட்டமுடியும். மண்பொருள்களின் கலைத்திறனுக்கு இச் செயல்நேர்த்தியே முக்கிய காரணமாகும். இத்திறன் இல்லையெனில் பொருள்களில் அழகுணர்ச்சியும் இயல்பான உருவத்தோற்றமும் புறந்தள்ளப்பட்டுவிடும். இத்திறன் பொதுவாக ஆளுக்கு ஆள் மாற்றம் பெறும். இதன் விளைவாக ஓராள் செய்த உருவங்களில் சில முக்கிய பொதுத் தன்மைகள் பொதிந்திருக்கும். இக்கலைப்பண்புகள் சரியாகப் புலனாகும்போது இவ் உருவங்களைச் செய்த கலைஞர்களை எளிதில் இனம் கண்டு கொள்ளலாம்.

சுடு மண் கலைஞர்கள் சுடு மண் பொருள்களைச் செய்வதற்குத் தேவையான களிமண்ணை எங்கிருந்து எவ்வாறு எடுத்தனர், மற்றும் எவ்வாறு அதனைப் பக்குவப்படுத்தினர் என்பதும் தெரிந்திலது. ஆயினும் பொதுவாக தமக்கு மிக அருகாமையில் அமைந்துள்ள ஆற்றில் கிடைக்கும் வண்டல் மண் அல்லது களிமண்ணை அவர்கள் பயன்படுத்தியிருக்க வேண்டும் என்பது தெளிவு. சங்க இலக்கியத்தில் சுடு மண் பொம்மை செய்வதற்கு வண்டல் மண் பயன் படுத்தப்பட்டது என்ற குறிப்பு உள்ளது. பொம்மைகள் செய்வதற்கு ஏற்ற மண்ணாக வண்டல் மண்ணை கலைஞர்களால் இன்றும் பயன்படுத்தப்பட்டு வருகிறது. பொம்மைக் கலைஞர்களின் கலைக்கூடத்திற்கு அருகிலேயே தரமான மண் கிடைத்திருக்க வேண்டும். நீண்ட தொலைவு சென்று மண் எடுத்துவந்து பொம்மை செய்தல் தொழில்ரீதியாக சாத்தியமில்லை என்பதாலும் இவ்வாறு கருதலாம்.

ஆந்திரா, தெலிங்கானா, கருநாடகம் ஆகிய மாநிலங்களில் கி.பி முதல் நூற்றாண்டு வாக்கில் கோலின் என்ற மிருதுவான வெள்ளை மண் பொம்மைகள் செய்யப் பயன்படுத்தப்பட்டுள்ளது. கட்டியாகக் கிடைக்கும் இக்கல்லைத் தட்டி துகளாக்கி, நீர் விட்டுப் பிசைந்து மண்பொம்மை செய்வதற்கு ஏற்றவாறு உருவாக்குவர். இதனோடு நுண்ணிய மணல் துகள்களையும் சேர்த்து நன்கு பிசைந்து பொம்மைகளைச் செய்வர். இதன்பின் சூளையிலிட்டுச் சுடப்படும். காஞ்சிபுரத்தில் கோலின் களிமண்ணால் செய்த உருவங்கள் கண்டெடுக்கப்பட்டுள்ளன.

ஆயினும் இக்களிமண்ணை எங்கிருந்து பெற்றனர் என அறிய முடியவில்லை. ஆயினும் காஞ்சிபுரத்துக்கு அணித்தான பகுதிகளிலிருந்தும் பெறப்பட்டிருப்பதற்கான வாய்ப்புகளைப் புறந்தள்ள இயலாது.

10.2. தொழில்நுட்பங்கள்

தமிழ்நாட்டில் சுடு மண்ணால் பொருள்களைச் செய்யும் கலை ஏறக்குறைய புதிய கற்காலத்தில் அறியப்பட்டுள்ளது என்றாலும் கூட தொழில்நுட்பம் பற்றி அறிவதற்கு ஏற்றாற்போல் சுடு மண் உருவங்கள் பலவும் கிடைத்திடவில்லை. பையம்பள்ளி, ஆண்டிப்பட்டி, அப்புக்கல்லு அகழாய்வுகளில் கண்டெடுக்கப்பட்ட பெண் உருவங்கள் சுடு மண்கலை வடிவங்களைப் பற்றி அறிய துணைபுரியும். எனினும் இக்காலச் சுடு மண் பொருள்களைச் செய்யும் கலையின் முக்கிய நுணுக்கங்களை அறிய இயலவில்லை. இந்தியாவில் இக்காலகட்டத்தில் நிலவிய தொழில்நுட்பத்தையொட்டிய ஆரம்பத் தொழில் நுட்பத்தில் இவ்வுருவங்கள் வடிக்கப்பட்டன என ஊகிக்கலாம்.

வரலாற்று ஆரம்பகால கட்டத்தில் சுடு மண் பொருள்கள் அதிக அளவில் செய்யப்பட்டன. இச்சுடு மண் உருவங்களில் மரபுவழியாக அறியப்பட்ட செய்நுணுக்கங்கள் சில பயன்படுத்தப்பட்டுள்ளன. முக்கியமாக ஒட்டுதல், கிள்ளல் போன்ற முறைகளால் உருவங்களில் உறுப்புகளும், ஆடை அலங்காரங்களும் செய்யப்பட்டுள்ளன. இவற்றோடு புதிய செய்நுணுக்கங்களும் கண்டுபிடிக்கப்பட்டு அவையும் சுடு மண் பொருள்களை வனையப் பயன் பட்டுள்ளன. முற்காலத்தைப்போன்றே இக்காலத்திலும் சுடு மண் பொருள்கள் கையால் வனையப்பட்டன. இவ்வுருவங்கள் பலவும் கனமாகச் செய்யப்பட்டன.

சுடு மண் உருவங்கள் இரண்டு வகையாக வனையப்பட்டன. முதல் முறையில் கையால் வனைதலைக் குறிக்கலாம். இம்முறையில் உருவங்களின் தலை, முக உறுப்புகள், உடல் பகுதிகள், கைகள், கால்கள் ஆகியன கைவிரல்களால் வடிவமைக்கப்படும். முதலில் உடல் பகுதிகள் செய்யப்பட்டு

மற்ற பகுதிகள் அடுத்து வனையப்படும். இவ்வாறு வடிவமைக்கும் போது கிள்ளல் முறையில் முக உறுப்புக்களான மூக்கு, காது போன்றவை உருவாக்கப்படும். கை, கால்களும் கூட இவ்வாறே உருட்டிச் செய்யப்படும். இவ்வாறு கிள்ளல் முறையில் முழுமையாக ஆக்க மிக்க பொறுமையும் தொழில் நுணுக்கமும் மிகமிகத் தேவை. இம் முறையில் பல உருவங்களின் முன்பகுதி உடலமைப்புகளுக்கு முக்கியத்துவம் தரப்பட்டு செய்யப்பட்டன. ஆயினும் பின்பகுதி அல்லது முதுகுப்பகுதிக்கு எவ்வித முக்கியத்துவமும் தரப்படவில்லை. முதுகுப்பகுதி பெரும்பாலும் தட்டையாக ஆக்கப்பட்டுள்ளது. எவ்வித உறுப்புகளும் வடிவமைக்கப்படவில்லை.

இதன் மற்றொரு பரிணாமமாக ஒட்டல் முறையைக் குறிக்கலாம். இம்முறையில் முக உறுப்புகள், உடல் உறுப்புகள் தனியே செய்யப்பட்டு ஏற்கெனவே அரைகுறையாக செய்யப்பட்டுள்ள உடலோடு பொருத்தப்படும். ஆடை, அணிகலன்கள் யாவும் இம்முறையில் செய்வது எளிது. இம்முறையில் தேவையான வடிவங்களைப் பெறலாம். ஒரே சமயத்தில் பல கலைஞர்கள் பொம்மை செய்வதில் ஈடுபட முடியும். மேலும் இம்முறையில் பெரிய பொம்மைகளைச் செய்யலாம்.

இவ்வாறு பொம்மையின் முக்கிய உறுப்புகளை ஆக்கிய பின்னர் கண் புருவங்கள், நாசித் துவாரங்கள், தலை அலங்காரம், ஆடை அணிகலன்கள் ஆகியவற்றைக் கூரிய ஊசியைக் கொண்டு பொம்மையின் மீது வரைவர். மண் உருவங்களை அழகுபடுத்தும் கலை ஆரம்பமுதலே இருந்துள்ளது. முக்கியமாக விரல் நகங்கள் இவ்வலங்காரத்தில் பெரும்பணியாற்றின. பிறைபோன்று வளைந்த நகக் குறிகளை இடுவதால் நெளிநெளியான உருவத்தைப் பெறமுடியும். மேலும் சிறு குச்சிகளின் முனைகளைக் குத்திகுத்தி புள்ளி அலங்காரம் செய்தலுண்டு. இவையாவும் மிகத் தொன்மையான வடிவமைப்புகள் என்றபோதும் மிக எளிமையானவை என்பதாலும், எளிதில் இவற்றை உருவாக்க இயலும் என்பதால் காலந்தோறும் இம்முறை பின்பற்றப்பட்டுள்ளது. பின்னர் வெயிலில் காயவைத்து

சூளையில் இட்டுச் சுடுவர். சில சமயம் சுடுவதற்கு முன்பு செம்மண் கலவையால் பொம்மையின் மீது பூசுவர். சுட்டபின்னர் அதன் மீது சுண்ணாம்பு, செம்மண் சாயம் அல்லது வேறு வண்ணங்களைப் பூசுதலும் உண்டு.

10.3. பொம்மை அச்சுகள்

அச்சு மூலம் வார்த்தெடுத்தலை இரண்டாம் முறையாகக் குறிக்கலாம். வரலாற்று ஆரம்ப காலத்திலேயே இத்தொழில் நுணுக்கம் அறியப்பட்டதாகத் தெரிகிறது. அச்சுகளைக் கொண்டு குறைந்த நேரத்தில் ஒரே அச்சைக் கொண்டு அதிக அளவில் பொம்மைகள் செய்யலாம். மேலும் ஒவ்வொரு தடவையும் பொம்மையைத் தனியாக வடிவமைக்கத் தேவையில்லை. அச்சுகளைக் கொண்டு பொம்மைகள் வடிக்கும் தொழில்நுட்பம் என்று தோன்றியது எனச் சரியாக அறிந்துகொள்ள இயலவில்லை. இம்முறையை உரோமானியர்களிடமிருந்து இந்தியர்கள் பெற்றனர் என சில அறிஞர்கள் கருதுகின்றனர். பொது ஆண்டின் (கிறித்து சகாப்தம்) ஆரம்ப ஆண்டுகளுக்கு முன்பிருந்தே மத்திய தரைக்கடல் பகுதிகள் மற்றும் உரோம் நாட்டுடன் வணிக நடவடிக்கைகள் அதிக அளவில் இருந்துள்ளன. இந் நெருங்கிய தொடர்புகளால் உரோமானியர்களிடமிருந்து இந்தியர்கள் இவ் அச்சு முறைத் தொழில் நுட்பத்தைப் பெற்றிருக்கலாம் என்பது அவர்களது கருத்து.

பொம்மை செய்வதற்கான அச்சு முதலில் செய்யப்பட்டது. இவ் அச்சு பெரும்பாலும் சுட்ட மண் அச்சு ஆகும். ஏற்கெனவே செய்யப்பட்ட சுடு மண் பொம்மையிலிருந்து மண் பிரதி ஒன்று எடுக்கப்படும். இப்பிரதியில் மேடாக உள்ள பொம்மையின் பகுதிகள் யாவும் குழிவாகக் காணப்படும். இவ் அச்சில் உள்ள அதிக மண்கலவை நீக்கப்பட்டு, உலரவைக்கப்பட்டு சூளையில் இட்டு சுடப்படும். பொதுவாக ஒரு பொம்மை செய்வதற்கு குறைந்தபட்சம் ஒரு அச்சு தேவை. ஓரச்சில் செய்த உருவங்களின் முன்பகுதி மட்டும் காணுமாறிருக்கும். இவ்வுருவம் கனமாக இருந்தபோதும் அதன் பின் பகுதி தட்டையாக அல்லது உருவமற்ற மேடாக

ஆக்கப்படும்.

இரண்டு அச்சுகளைப் பயன்படுத்தியும் உருவங்களைச் செய்துள்ளனர். முன் பகுதிக்கென ஒரு அச்சும் பின் பகுதிக்கென ஒரு அச்சும் இம்முறையில் பயன் படுத்தப்படும். இவ்வகை மண் பொம்மைகள் செய்யப்படும்போது சேர்க்கப்படும் இரு பகுதிகளின் ஓரங்களில் மண்சாந்து பூசி ஒட்டிவிடுவர். இதனால் இப்பொம்மைகளின் உள்பகுதி பெரும்பாலும் வெற்றிடமாக காணப்படும்.

10.4.தொழில் கலைஞர்கள்

சுடு மண் பொருள்களில் மண் கலன்கள் ஆக்குவோர் மண்கலப் பணியாளர்கள் ஆவர். பழங்காலம் தொட்டு குயவர் எனப்படும் சமூகத்தாரே இப்பணி செய்வோராக இருந்துள்ளனர். சில பகுதிகளில் இவர்கள் வேளார் எனவும் அழைக்கப்பட்டனர். குயவர் குல உறுப்பினர்கள் சற்றே பெரிய கிராமங்களில் எல்லாம் தம் தொழிற்கூடங்களை அமைத்து வாழ்ந்து வந்துள்ளதாக அறிகிறோம். இருப்பினும், அவர்கள் தொழில் நடத்த வாய்ப்பும் மண்வசதியும் உள்ள ஊர்களிலேயே அவர்கள் வாழ்ந்திருக்க வேண்டும் எனக் கருதலாம். மேலும் அவர்கள் பொருள்களை விற்க ஏதுவான அங்காடி வசதிகள் அமையப்பெற்ற ஊர்களில் அல்லது அவ்வூர்களுக்கு அணித்தாக வாழ்ந்திருக்கலாம். இக்குயவர் சமூகத்தில் கலைப்படைப்புகளை ஆக்கும் திறன் பெற்ற சிலரால் இக் கலைப் படைப்புகள் உருவாக்கப்பட்டன. பின்னாளில் இவர்களே பெருவாரியான கலைப் படைப்புகளை ஆக்கியிருக்கலாம். இக் கலைஞர்களைப் பற்றி இலக்கியங்கள் தகவல்கள் ஏதும் தரவில்லை. இதனால் இவர்களில் சமூக நிலை, ஆக்கிய கலைப்படைப்புகள் பற்றி அறிய இயலவில்லை. இவர்கள் குலத்தொழிலாகச் செய்துவந்துள்ளனர். கோவில்களுக்கு செய்துதரும் மண் கலன்களுக்கு ஊதியமாக, கோவிலில் மானியம் வழங்கப்பட்டதாகக் கல்வெட்டுகள் சிலவற்றின் மூலம் அறிகிறோம்.

10.5.கலைப் பாணிகளின் தாக்கம்

சுடு மண் பொம்மைகள் தமிழ்நாட்டின் பல பகுதிகளில் செய்யப்பட்டபோதிலும் அவற்றில் தமிழகத்திற்கு புறத்தே நிலவிய கலை வடிவங்களின் தாக்கம் காணப்படுகிறது என்று பல ஆய்வாளர்கள் கருதுகின்றனர். இச் பொம்மைகளின் காணப்படும் சில உருவ அமைப்புகள், ஆபரண வகைகள் போன்ற தன்மைகளை ஒட்டி இக் கருத்துக்கள் அமைந்துள்ளன. இவற்றில், இந்திய மற்றும் அயல்நாட்டு கலைவடிவங்களின் தாக்கம் உள்ளதாகக் கருதுகின்றனர்.

திருக்காம்புலியூர் சுடு மண் பொருள்களை ஆய்வு செய்தபின்னர் வட இந்தியா கலைவடிவத் தாக்கம் பிரதிபலிக்கிறதென தெ.வெ. மகாலிங்கம் கருதினார். அகிச்சத்திராவில் நிலவிய கலைவடிவத்தின் தாக்கத்தைப் பெண் உருவத்தில் காணலாம் என்பர். காவிரிப்பூம்பட்டினத்தில் கண்டெடுக்கப்பட்ட சுடு மண் பொம்மைகள் பலவற்றிலும் வட இந்தியா கலைவடிவத்தின் தாக்கம் உள்ளது என்பார் கே. வி. சௌந்தரராஜன். அங்கு கண்டெடுக்கப்பட்ட சுடு மண் பெண்பொம்மைகளில் ஒன்றில் சுங்க–குஷான கலைப்பாணி பிரதிபலிப்பதாகக் குறிப்பிடுவர். மற்றொரு சுடு மண் பொம்மையில் குப்தர் கால கலைப்பாணி பிரதிபலிப்பதாகச் சொல்வர். போளுவாம்பட்டி அகழாய்வில் கண்டெடுக்கப்பட்ட பொம்மைத்தலையை ஆதாரமாகக் கொண்டு காந்தாரக் கலைவடிவத்தின் தாக்கம் உள்ளது என்பர் ஸ்ரீதரன்.

தென் இந்தியாவில் நிலவிய கலைவடிவங்களின் தாக்கத்தையும் இச் சுடு மண் உருவங்களில் காண்பதாகச் சில அறிஞர்கள் உரைப்பர். தக்காணத்தில் நிலவிய இக்சுவாகு கலைப்பாணியின் தாக்கம் காவிரிப்பூம்பட்டினத்தில் கிடைத்த ஆண் உருவத்தில் காணலாம் என்று குறிப்பிடுவர் கே. வி. சௌந்தரராஜன். மற்றொரு சுடு மண் பொம்மையில் நாகார்ஜுனகொண்டா கலைப்பாணியின் தாக்கம் உள்ளதெனக் குறிப்பிடுவர். மேலும் கடத்தூரில் எடுக்கப்பட்ட பொம்மைகளில் சாதவாகனர் கலைப்பாணியின் தாக்கம் உள்ளதென்பர்.

அயல்நாட்டுக் கலைப்பாணியின் தாக்கம் பற்றி

எம்.கெ. தவளிகர் குறிப்பிடுவர். இவரது கருத்துப்படி கடத்தூரில் கண்டெடுக்கப்பட்ட பொம்மைகளில் சித்திய கலைப்பாணியின் தாக்கம் உள்ளது.

பல பகுதிகளின் கலைவடிவங்களின் தாக்கம் தமிழ்நாட்டுச் சுடு மண் பொம்மைகளில் உள்ளது என்ற கருத்து நமக்கு சற்றே வியப்பளிப்பதாக உள்ளது. கடத்தூர் போன்ற எளிதில் சென்று வர இயலாத பகுதியில் மிகத் தொன்மையான காலத்தில் சித்திய போன்ற தொலைதூரத்து கலைப்பாணியின் தாக்கம் ஏற்பட்டுள்ளதென்பதை மற்ற ஆதாரங்களும் நமக்கு உணர்த்தவேண்டும். மேலும் சுடு மண் பொம்மைகளில் காணப்படும் அயல்நாட்டு ஆபரணங்களை பொம்மை செய்யும் கலைஞர்கள் எவ்வாறு அறிந்தனர் என நம்மால் ஊகிக்க இயலாது. மேலும் சுடு மண் பொம்மைகள் சிறியனவாக உள்ளதால் எளிதில் வேற்றிடங்களுக்கு எடுத்துச் செல்ல முடியும். எனவே வேறிடத்தில் செய்தும் இவ்விடத்திற்கு வந்திருக்கலாம் என்ற நோக்கில் கூட ஆராயப்படவேண்டுவன. அவ்வாறிருப்பின் பொம்மை செய்யப் பயன்படுத்தப்பட்ட களிமண் வேறிடத்தைச் சார்ந்ததாக இருக்கவேண்டும். இவ்வகையில் ஆய்வுகள் நடத்தப்பெறாமல் முடிவான கருத்தறிவித்தல் சரியானதன்று.

பலபகுதி கலைப்பாணியின் தாக்கம் பற்றி பல அறிஞர்கள் குறிப்பிட்டபோதும் இவை பற்றி சரியான ஆய்வுகள் இதுவரை நடத்தப்படவில்லை. மேலும் அக்காலக் கலைப்படைப்புகள் பிறவற்றில் இக்கலைகளில் தாக்கம் பற்றி இவ் அறிஞர்கள் ஏதொரு கருத்தையும் தெரிவிக்கவில்லை. கலைவடிவங்களில் தாக்கம் எவ்வாறு வந்ததென இவ் அறிஞர்கள் ஆராய்ந்து கருத்தறிவிக்கவில்லை. எனவே கலைவடிவங்களில் தாக்கம் என இவ் அறிஞர்களின் கருத்துக்கள் மீளாய்வுக்கு உட்படுத்தப்படவேண்டும். முக்கியமாக இவர்கள் உள்ளூர்க் கலைஞர்களின் பங்களிப்பை முற்றிலும் புறந்தள்ளியுள்ளனர். தொலைதூர வணிகத்தினை ஊக்குவிக்க இக்கலைப் பொருள்கள் செய்யப்படவில்லை என்பதும், உள்ளூர் மக்களின் பயன்பாட்டினைக் கருதியே இவ் உருவங்கள் செய்யப்பட்டுள்ளன என்பது மிகத் தெளிவு.

11.தற்காலத்தில் சுடு மண் கலை

11.1.தற்கால நிலை

சுடு மண் கலைப் பொருள்கள் எளிதில் அழியும் தன்மையுடையதாயினும் இக்கலை அழியாதது என்பது புலனாகும். பலகாலம் செய்யப்பட்டு வந்த சுடு மண் உருவங்கள் இன்றும் செய்யப்பட்டு மக்கள் பயன்படுத்தி வருகின்றனர். இக்கலைப்பொருள்கள் 20 ஆம் நூற்றாண்டின் இடைப்பகுதி வரை மக்களிடம் மிகுந்த வரவேற்பைப் பெற்றிருந்தன என்பதில் வியப்பேதுமில்லை. பழம் காலங்களைப் போன்று அதிக எண்ணிக்கையில் செய்யப்படாவிடினும் மண் சட்டிகள், பொம்மை செய்யும் கலை வல்லுநர்கள், காலத்திற்கு ஏற்றார்போல் தங்கள் திறமையை வேறுவிதமாகவும் வேறு பாணிகளிலும் வெளிப்படுத்தியுள்ளனர். சட்டி, பானை போன்ற சுடு மண் பொருள்களைப் பயன் படுத்துவேர் இக்காலத்தில் மிகவும் சுருங்கிவிட்டனர். எனவே வியாபார நோக்கத்தில் முன்காலங்களைப்போல் அதிக எண்ணிக்கையில் செய்யப்படுவதில்லை. இருப்பினும், பொங்கல் போன்ற பண்டிகை நாட்களில் புதுப்பானையைப் பயன் படுத்தும் முறை இன்றும் பல குடும்பங்களில் நிலவி வரும் சிறப்பான வழக்கமாகும். இதேபோல் திருமண வீடுகளில் வண்ணம் தீட்டப்பட்ட புதுப்பானைகளை மணமக்களுக்கு அளிப்பது வெறும் சடங்காகி விட்டது. தீபாவளி, கார்த்திகை தீபம் போன்ற திருவிழாக்களில் மண் விளக்குகளை ஏற்றி வைப்பது இன்றும் நடைபெறும் நிகழ்ச்சியாகும். இந்துக் கோவில்களில் மண்தீபம் ஏற்றுவதைச் சிறப்பான வழிபாடுகளில் ஒன்றாக

இன்றும் மதித்துப் போற்றிவருகின்றனர். வீட்டுத் தோட்டத்தில், அலுவலகங்களில் மண்தொட்டிகளில் பூச் செடிகள் வளர்ப்பது இன்றும் காணும் நிகழ்ச்சியாகும். ஆண், பெண் உருவங்கள், விலங்கின உருவங்களை அமைத்து, தோட்டங்கள், வீட்டு வரவேற்பறைகள், உணவகங்கள், தங்குமிடங்கள், பொதுக் கட்டிடங்கள் ஆகிய இடங்களை அழகுபடுத்துகின்றனர். மரபு வழி உணவகங்களிலும், உயர்தர உணவகங்களிலும் மண் சட்டிகளில் உணவைக் கொணர்ந்து பரிமாறும் சடங்குகளும் புதுமைப் பொலிவாகக் கருதி நடைபெறுகின்றன.

11.2.குழந்தை உருவங்கள்

வேகமாக மாறிவரும் சூழலுக்கு ஏற்ப இக்கலை வல்லுனர்கள் தம் கலை வடிவங்களை மாற்றிக்கொண்டுள்ளபோதும் இக்கலையின் தொன்மைப் பரிமாணங்கள் சிலவற்றை மக்கள் இன்றும் பின்பற்றுகின்றனர். அவற்றுள் முதலாவதாக கோவிலுக்கு அளிக்கப்படும் உருவங்களைக் குறிக்கலாம். குழந்தை பொம்மைகள், தமிழகத்தில் பரவலாக எல்லாப்பகுதி கோவில்களிலும் இன்றும் அளிக்கப்படுவதைக் காணலாம். இப்பொம்மைகளை உள்ளூர்க் குயவர்கள் செய்து அளிக்கின்றனர். பழம் காலக் குழந்தை உருவங்களைப் போன்று இரு கைகளை முன்னே நீட்டி அமர்ந்தவாறோ, தவழ்கின்ற நிலையிலோ செய்யப்படுகின்றன. இவற்றில் பொதுவாக கலைத்திறன் ஏதும் காணமுடியாது. முகம், உடல் பகுதிகள் சரியாக வடிவமைக்கப்படுவதில்லை. இப்பொம்மைகளில் பழங்காலப் பொம்மைகளைப் போன்று அலங்கரிக்கப்படுவதுமில்லை. ஆயினும் சில பகுதிகளில் பொம்மை செய்யும் குயவர்களின் செயல்திறமையால் அவ் உருவங்கள் அழகுடன் உயிர்பெற்றாற்போல் காணப்படும்.

11.3.கடவுள் உருவங்கள்

வழிபாட்டிற்கான கடவுள் உருவங்கள் இக்காலத்திலும் மண்ணால் செய்யப்படுகின்றன. கிராமக் கோவில்கள் பலவற்றில் நடைபெறும் ஆண்டுத் திருவிழாக்களில் பெரிய மண் உருவங்கள் செய்யப்பட்டு வழிபடப்படுகின்றன. இவைகள் பெரும்பாலும் சுடப்படுவதில்லை. இவ்வழிபாட்டின்

தோற்றத்தை நம்மால் கணிக்க இயலவில்ல என்றாலும் மிகப் பழங்கால முதல் வழக்கிலிருந்திருக்கும் என்று கருதலாம். கோவில் திருவிழாக்களில் கோவிலுக்கு முன்னுள்ள வெளி யிடத்தில் பெரிய மண் உருவங்கள் அமைக்கப்படும். இவ்வுருவங்களுக்கு எல்லாவித அலங்காரங்களும் செய்யப்பட்டு வழிபாடுகளும் நடத்தப்படும். திருவிழா முடிந்த பின்னர் இவ்வுருவங்கள் அகற்றப்பட்டுவிடும். இவ்வாறு அமைக்கப்பட்ட பெரிய மண் உருவங்களைக் கூத்தாண்டவர் கோவில் திருவிழாக்களில் இன்றும் காணலாம். பொள்ளாச்சிக்கு அருகாமையில் உள்ள மாசாணியம்மன் கோவில் திருவிழாவில், மாசாணியம்மனின் மண்ணாலான திருவுருவம் பெரிய அளவில் அமைக்கப்பட்டு வழிபடப்பெறும். கோவிலுக்கு முன்னுள்ள வெட்டவெளியில் இவ்வுருவம் அமைக்கப்படுவது வழக்கம். இவ்வாறு தமிழகத்தின் பல பகுதிகளில் உள்ள கோவில்களில் மண்ணாலான பெரிய உருவங்கள் இன்றும் அமைக்கப்பட்டு வழிபடப்படுகிறன. இவ்வுருவங்கள் பெரும்பாலும் கையால் உருவாக்கப்படுபவை. இவற்றை அமைப்போர் அங்குள்ள பூசாரிகள் அல்லது பரம்பரையாக வாழ்ந்துவரும் சில குடிகள்.

இதேபோல் விநாயகர் சதுர்த்தி போன்ற திருவிழாக்காலங்களில் பச்சைக் களிமண்ணால் ஆன விநாயகர் உருவங்கள் செய்யப்படுகின்றன (படம் 200). இவ் உருவங்கள் ஒன்று அல்லது இரண்டு அச்சுகளைக் கொண்டு செய்யப்படுகின்றன. இவ்வுருவங்கள் உலர்ந்த நிலை யிலேயே வைக்கப்பட்டு வழிபடப்படுகின்றன. மூன்று நாள் வழிபாட்டுக்குப் பின்னர் கிணற்றிலோ, ஆற்றிலோ, கடலிலோ அல்லது ஏதேனும் ஒரு நீர்நிலையில் விட்டுவிடுவர்.

விநாயகர் சதுர்த்திக்காகச் செய்யப்படும் பொம்மைகளின் தன்மை அண்மைக் காலங்களில் மாறுபட்டுள்ளதை நோக்க வேண்டும். மண்ணால் மட்டுமின்றி, சீனக் களிமண் (பிளாஸ்டர் ஆப் பாரிஸ்), பிளாஸ்டிக், காகிதம் மற்றும் காகிதக் கூழ் போன்றவற்றாலும் விநாயகர் பொம்மைகள் செய்யப்படுகின்றன. இவ்வுருவங்கள் சில இடங்களில் மிகப்

பெரிய அளவில், சுமார் 20–50 அடி உயர அளவுகளில் செய்யப்படுகின்றன. இப்பொம்மைகள் குறிப்பிட்ட கால அளவில் வழிபடப்பட்டு அழிக்கப்படுகின்றன.

11.4. வாகனங்கள்

கடவுள் வாகனங்களும் இக்காலத்தில் மண்ணால் செய்யப்பட்டு கோவில்களுக்கு அளிக்கப்படுகின்றன. முக்கியாக கிராமக் கோவில்களில் இச்சிலைகளைக் காணலாம். பெரிய குதிரைச் சிலைகள் மண்ணால் செய்யப்பட்டு வெட்டவெளியில் நிறுத்தப்பட்டுள்ளன (படம் 185). இவ்வுருவங்கள் அரைகுறையாகச் சுடப்பட்டவையாயினும், பெரும்பாலும் கண்ணைப்பறிக்கும் அளவில் வண்ணப்பூச்சுக்களோடு உள்ளன.

யானை, குதிரை, நாய், ஆடு, பசு, காளை போன்ற விலங்கின மண் உருவங்கள் கிராமக் கோவில்களுக்கு அளிக்கப்படுகின்றன. இவை அவ்வூர் பக்தர்களால் நேர்த்திக் கடனுக்காக அளிக்கப்பட்டவை. இவ்வழக்கம் இன்றும் பலகிராமங்களில் நிலவி வருகிறது. இவ்வழக்கம் பொதுவாக அய்யனார், கிராம தேவதை, எல்லையம்மன், காளி கோவில், மதுரை வீரன், போன்ற கோவில்களில் உள்ளது. மக்களால் நேர்த்திக்கடனுக்காக அளிக்கப்பட்ட இவ் விலங்கு உருவங்கள் பல அளவுகளில் சிறிய, பெரிய உருவங்களாகச் செய்யப்படுகின்றன. இவ்வுருவங்களில் உடல் பகுதி தனியே செய்யப்பட்டு, கால்கள் நீள் உருளைகள் போல ஆக்கப்படும். இவ்வாகனங்களை பக்தர்கள் கோவிலுக்கு காணிக்கையாக அளிப்பதற்கு பல காரணங்கள் உள்ளன. முக்கியமாக தம் வேண்டுதல் நிறைவேறியதற்கு கடவுளுக்கு நன்றி தெரிவிக்க இவ்வாறு அளிப்பது பொதுவான காரணமாகும். ஆடு, மாடுகளை நோய் நொடி தாக்காமலிருக்கவும், தாக்கிய நோயிலிருந்து மீளவும், மீண்ட பின்னர் கடவுளுக்கு நன்றி தெரிவிக்கவும் இவ்வுருவங்கள் அளிக்கப்படுவன.

11.5. பொம்மைக் கொலு

பொம்மைக் கலையின் மற்றுமொரு பரிமாணத்தைக்

நவராத்திரி விழாவில் காணலாம். இவ்விழா நடைபெறும் ஒன்பது நாட்களும் பொம்மைகளை கண்காட்சிப் பொருளாக வைத்து மகிழ்வர். இப்பொம்மைக் கண்காட்சியில் பெரும்பாலும் பெண்களே பங்கேற்பர். ஆயினும், எல்லா சமூகத்தாரிடையே இவ்வழக்கம் இல்லையென்பதும், குறிப்பிட்ட சில சமூகத்தார் மட்டுமே பொம்மைக் கொலு வைத்து நவராத்திரி விழாவைக் கொண்டாடுவதை முக்கியமாகக் கருத்தில் கொள்ளவேண்டும். இப் பொம்மைகளில் பெரும்பாலானவைகள் குழலூதும் கண்ணன், ராதையோடுள்ள கண்ணன், மார்பளவுள்ள் சிவன் பார்வதி, மார்பளவுள்ள வெங்கடாசலபதி போன்ற கடவுள் உருவங்களே. பிள்ளையார் வடிவங்கள், துணைவியரோடுள்ள முருகன் உருவங்கள் இக்காலத்திலும் செய்யப்படுகின்றன. இன்றைய காலகட்டத்தில், 19–20 ஆம் நூற்றாண்டுகளில் மண் பொம்மைகளை மட்டும் கொலுவில் வைப்பதில்லை. மண் பொம்மைகளோடு காகிதக்கூழ் பொம்மைகள், பிளாஸ்டிக் போன்ற இரசாயனக் கலவைப் பொருள்களில் ஆக்கப்பட்ட பொம்மைகள், இன்ன பிற பொருள்களால் ஆன பொம்மைகள் யாவும் கொலுவில் வைக்கப்படுகின்றன.

11.6.அலங்காரப் பொருள்கள்

வீடுகள், பொதுக்கட்டிடங்களில் சுடு மண் தட்டுகள் அலங்கரிக்கப்பயன் படுத்தப்பட்டன. சுற்றுச் சுவர்களில் வட்டத்தட்டுகள் பதிக்கப்பட்டு அழகுபடுத்தப்பட்டன. சிலவற்றில் ஆண் பெண் உருவங்கள் உள்ளன. இன்னும் சிலவற்றில் அலங்கார வடிவங்கள் பதிக்கப்பட்டுள்ளன. இச் சுடு மண் தட்டுகள் அச்சுகளைக் கொண்டு செய்யப்பட்டன. இவற்றை அதிக அளவில் தொழிற்சாலைகளில் செய்தன. சுடு மண்ணால் செய்யப்பட்ட ஆள்தலைகள் கூரைவீடுகளின் உச்சியில் வைக்கப்படுவதுண்டு. இத் தலைகள் இரு சுவர்கள் கூடுமிடத்திலும், வீட்டு மேற்கூரைகளிலும் வைக்கப்படுகின்றன. வீடுகளை அழகாக்குவதற்கு இவ் உருவங்கள் வைக்கப்படுவதில்லை. இவற்றைக் கண்திருஷ்டி பொம்மைகளாகக் கருதலாம் (படம் 201). இவற்றின் முக உறுப்புகள் கண்ணைப்பறிக்கும் அளவில் பெரியதாகச்

செய்யப்பட்டு, வண்ணம் தீட்டப்பட்டிருப்பினும் எவ்வித கலையுணர்வும் இவற்றில் காணமுடியாது.

மக்கள் தம்மை அழகுபடுத்திக் கொள்வதற்காகவும் இக்காலத்திலும் சுடு மண்ணால் செய்த பாசிகள் கோர்த்த மாலைகளை அணிகின்றனர். இம்மாலைகள் பல அளவுகளிலும் நல்ல அலங்காரத்தோடும் செய்யப்படுகின்றன. சுடு மண்ணால் செய்யப்பட்ட கை வளையல்களும் மங்கையர் அணிவதற்காகச் செய்யப்படுகின்றன. இவ் அலங்காரப் பொருள்கள் யாவும் சிறிய அளவு தொழிற்கூடங்களில் மின்மயமாக்கப்பட்ட சிறந்த பொறிகளில் மிக நேர்த்தியாக வடிவமைக்கப்படுகின்றன.

11.7. புதிய பரிமாணங்கள்

குயவர்கள் குடும்பங்கள் சில இன்றும் சுடு மண் பொம்மைகள் செய்வதில் ஈடுபட்டுள்ளனர். இக்குடும்பங்களின் எண்ணிக்கை நாளுக்கு நாள் குறைந்து வருகிறது. கடுமையான போட்டிகளுக்கு நடுவே, முக்கிய நகரங்களின் நெருக்கடியான வீதிகளில், உற்பத்தி செய்யப்பட்ட சுடு மண் பொருள்கள், பொம்மைகள் ஆகியவற்றை இவர்கள் விற்கின்றனர். நகரங்களில் உற்பத்தி செய்ய இடமில்லாததாலும், பிற கட்டுப்பாடுகளாலும் நகரத்துக்கு சற்றுத்தள்ளி தம் தொழில்கூடங்களை ஏற்படுத்திக்கொண்டு பொருள்களை உற்பத்தி செய்துவருகின்றனர். தற்போது கையால் வனையும் திறமை பெற்ற குயவர்கள் எண்ணிக்கை மிகவும் குறைந்துவிட்டது. புதிய கருவிகளைக் குயவர்கள் பயன்படுத்த ஆரம்பித்துள்ளனர். மண்ணைப் பிசையவும், சக்கரத்தை சுழற்றவும் மின்மயமாக்கப்பட்ட கருவிகள் பயன்பாட்டில் வந்துவிட்டன. மண் அச்சுகளில் பொம்மைகளை வார்க்கும் முறையில் அதிக அளவு மண் உருவங்கள் உற்பத்தி செய்யப்படுகின்றன. இவர்கள் பல்வேறுபட்ட அலங்காரப் பொருள்களைச் செய்வதில் தம் திறமையைக் காட்ட ஆரம்பித்துள்ளனர்.

சுடு மண் கலையின் மற்றுமொரு பரிமாணமாக நுண்கலைக் கல்வியாக உருமாற்றம் பெற்றுவருகிறது.

இவ்வகையில் மரபு வழிசார்ந்ததும், சாராததுமான கலைஞர்கள் உருவாக்கப்படுகின்றனர். பட்ட, பட்டமேற்படிப்புக் கல்வியாக நுண்கலைக் கல்லூரிகளில் சுடு மண் பொம்மைக் கலை உருமாறியுள்ளது. ஆர்வமுடைய பல மாணவர்கள் இத்துறைக் கல்விப்படிப்புகளில் சேர்ந்து தம் கலைத்திறனை வெளிப்படுத்துகின்றனர். இத்துறையில் பயின்ற மாணவர்கள் சுடு மண் கலையில் புதிய உக்திகளைக் கையாண்டு பல புதிய வடிவங்களைச் செய்து வருகின்றனர். இக் கலைவடிவங்கள் பலவற்றை கண்காட்சிகளில் வைத்து விற்பனை செய்கின்றனர். இவர்கள் செய்யும் பொம்மைகள் கலைவடிவங்களாகப் பரிமளிக்கின்றன. இக்கலைப்பொருள் பெரும்பாலும் வீடுகள், அலுவலகங்கள், பொது இடங்கள் ஆகிய இடங்களில் காட்சிப்பொருள்களாக வைக்கப்பட்டுள்ளன. இவ் அலங்காரக் கலைப் பொருள்களில் குதிரைகள், மணிகள் போன்றவற்றைக் காணலாம். இக்கலைப் படைப்புகள் பொருளாதார நிலையில் மக்களிடம், முக்கியமாக செல்வந்தர்கள், கலை ஆர்வலர்கள் ஆகியோரிடையே நல்ல வரவேற்பைப் பெற்றுள்ளன.

சான்று நூல்கள்

தமிழ்

- கல்வெட்டு, தொல்லியல் துறையின் காலாண்டிதழ், தமிழக அரசு, சென்னை, *1974* முதல்.
- சசிவல்லி, வி.சி., பண்டைத்தமிழர் தொழில்கள், உலகத் தமிழாராய்ச்சி நிறுவனம், சென்னை, *1989*.
- சாசனம், தொகுதி *6*, கிருஷ்ணகிரி மாவட்ட வரலாற்று ஆய்வு மையம், ஓசூர், *2022*.
- சிங்காரவேலு முதலியார், ஆ., (தொகுத்தோர்), அபிதான சிந்தாமணி, *1910*, Asian Educational Service, புது தில்லி, பதிப்பு *1984*, பக். *629*.
- சிவானந்தம், இரா, கீழடி: வைகை நதிக்கரையில் சங்க கால நாகரிகம், தொல்லியல் துறை, தமிழ்நாடு அரசு, சென்னை, *2019*.
- தினமணி, *27–3–90*.
- துளசிராமன், டி., ஆர்காடும் அகழ்வைப்பகமும், தமிழ்நாட்டு தொல்லியல் துறை, சென்னை, *1990*.
- நாகசாமி, இரா., ஓவியப் பாவை, தமிழ்நாடு அரசு தொல்பொருள் ஆய்வுத் துறை, சென்னை, *1979*.
- பாலசுப்பிரமணியன், ஆர்., தமிழர் நாட்டு விளையாட்டுகள், உலகத் தமிழாராய்ச்சி நிறுவனம், சென்னை, *1980*.
- வசந்தி, சீ., தமிழக அகழாய்வில் சாதனைகள், பூவழகி பதிப்பகம், சென்னை, *1999*.
- ஸ்ரீதரன், கி., கருவூரும் அகழ்வைப்பகமும், தமிழ்நாட்டு தொல்லியல் துறை, சென்னை, *1992*.

- ஸ்ரீதர், தி, ஸ்ரீ., கோயம்புத்தூர் மாவட்டத் தொல்லியல் கையேடு, தமிழ்நாடு அரசு தொல்லியல் துறை, சென்னை, 2005.

- ஸ்ரீதர், தி, ஸ்ரீ., தமிழக அகழாய்வுகள்: ஆண்டிப்பட்டி (2004-2005), தமிழ்நாடு அரசு தொல்லியல் துறை, சென்னை, 2005.

ஆங்கிலம்

- Abdul Majeed, "Manmangalam Terracottas", South Indian Studies, R. Nagaswamy, Ed. pp. 102-104.

- Allchin, Bridget and Raymond, The Rise of Civilization in India and Pakistan, Cambridge University Press, 1996, p.148.

- Amita Ray, Life and Art of Early Andhradesa, Agam Kala Prakashnan, New Delhi, 1983.

- Ashok Vardhan Shetty, K., ed. Excavations at Mangudi, Department of Archaeology, Government of Tamilnadu, Chennai, 2003.

- Ashok Vardhan Shetty, K., Excavations at Perur, Department of Archaeology, Chennai, 2003.

- Balasubramaniyan, R., Tamiḻar Nāṭṭu Viḷaiyāṭṭukkaḷ, International Institute of Tamil Studies, Madras, 1980.

- Bridget and Raymond Allchin, The Rise of Civilization in India and Pakistan, Cambridge University Press, 1996.

- Choodamani Nandagopal, "The Art of Terracotta in South India", in Kala, Journal of Indian Art History Congress, eds. Maruti Nandan Tiwari and Kamal Giri, Vol. VI, 1999-2000, pp. 53- 62.

- Deo, S.B., Recent Researches on the Chalcolithic and Megalithic cultures of the Deccan, University of Madras, Chennai, 1982.

- Dhavalikar, M.K., "Megalithic Terracottas from Kadattur", Archaeological Studies, Ed. A.V. Narasimha Murthy, University of Mysore, Vol.1, 1976, pp. 9-14.

- Dhavalikar, M.K., Masterpieces of Indian Terracotts, Taraporevala, Bombay, 1977.

- Dinamani, 27-3-90.

- Frontline, vol.22, no.22, (2005).

- Harinarayana, A., "Art from Megalithic Past of Tamilnadu", Nunkalai, Malar, 5, 1986-87, pp. 31-33.

- Indian Archaeology-A Review, Archaeological Survey of India: 1956-57, p. 34; 1967-68, p. 29; 1969-70, pp.34-35; 1970-71, pp.32-33; 1971-72, pp.42-43; 1972-73, p.30; 1974-75, pp.37-38; 1975-76, p.39; 1976-77, pp.47-48; 1977-78, p.50;1978-79, p.73;1979-80, pp.69,70;1980-81, p.65, 1981-82, pp.62-63; 1982-83, p. 71-72;

- Kumar Anand, "Antiquarian Remains of Buxar", in Revealing India's Past-Recent Trendes in Art and Archaeology (Prof Ajay Mitra Sastri Commemoration Volume), eds.R.K. Sharma, Devendra Handa, Aryan Books International, New Delhi, vol1. 2005, pp. 74-8.

- Lal, B.B., Excavation at Hastinapura and other Explorations, Ancient India, Nos. 10 - 11, pp. 83-87.

- Lawrence L. Leshnik, South Indian Megalithic Burials: The Pandukal Complex, Wisebaden, 1974, p. 266.

- Mahalingam,T.V., Report on the Excavations in the Lower Kaveri Valley – Tirukkampuliyur and Alagarai, University of Madras, Chennai, 1970.

- Natana Kasinathan and A. Abdul Majeed, Thirukkoyilur Excavation, State Department of Archaeology, Government of Tamilnadu, Chennai, 1996, pp.29- 30, plates 3, 4,5.

- Poongunran, R., "Historic Terracottas from Dharmapuri", South Indian Studies, R. Nagaswamy, Ed. pp. 173-174.

- Prathibha Prakash, Terracotta Animal figurines in the Ganga-Yamuna Valley (600 BC. – 600 AD.), Agam Kala Prakashan, Delhi, 1985.

- Radha Krishnan, G., "Terracottas from Ancient Tamil Country (Human figurines only)", M.Phil. Dissertation submitted to the University of Madras, 1993.

- Raghunatha Bhat. H.R., "Art and Architecture of the Satavahana-Kadamba period", in Archaeology of Karnataka, ed. A.V. Narasimha Murthy, University of Mysore, Mysore, 1978, pp.210-224.

- Raman, K.V., "Archaeological Excavations in Kanchipuram", Tamil Civilization, Vol. 5, nos. 1-2, (1987), pp. 61-72.

- Raman, K.V., "Heritage in Clay", in K.V. Raman, Temple Art, Icons and Culture of India and South-East Asia, Sharadha Publishing House, Delhi, 2006, pp.90-92.

- Raman, K.V., and A.Ekambaranathan, Excavationa at Kallerimalai-A Megalithic Site, Journal of the Madras University, Section-A Humanities, vol. LXIII (1996), p.35.

- Raman, K.V., Excavations at Uraiyur (Tiruchirappalli) 1965-69, University of Madras, Chennai, 1988.

- Ratna Das, "Terracotta Art of Tripura", in Sraddhanjali, Studies in Ancient Indian History (D.C. Sircar Commemoration Volume), eds. K.K. Dasgupta, P.K. Bhattarcharya, R.D. Choudhury, Sundep Prakashan, Delhi, 1988, pp.186-88.

- Sankaliya, H.D., and Dhavalikar, M.K., "Terracotta Art of India", Marg, vol. XXIII, no. 1., 1969, pp. 33-54.

- Sathyabhama Badhreenath, Saluvankuppam Excavations: 2005-2015, Memoirs of Archaeological Survey of India, New Delhi, 2015, p. 66, fig. 25.1.

- Sengai Podhuvan, "Sports and Games of the Tamil", in M. Valarmathi (ed.) The Contribution of the Tamils to Indian Culture, Vol.3: Socio Cultural Aspects, International Institute of Tamil Studies, Madras, 1994, pp.171-190.

- Sharma, I.K. and Singh, B.P., "Terracotta Art of Prehistoric India", Journal of Indian History, vol. XLV, pt. iii, 1967, pp. 773-98.

- Sharma, R.S., "Development of Sculptural and Terracotta art in India from the beginning to the Mauryan Age", Puratattva, Vol. 22 (1991-92), pp. 65-68.

- Shyamalkanti Chakravarti, Catalogue of Bengal Terracottas in Indian Musuem, Indian Musuem, Calcutta, 1998.

- Soundara Rajan, K.V., Kaveripattinam Excavations 1963-73 (A port city of the Tamilnadu Coast), Archaeological Survey of India, New Delhi, 1994, pp.109-10.

- Sridhar, T.S., Kōyamputtūr Māvaṭṭat Tolliyal Kaiyēḍu, Department of Archaeology, Chennai,2005.

- Sridhar, T.S., Tamiḻaga Agaḻāyvugaḷ : Āṇḍippaṭṭi (2004-2005), Department of Archaeology, Chennai, 2005.

- Sridhar,T.S., (ed.) Alagankulam : An Ancient Roman Port City of Tamil Nadu, Department of Archaeology, Chennai, 2005.

- Sridhar,T.S., (ed.) Excavations of Archaeological Sites in Tamilnadu:- Modur (2004-2005), Department of Archaeology, Chennai, 2005.

- Sridharan, K., Karuvūrum Agaḻvaippagamum, Dept. of Archaeology, Government of Tamilnadu, Chennai- 1992.

- Silparatnam, ed. T. Ganapati Shastri, (Text with English translation), New Bharatiya Book Corporation, Delhi, 2 vols.

- Subrahmanyam, R., and K.V. Raman, "Terracotta figurines and other objects from Kanchi Excavations -1962", Journal of Indian History, vol. XIV, 1967.

- Subramniam, A., "Terracotta Art in Ancient Tamilnadu", Annals of Oriental Research, Vol. 25, silver Jubilee volume, 1975.

- Sundara, A., "Some sites with Terracotta figurines in Taluks Sirsi and Yellapur, dist. North Kanara, Mysore State", East and West, vol. 21, 1971.

- Sundara, A.,"Prehistoric Art in Karnataka", in Archaeology of Karnataka, ed. A.V. Narasimha Murthy, University of Mysore, Mysore, 1978, pp.102-128.

- Thapar, B.K., "Maski 1954: A Chalcolithic Site of the Southern Deccan", Ancient India, No. 13.

- Thiruvikkraman, R., Games and Pastimes in the Sangam Age, (Madras University, M.Phil Dissertation, Unpublished), 1983.

- Thulasiraman, D., Ārcāḍum Agaḻvaippagamum, State Dept. of Archaeology, Chennai, 1990, p. 58.

- Uma Chakraborti (Mukhopadyaya), "Some Bengal Terracottas of Foreign Inspiration" in Sraddhanjali, Studies in Ancient Indian History (D.C. Sircar Commemoration Volume), eds. K.K. Dasgupta, P.K. Bhattarcharya, R.D. Choudhury, Sundep Prakashan, Delhi, 1988, pp.243-47.

- Vasanthi, S., Tamiḻaga Agāḻāyvil Sādhanaigal, Povalagi Pathippagam, Chennai, 1999, pp. 11-19; 89-95.

- Wheeler, R.E. M., "Brahmagiri and Chandravalli 1947: Megalithic and Other Cultures in the Chitradurg District, Mysore State", Ancient India, No. 4. pp.181-310.

- Wheeler, R.E.M., A.Gosh and Krishna Deva, "Arikamedu: An Indo-Roman Trading station on the East Coast of India", in Ancient India, Vol. 2,No.2, 1946.

- Yoganand Shastri, "Newly Discovered Inscribed Terracottas of Sunga and Gupta period", in Noboru Karashima, ed. Indus Valley to Mekong Delta : Explorations in Epigraphy, New Era Publications, Chennai, 1985, pp.71-76.

படங்கள்

படத்தட்டு 1

1.தாய்த் தெய்வம், சதல்ஹொயுக் (துருக்கி); 2. எலி வடிவக் குவளை, ஜபல் அருத் (துருக்கி); 3. தாய்த் தெய்வம், டெல் சொங்கோர் (மெசபடேமியா); 4. குழந்தையுடன் பெற்றோர், உர் (மெசபடேமியா); 5. மண்தட்டில் கணிதம் (ஜியோமெட்ரி), டெல் ஹார்மல் (மெசபடேமியா).

படத்தட்டு 2

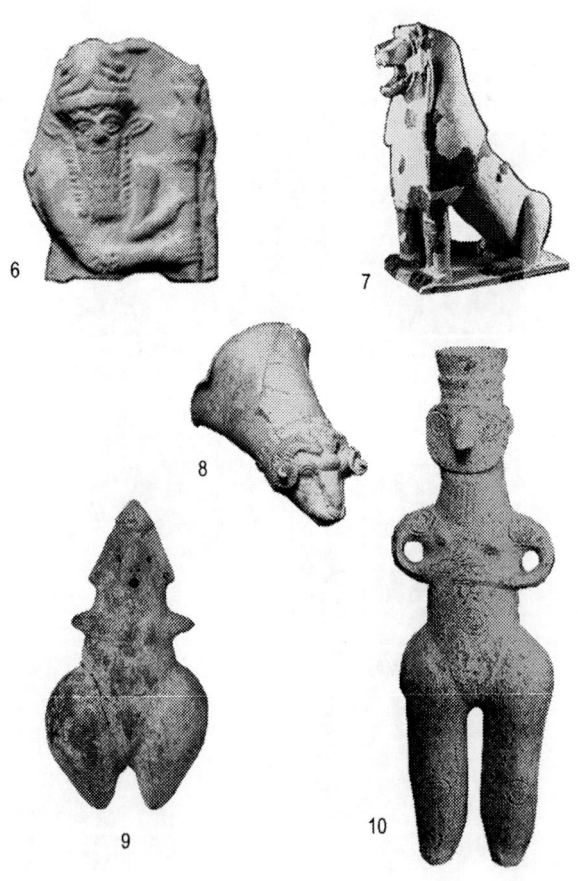

6.என்கிடு தெய்வம், ஊசியா (மெசபடேமியா); 7. சிங்கம், டெல் ஹார்மல் (மெசபடேமியா); 8. ஆட்டுத்தலைக் குவளை, நிமுராத் (மெசபடேமியா); 9-10. தாய்த் தெய்வங்கள், கிலன் (ஈரான்).

படத்தட்டு 3

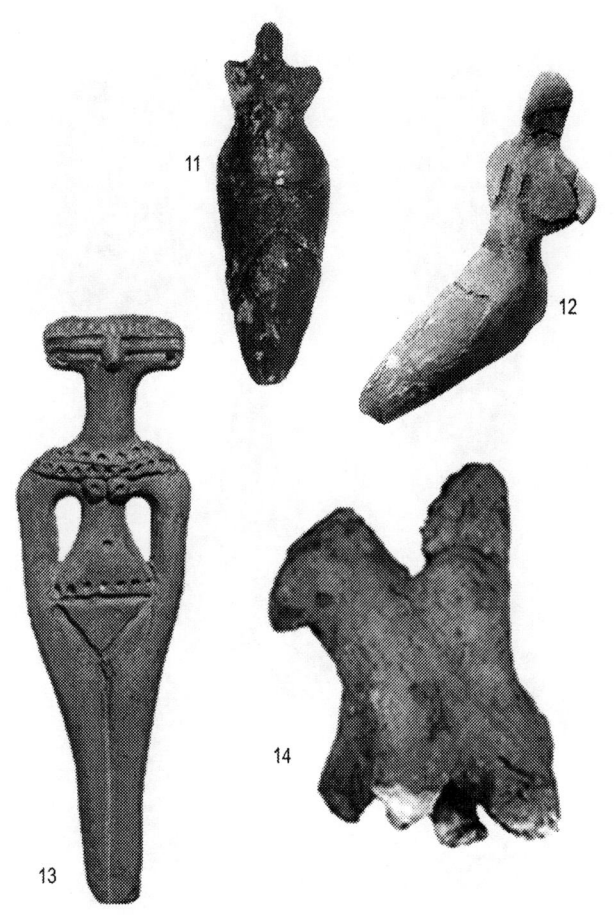

11-12. தாய்த் தெய்வங்கள் (எகிப்து);
13. பெண் உருவம் (எகிப்து); 14. குதிரை வீரன் (எகிப்து)

படத்தட்டு 4

15. தாலமி அரசி (எகிப்து); 16. தாலமி அரசன் (எகிப்து);
17. குழந்தைக் கடவுள் (எகிப்து); 18. இரு நடிகர்கள் (எகிப்து);
19. பன்றி மீதமர்ந்த பெண் உருவம் (எகிப்து).

படத்தட்டு 5

20. தாய்த் தெய்வம் (கிரேக்கம்);
21. ஆண் உருவம் (எகிப்து);
22-23. தாய்த் தெய்வங்கள் (கிரேக்கம்).

படத்தட்டு 6

24

25

26

27

24. பெண் உருவம், மணி பொம்மை (கிரேக்கம்);
25. குண்டுப் பெண் (கிரேக்கம்); 26. முகமூடி (கிரேக்கம்);
27. அதினா தேவதை (கிரேக்கம்)

படத்தட்டு 7

28

29

30

31

28. மனிதத் தலை மூடி (உரோம்); 29. பெண் தலை (உரோம்); 30. எர்மேயஸ் கடவுள் (உரோம்); 31. எட்ரஸ்கன் கோவில் (உரோம்)

படத்தட்டு 8

32

33

34

35

32. சிறகுகளுள்ள குதிரைகள் (உரோம்); 33. ஈமப் பேழை மூடியில் உள்ள பெண் உருவம் (உரோம்); 34. முகமூடி (உரோம்); 35. ஆண் தலை (உரோம்)

படத்தட்டு 9

36

37

38

39

40

41

36. பன்றி உருவக் கலம் (சீனா); 37. மண் அச்சு (சீனா);
38-40. சுடுமண் வீரர்கள் (சீனா); 41. குதிரை வீரர் (சீனா).

படத்தட்டு 10

சிந்துவெளி நாகரிக பெண், ஆண் உருவங்கள்

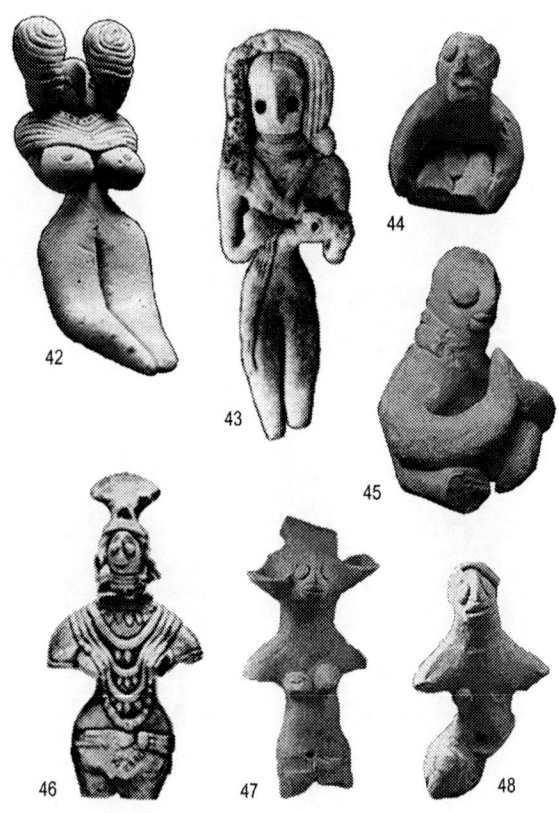

42-43. பெண் உருவங்கள் (மெகர்கர்);
44-45. ஆண் உருவங்கள் (அரப்பா);
46. தாய்த் தெய்வம் (மொஹஞ்சதாரொ);
47-48. பெண் உருவங்கள்.

படத்தட்டு 11
சிந்துவெளி நாகரிக விலங்கினங்கள்

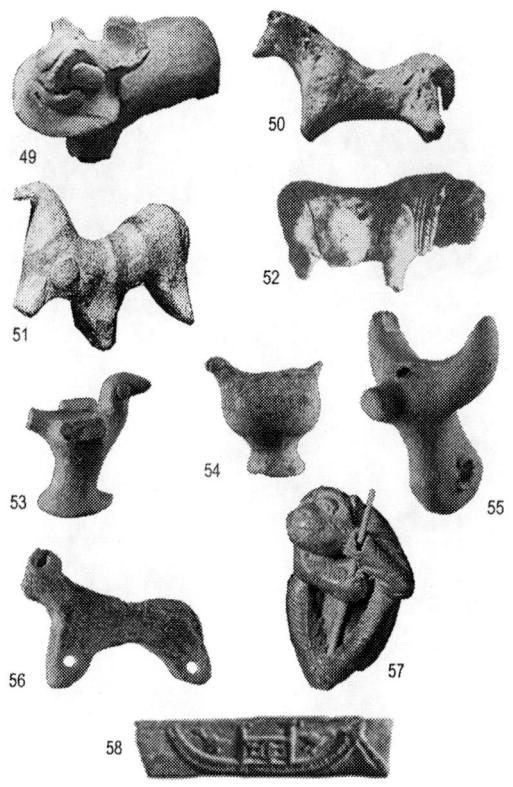

49. சிங்கம்; 50. குதிரை; 51. ஒற்றைக் கொம்புள்ள மிருகம்; 52. காளை; 53. பறவை; 54. கோழி; 55. மான் தலை; 56. ஆடும் பொம்மை; 57. குரங்கு; 58. கப்பல் வடிவம் உள்ள சுடுமண் தட்டு.

படத்தட்டு 12

59

60

61

62

63

59-60. தாய்த் தெய்வங்கள் (அகிச்சத்திரா);
61. அலங்கரிக்கப்பட்ட பெண் உருவத் தலை (பக்சார்);
62. அலங்கரிக்கப்பட்ட பெண் உருவம் (மதுரா);
63. நடன மங்கை (புலந்திபாக்).

படத்தட்டு 13

64

65

66

67

68

64. வாத்தியம் இசைக்கும் பெண் (மதுரா);
65. தம்பதி உருவமுள்ள தட்டு; 66. இசைவாணர்கள் தட்டு;
67. உதயணன் கதை தட்டு (கோசாம்பி);
68. எழுத்துகளை எழுதிப் பழகும் சிறுவன் தட்டு (சுக).

படத்தட்டு 14

69

70

72

71

73

69. பெண் உருவம் (மதுரா); 70. சிம்மம்;
71. நகரவாசி புடைப்புருவத் தட்டு (சந்த்ரகெதுகர்);
72. வண்டியின் புடைப்புச் சிற்பம் (உத்திரப்பிரதேசம்);
73. மாடத்தில் ஆள் தலை (உத்திரப்பிரதேசம்).

படத்தட்டு 15

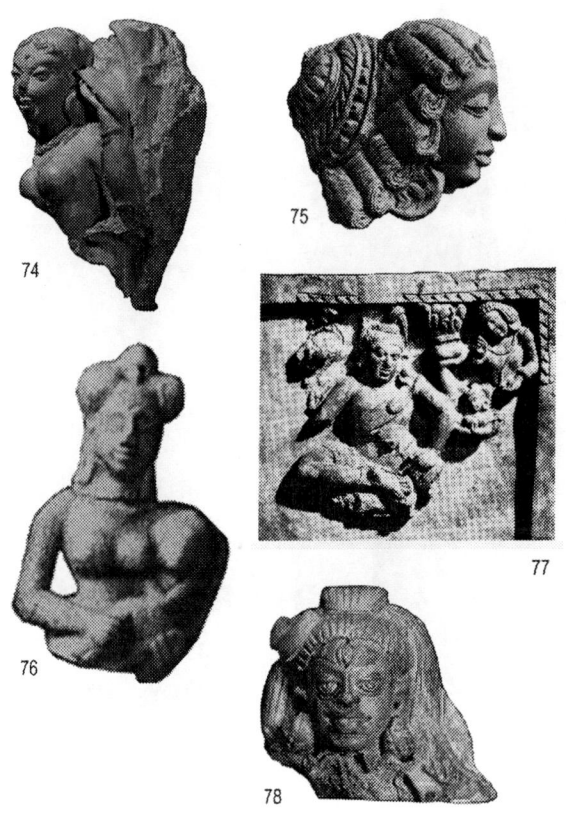

74

75

77

76

78

74. கொடியில் சாய்ந்த மங்கை;
75. தலை அலங்காரத்துடன் பெண் தலை (அகிச்சத்திரா);
76. பெண் உருவம் (அகிச்சத்திரா);
77. தட்சிணாமூர்த்தி தட்டு (அகிச்சத்திரா);
78. சிவபெருமான் (அகிச்சத்திரா).

படத்தட்டு 16

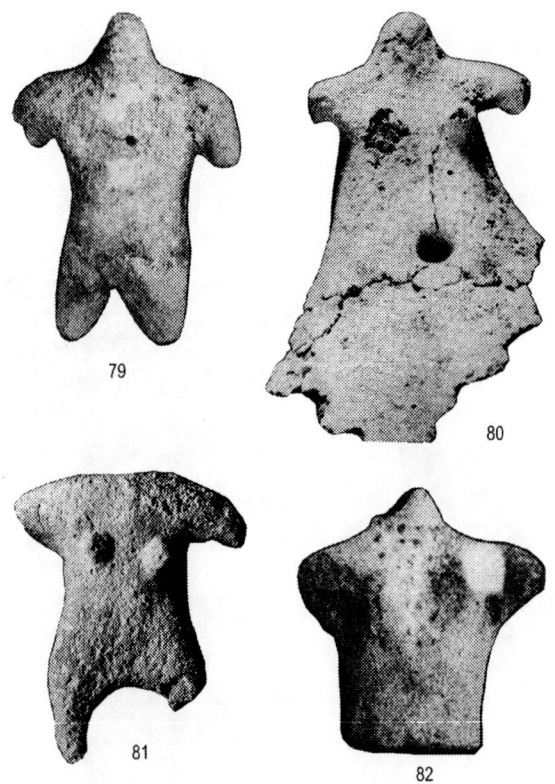

79

80

81

82

79. ஆண் உருவம் (இநாம்காவ்);
80. பெண் உருவம் (நெவாசா);
81. பெண் உருவம் (தைமாபாத்);
82. பெண் உருவம் (இநாம்காவ்).

படத்தட்டு 17

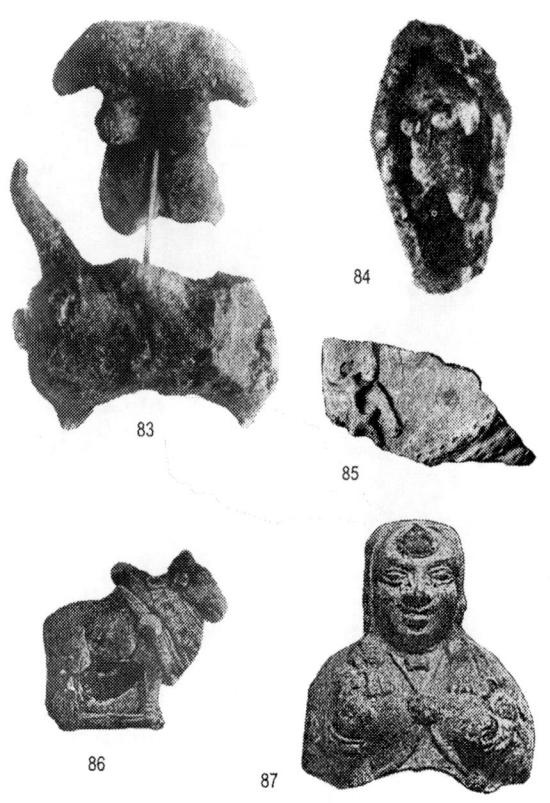

83

84

85

86

87

83. காளை மீதமர்ந்த பெண் தெய்வம் (இநாம்காவ்);
84. பெட்டிக்குள் பெண் தெய்வம் (இநாம்காவ்);
85. ஒட்டுருவம் (தைமாபாத்);
86. அலங்கரிக்கப்பட்ட காளை (பைதானம்);
87. ஆள் தலை (தேர்).

படத்தட்டு 18

88. ஆடு (பிரம்மகிரி); 89. பெண் உருவம் (மாஸ்கி); 90. கிளி (மாஸ்கி); 91,92. இயக்கர்கள் (சன்னதி); 93. வாத்தியக்காரர் (சன்னதி); 94. யானை (சன்னதி); 95. காளை (சன்னதி).

படத்தட்டு 19

96. அமர்ந்த நிலையில் இயக்கன் (கொண்டாபூர்);
97. ஆள் தலை (கொண்டாபூர்);
98. அலங்கரிக்கப்பட்ட பின்னந் தலை (கொண்டாபூர்);
99. கோலின் மண்ணால் செய்யப்பட்ட குதிரை (கொண்டாபூர்);
100. யானை (குத்திகொண்டா).

படத்தட்டு 20

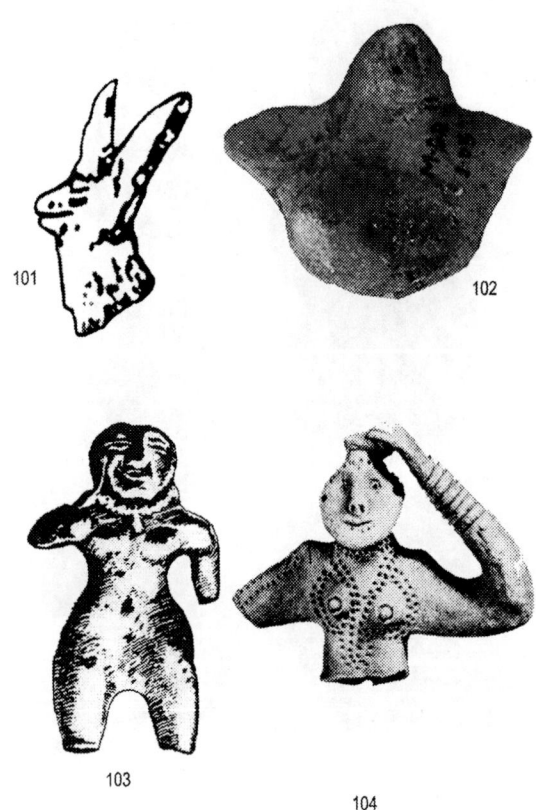

101

102

103

104

101. மான் தலை (பையம்பள்ளி); 102. பெண் உருவம் (மோதூர்); 103. பெண் உருவம் (கடத்தூர்); 104. பெண் உருவம் (நீலகிரி).

படத்தட்டு 21

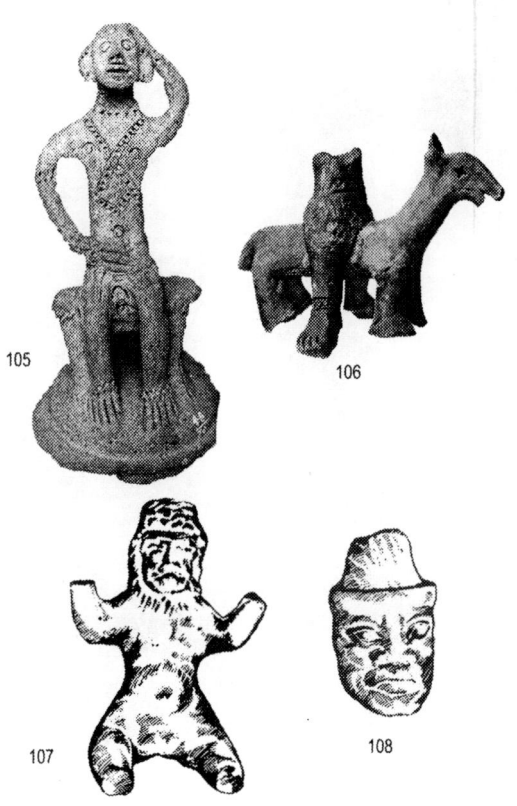

105

106

107

108

105. முதன்மை இரங்கலர் ஆண் உருவம் (நீலகிரி);
106. குதிரை (?) மீதமர்ந்த உருவம் (நீலகிரி);
107,108. ஆண் உருவங்கள் (கடத்தூர்).

படத்தட்டு 22

109. காளை (?) (சாணூர்); 110. பறவை (பையம்பள்ளி);
111. பறவை வடிவக் குடுமி (புதுக்கோட்டை அருங்காட்சியகம்);
112. சிறுத்தை (நீலகிரி);
113. ஈமத்தாழியில் ஒட்டுருவ வடக்கயிறு (அடுக்கம்);
114. பானையில் ஒட்டுருவங்கள் (ஆதிச்சநல்லூர்).

படத்தட்டு 23

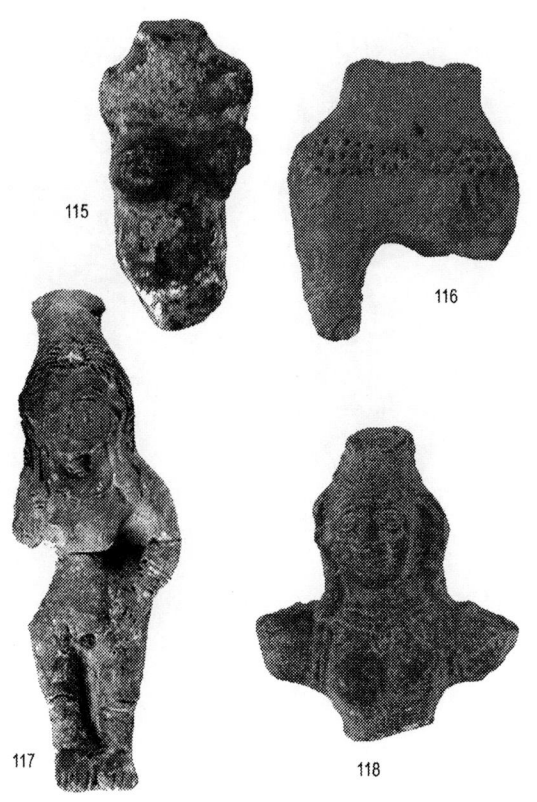

115. பெண் உருவம் (அப்புக்கல்லு);
116. பெண் உருவம், வயிற்றுப் பகுதி (திருக்காம்புலியூர்);
117. தாய்த் தெய்வம் (மோதூர்);
118. பெண் உருவம் (அப்புக்கல்லு).

படத்தட்டு 24

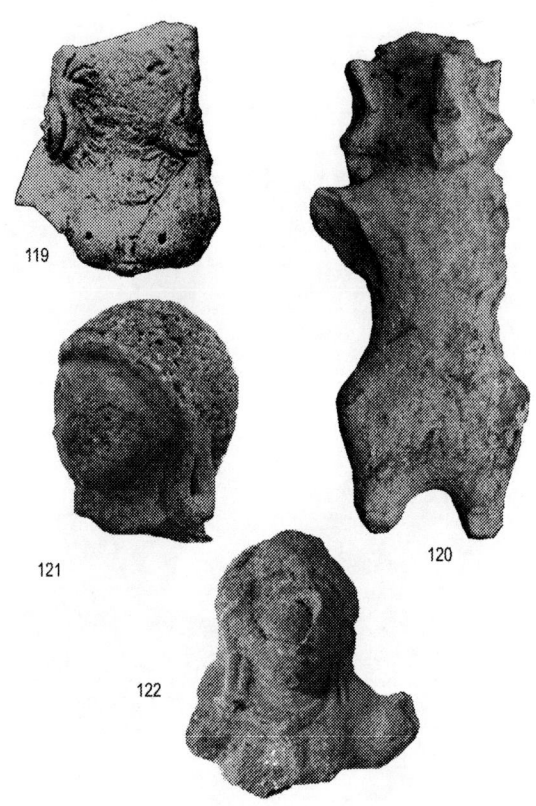

119. பெண் உருவம் (காவிரிப்பூம்பட்டினம்);
120, 121. பெண் உருவங்கள் (பொருந்தல்);
122. பெண் உருவம் (காஞ்சிபுரம்).

படத்தட்டு 25

123. பெண் உருவம் (கீழடி);
124. பெண் உருவம் (உறையூர்);
125. பெண் உருவம் (மாங்குடி);
126. கூடையைச் சுமந்தவாறுள்ள பெண் (அரிக்கமேடு);
127. பெண் உருவம் (அரிக்கமேடு).

128

129

130

131

132

128. பெண் உருவம் (காவிரிப்பூம்பட்டினம்);
129. அமர்ந்துள்ள பெண் உருவம் (அப்புக்கல்லு);
130. பெண்ணின் தலைப்பகுதி (காவிரிப்பூம்பட்டினம்);
131,132. அச்சில் வனையப்பட்ட பெண் உருவங்கள் (உறையூர்).

படத்தட்டு 27

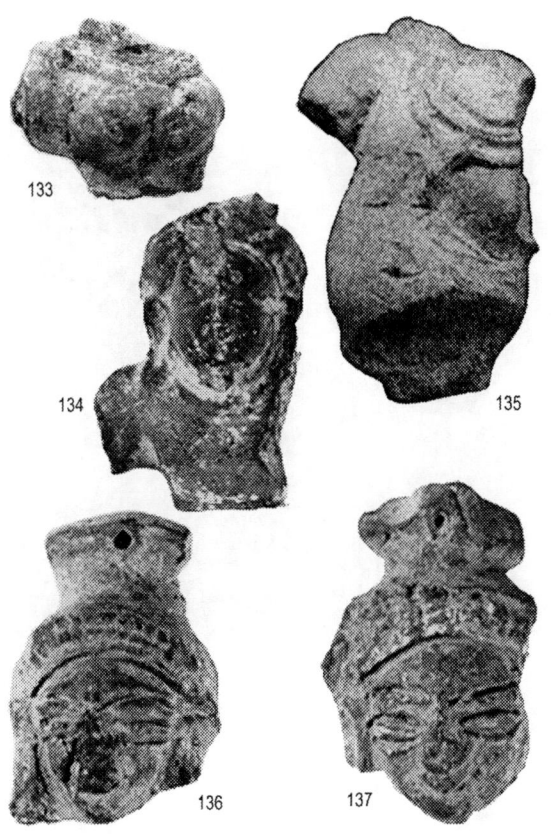

133. பெண் உருவின் மார்புப் பகுதி (காஞ்சிபுரம்);
134. ஆண் உருவம் (உறையூர்);
135. ஆண் உருவம் (காவிரிப்பூம்பட்டினம்);
136,137. ஆள் தலைகள் (உறையூர்).

படத்தட்டு 28

138

139

140

141

142

138. ஆள் தலை (காஞ்சிபுரம்);
139. ஆள் தலை (திருக்காம்புலியூர்);
140. ஆள் தலை (காஞ்சிபுரம்);
141,142. ஆள் தலைகள் (காஞ்சிபுரம்).

படத்தட்டு 29

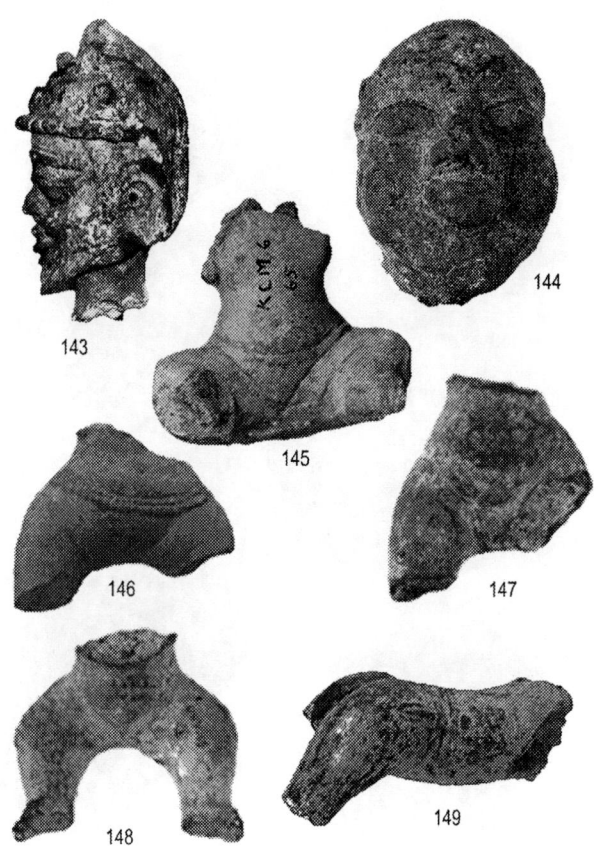

143. இந்தோ-கிரேக்கத் தலை (கொடுமணல்);
144. ஆண் தலை (திருக்காம்புலியூர்);
145. அமர்ந்த நிலையில் உருவம் (காஞ்சிபுரம்);
146. குழந்தை உருவத்தின் இடுப்புப் பகுதி (காஞ்சிபுரம்);
147,148. குழந்தை உருவங்கள், இடுப்புப் பகுதி (உறையூர்);
149. தவழும் குழந்தை (அப்புக்கல்லு).

படத்தட்டு 30

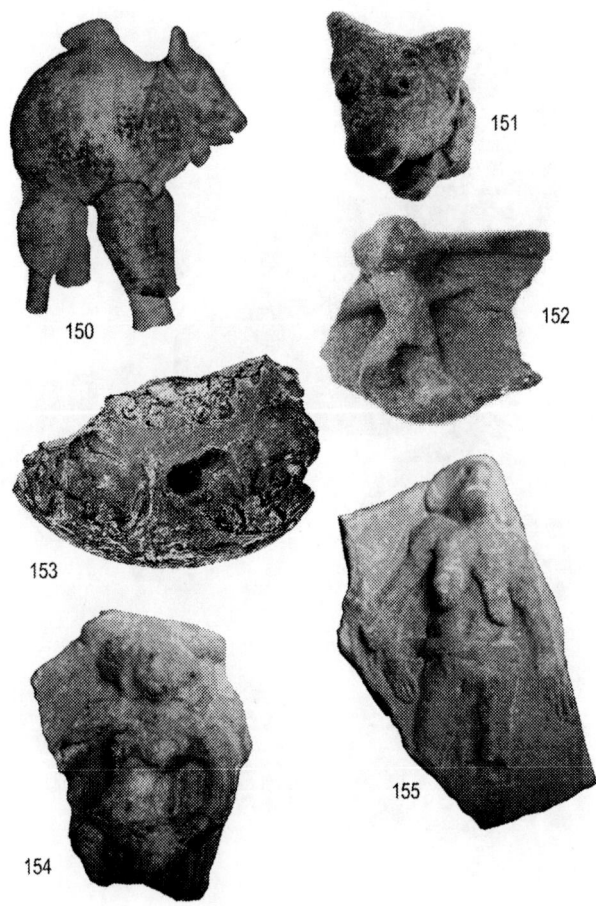

150. காளை வடிவக் குவளை (ஆண்டிப்பட்டி);
151. காளை (கீழடி); 152. ஒட்டு உருவம் (கீழடி);
153. ஒட்டுருவங்கள் (ஆண்டிப்பட்டி);
154,155. பெண் ஒட்டுருவங்கள் (மேலப்பெரும்பள்ளம்).

படத்தட்டு 31

156

157

158

159

160

161

156. நடன மங்கையர் (சாளுவன்குப்பம்);
157-159.பெண் உருவங்கள் (பனையகுளம்);
160,161. பெண் உருவத் தலைகள் (குளகத்தூர்).

படத்தட்டு 32

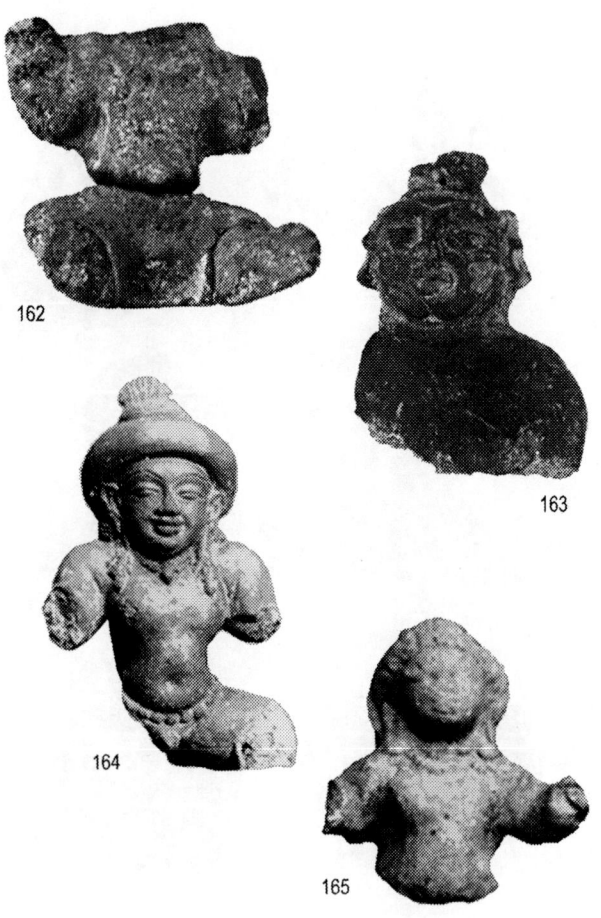

162

163

164

165

162. அமர்ந்த நிலையில் குழந்தை (திருக்காம்புலியூர்);
163. குழந்தை உருவம் (திருக்காம்புலியூர்);
164. அமர்ந்த நிலையில் குழந்தை (போளுவாம்பட்டி);
165. குழந்தை (திருக்கோயிலூர்).

படத்தட்டு 33

166

167

168

169

170

166. வாராகி (காவிரிப்பூம்பட்டினம்); 167. வாராகி (ஆண்டிப்பட்டி);
168. புத்தர் தலை (போளுவாம்பட்டி);
169. கருடன் (காவிரிப்பூம்பட்டினம்); 170. ஆடு (?) (மோதூர்).

படத்தட்டு 34

171

172

173

174

171. அச்சில் வடித்த பெண் உருவம் (திருக்காம்புலியூர்);
172. பெண் உருவம் (அதியமான்கோட்டை);
173. குழந்தையை ஏந்திய தாய் (திருக்காம்புலியூர்);
174. குழந்தையை ஏந்திய தாய் (அரவக்குறிச்சி).

படத்தட்டு 35

175. குழந்தையை ஏந்திய தாய் (உத்தமநாயக்கன்பாளையம்);
176. ஆள் தலை (அழகரை); 177. யோகி (?) (காவிரிப்பூம்பட்டினம்);
178. சிவபெருமான் (அரிக்கமேடு);
179. பிள்ளையார் (அழகரை).

படத்தட்டு 36

180

181

183

182

184

180. குழந்தையை ஏந்திய தாய் (மண்மங்கலம்);
181. குழந்தையின் உடல் பகுதி (பழையகாயல்);
182-184. ஆள் தலைகள் (ராஜாளிவிடுதி).

படத்தட்டு 37

185. நேர்த்திக்கடனுக்காக அளிக்கப்பட்ட விலங்கினங்கள் (அப்புக்கல்லு); 186. சுடுமண் அலங்காரத் தூண் (சென்னை); 187. தசாவதாரப் புடைப்புச் சிற்பங்கள் (சென்னை).

படத்தட்டு 38

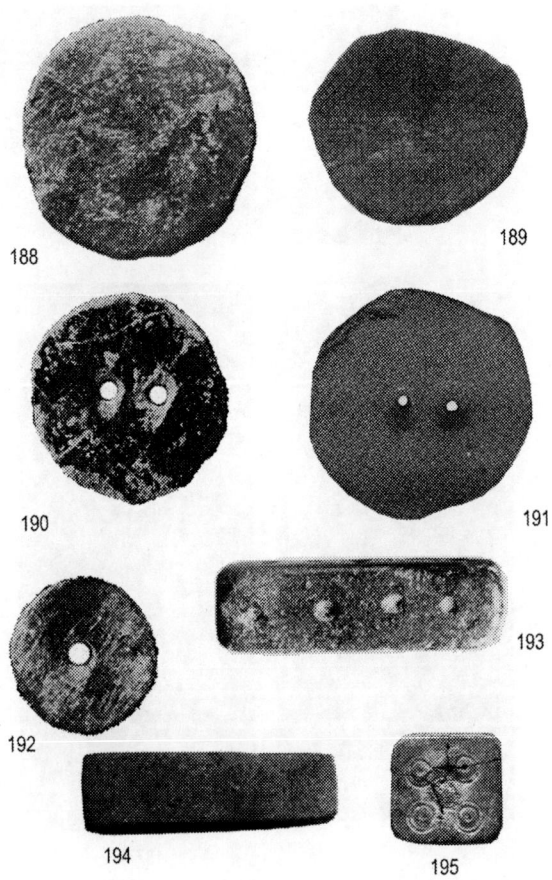

188. ஆட்டச்சில்லு (அரிக்கமேடு); 189. ஆட்டச்சில்லு (மாங்குடி); 190, 191. வட்டச் சுற்றி (அரிக்கமேடு); 192. பம்பரம் (?) (அரிக்கமேடு); 193. தாயம் (உறையூர்); 194. தாயம் (மாங்குடி); 195. தாயம் (கீழடி).

படத்தட்டு 39

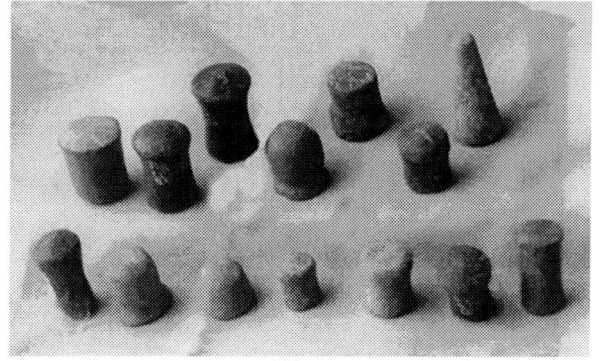

196. ஆட்டக்காய்கள் (உறையூர்);
197. ஆட்டக்காய்கள் தொகுப்பு.

படத்தட்டு 40

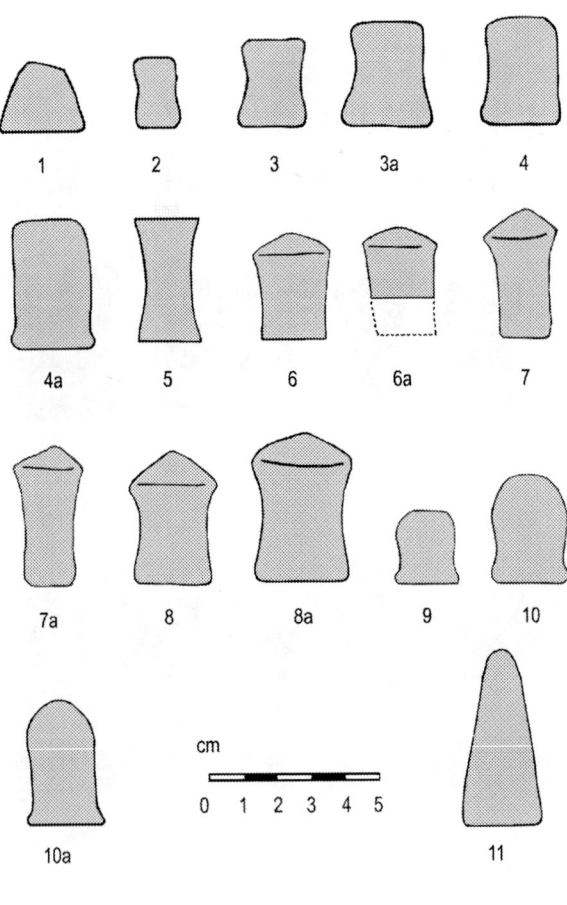

198. ஆட்டக்காய் வகைகள்.

படத்தட்டு 41

199

200

201

199. தொட்டிலில் இட்ட குழந்தை பொம்மை;
200. பிள்ளையார்; 201. திருஷ்டி பொம்மை.